AF766127

காதல் கனவே(வு)..!

அர்ஜுன் கிருத்திவாசன்
"விஜயன்"

Made with ♥ on the Notion Press Platform
www.notionpress.com

எனது சிந்தையில் உதித்த இந்தக் கதையை ஒரு நாவலாக எழுதவும், புத்தக வடிவில் வெளிக்கொணரவும் என்னை உற்சாகப்படுத்தி எனக்கு பக்கபலமாக இருந்த எனது இளைய சகோதரருக்கும், தந்தைக்கும், தாய்க்கும் மற்றும் என்னை ஊக்குவித்த அனைத்து உள்ளங்களுக்கும் இக்கதை சமர்ப்பணம்.

பொருளடக்கம்

பொருளடக்கம்

முன்னுரை

கற்பனை நண்பர்களிடம் மட்டும் தன் மனதில் இருப்பதை பேசும் அருளன், நிஜத்தை நேரிடும் போதெல்லாம் கற்பனையா? நிஜமா? எதில் முடிவில் சுகம் காண்கிறான்.

அந்த சுகமே சாபமாய் அவனை சூழ, தன் காதல் கனவை கற்பனையாய் இல்லாது, நிஜத்தில் பெற்றானா?

இன்றைய அரைகுறைப் பைத்தியங்கள் பலரது நிஜ வாழ்க்கைச் சம்பவக் கதையைப் படிக்க மறக்காதீர்கள்!

1

கனவு 1

"ப்ரேக்கப்! ப்ரேக்கப்! இனி நான் உன்கிட்ட பேச மாட்டேன்! மாட்டேன்!" என்று ஃபேஸ்புக் குறுந்தகவல் அனுப்பிய அந்தப் பெண், இணையத்தை விட்டு சென்றாள்.

அவள் அனுப்பிய குறுந்தகவல் படித்துப் பார்த்த அருளன் கிருபாகரன், தன் அருகே அந்தரத்தில் மிதந்து சிரிக்கும் ஆதவன் பக்கம் திரும்பி,

"லவ்வே சொல்லல. அதற்குள் ப்ரேக்கப்! எல்லாம் உன்னால் தான்! அவகிட்ட உண்மை சொல்ல போய் என்கிட்ட இனி பேச மாட்டேன்னு சொல்லிட்டு போயிட்டா!" என்று கோபம் கொண்டான்.

அந்தரத்தில் மிதப்பவன் அப்போதும் தன் சிரிப்பை விடாது சிரித்துக் கொண்டே இருந்தான். அருளன் முகம் இன்னும் கோபத்தில் சிவந்தது.

இவர்களைப் பார்த்தது போல் தன்னைச் சுற்றி கருப்பு இருளை சூழ வைத்திருந்த இருளன் தன் வாயை திறந்து, "நான் அப்பவே சொன்னேன், 'இவனைக் கற்பனையா உருவாக்காதே! வேண்டாம்!' என்றேன். கேட்டியா? நான் மட்டும் உனக்குப் போதும்டா, அருளா. இவனை இப்பவே அழிச்சிடு! இவனைப் பற்றிய கற்பனை நிறுத்திடு!" என்றான்.

ஆதவன் இந்த முறை தன் சிரிப்பை நிறுத்தி விட்டு, "மிஸ்டர் இருளா! இருட்டுல இருந்துட்டு உங்க மூளையும் இருட்டா போச்சு போல? நீங்களும் என்னைப் போல் ஒரு கற்பனை தான்! நாம இந்த அருளனின் கற்பனை பொம்மைகள் தான்! இவன் நினைப்பது தான் நாம எப்பவும் பேசுவோம். இப்ப நான் பேசுவது கூட இவனால் நினைக்-

கப்படும் ஒன்று தான். ஆனால் என்ன, என்னை இவன் உருவாக்கியது ரெண்டு மாசத்துக்கு முன்னாடி. நீயோ இவனையே மீறி இவனோட அஞ்சு வயசுல இருந்து உருவாகி சுத்திட்டு இருக்க.

என்னை இவன் உருவாக்கிய காரணம் இந்த உலகத்தை எதிர்கொள்ள. நீ உருவாகிய காரணம், இந்த உலக வாழ்வை எதிர்கொள்ளப் பயந்து ஒளிந்து கொள்ள. இவனுக்கு உன் தேவையும் இருக்கு. என் தேவையும் இருக்கு. ஆதலால் நான் சொல்ல வரும் கருத்து என்னவென்றால் நமது ஆக்கமும் அருளே! நமது அழிவும் அருளே! நாம் எப்போதும் வெறும் கற்பனையே! கற்பனையே! தொடக் தொடக்! இட்ஸ் மை கருத்து! கருத்து!" என்றான்.

பின்னால் என்ன... கற்பனைகள் கற்பனையாக அடித்துக் கொள்ள, அருளனோ "தன்னிடம் கோபித்துக் கொண்டு சென்ற பெண்ணை எவ்வாறு சமாதானம் செய்வது?" எனத் தெரியாது முழித்தான்.

ஒரு கட்டத்தில் ஆதவன் அவன் முன்னே எப்போதும் போல் அந்தரத்தில் பறந்து கொண்டே, "அருளா, இட்ஸ் ஓகே விடுடா! அவளே விட்டால் இன்னொருத்தி.. நமக்கு ஆயிரம் ஃபிகர் இருக்குடா மச்சி! உலகத்தில் பொண்ணுக்கா பஞ்சம்? ஐ'ம் வித் யூ டா, உனக்குச் சூப்பர் ஃபிகரா செட் பண்ணி விடுறேன்." என்று ஆறுதல் சொன்னான்.

அவனின் ஆறுதல் வார்த்தையைக் கற்பனையாகக் கேட்ட அருளன், "ஐ மிஸ் ஹேர்! என்னை நம்பி ஐடியில் கூடப் போடாத அவளோட ரெண்டு ஃபோட்டோ அனுப்பினா? என்னால் சாரி கூடக் கேட்க முடியல. நான் உண்மை சொன்னது தப்பா?" என்று கூறி மீண்டும் சோகம் கொண்டான்.

"யப்பா சாமி! அப்படி என்னடா உண்மை சொன்ன? நீ ஏன் ஃபேஸ்புக் போன முதல்ல?"

"எல்லாம் விதி!"

"அடிங்க! ஒழுங்கா சொல்லு!"

"என் பெரியப்பா பொண்ணு என்னோட மெயில் ஐடி வெச்சு உருவாக்கித் தந்த பேஸ்புக் ஐடியில் நான் போட்ட என்னோட ஃபோட்டோல யாரோ ஒரு பொண்ணு 'ஐ லவ் யூ, ஹாண்ட்சம்!' என்று கமெண்ட் பண்ணி இருப்பதாக என் கிளாஸ்ல படிக்கும் ஒரு பையன் சொன்னான்."

"சரி, அப்புறம்?"

"நானும் யாருடா அதுன்னு பார்க்க சும்மா போனேன்."

"சும்மாவா போன?"

"இல்ல, நமக்கும் லவ் சொல்ல ஒரு பொண்ணா ஆசையில் போனேன்."

"சரி, அப்புறம்?"

"அப்புறமென்ன.. அவன் சொன்னது பொய்! யாரும் அப்படிக் கமெண்ட் பண்ணல."

"சரி, அப்புறம் நீ என்ன பண்ண?"

"ஃபேஸ்புக் விட்டு போக விரும்பாமல் டெய்லி பிரவுசிங் சென்டருக்கு போய் ஒன் ஹவர் சாட் பண்ணேன். அப்போ தான் ஒரு ஃபேக் ஐடில இருந்து யாரோ மெசேஜ் பண்ணாங்க."

"என்ன மெஸேஜ் பண்ணி பேசினாங்க?"

"என்னைப் பற்றிக் கொஞ்ச நாள் சாதாரணமா பேசிட்டு.. லவ் பண்றேன் சொல்லிட்டாங்க. நான் மாட்டேன்னு முதல்ல சொல்லிட்டு அப்புறம்.. அப்புறம்.."

"அப்புறம் சார் என்ன செஞ்சிங்க?"

"ஹி.. ஹி.. ஓகே சொன்னேன்."

"நல்லது. அப்புறம் என்னாச்சு?"

"ஒழுங்கா படிக்கிற வழியே பாருடா.. என்று சொல்லிட்டு.. நான் பொண்ணு இல்லடா.. பையன்னு சொல்லிட்டு.. என்னைப் பச்சையா அசிங்கமா திட்டிட்டு போயிட்டாங்க."

"ஓ! சூப்பர்! அப்புறம் சார் வேற என்ன பண்ணிங்க?"

"ம்ம்.. நம்மளை கேவலமாகத் திட்டி விட்டுப் போனது யாருன்னு கண்டுபிடி என்று இதோ இந்த இருளன் பிடிவாதம் பிடிச்சு சொல்ல.. அப்புறம் இந்த உலகத்துக்கு ஏத்த மாதிரி பேசவும், நடக்கவும் உன்னைக் கற்பனையா நினைச்சு ஒரு ஃபேக் ஐடி கிரியேட் பண்ணி, உன்னை வச்சு என்னைத் திட்டிட்டு போன அக்கவுண்ட் தேடினேன்."

"கிடைச்சது?"

"இல்ல, ஆனா.. இப்ப எனக்கு ப்ரேக் அப் சொல்லிட்டுப் போன பொண்ணைத் தான் அப்போ ஃபேஸ்புக்ல பார்த்து, பேசினேன்."

"சரி, யாரா பேசின?"

"ஆதவனா."

"நீதான் அருளன் என்கிற உண்மை எதுவும் சொல்லல?"

"எப்படிச் சொல்வேன்? அவ தான் ஏற்கனவே என்னோட ஓரிஜினல் ஐடில நான் பேசின போது அண்ணான்னு கூப்பிட்டாளே! அப்புறம் உண்மை சொல்லத்தான் முடியுமா?"

"அண்ணன் சொன்ன பொண்ணைக் கரெக்ட் பண்ண ஃபேக் ஐடி ல பேசியது நீதான்! அதுக்குக் கற்பனையா என்னை உருவாக்கி நான் பேசுற மாதிரி பேசிட்டு.. இப்ப அவ உண்மை தெரிஞ்சு 'ப்ரேக்கப்' சொல்லிட்டா அழுவுற! கருமம் டா! பண்ணது எல்லாம் நீ! ஆனா, அவகிட்ட நான் வேற ஆதவன் வேற பொய் சொல்லிட்டு என் மேல பழி போடுற? நீ ரொம்ப நல்லவன்.. நான் கெட்டவனா? அதோ அந்த இருளன் ஒன்றும் தெரியாத பாப்பாவா?

அடேய்.. நான் உன் கற்பனை! நீயும் நானும்.. அதோ அந்த இருளன் கூட ஒன்றுதான்! நாங்க பேசுவதெல்லாம் உனக்கு மட்டும்தான் கேட்கும்! நாங்க ஒன்றும் பேய்யோ பிசாசோ இல்ல! உன்னோட நினைப்பு தான் எங்களோட பேச்சு! உனக்குப் பேச ஃப்ரெண்ட்ஸ் இல்லன்னு எங்ககிட்ட கற்பனையா பேசிட்டிருக்க!

எங்கே உன் பிரச்சினைகளை வெளியே சொன்னா.. நம்ம அம்மாவை மாதிரி உன்னையும் மனநல மருத்துவரை பார்த்து பேச சொல்லிடுவார்களோ? என நினைச்சு பயந்து சாகிற! ஒழுங்கா மனுசங்ககிட்ட பேசுறது விட்டு எங்க கூடப் பேசிட்டு இருக்க! இருக்க!" என்று அருளனை பேச விடாது ஆதவனே பேசிக் கொண்டே இருந்தான்.

அந்த நொடி கண்டிப்பாக அருளன் நினைத்து இருப்பான், "எதுக்குடா இவனைக் கற்பனையாக உருவாக்கினோம்?" என.

அப்படி நினைத்தாலும் அவன் தன் கற்பனையை நிறுத்தவில்லை. காரணம், இருளன் அவனோடு இருக்கும் நேரத்தில் ஏதோ ஒன்று இழந்த உணர்வில் இருந்தவன், கடந்த இரண்டு மாதமாகத் தான் தான் இழந்த ஒன்று கிடைத்த திருப்தி அடைந்தான்.

கற்பனைக்குப் பேசும் உரிமையும் கொடுத்து, தன் உருவமும் கொடுத்து ரசிக்கும் இவனோ, தன்னை நன்கு அடுத்தவர் முன்பு சிறந்து காட்டி கொள்ள முயன்றது இல்லை! தன்னைப் பற்றித் தாழ்ந்தபடி எப்போதும் நினைத்துக் கொண்டிருப்பானே ஒழிய, தன்னைச் சரி செய்யும் வழியைக் அறிந்தும் முயல மாட்டான்.

இவன் இப்படிக் கற்பனை செய்து பேசுவதால் மட்டும் இவன் பெரியவன் ஆகிவிட மாட்டான்! +2 தேர்வு எழுதிவிட்டு, அதன் முடிவிற்குக்

காத்திருக்கும் பதினேழு வயதிலிருக்கும் சிறுவனே இந்த அரைப் பைத்தியம் அருளன்!

எலும்புகள் தெரியும் அளவுக்கு ஒல்லியாக உடல் நன்கு மெலிந்து இருக்கும் பிடிவாதமே ஒருவனாய்.. கதை கட்டும் சேட்டையே இன்னொருவனாய்.. ஒரே நேரத்தில் மூவராய் கற்பனை உலகில் இருக்கும் இவனின் பைத்தியத்திற்கு வைத்தியம் எப்போது?

காஞ்சிபுரம்.

ஏதோ ஒரு தெருவில் ஏதோ சந்தில் தன் நண்பர்கள் சிலருடன் கிரிக்கெட் விளையாடி கொண்டிருந்தான் சஞ்சய்.

+2 ரிசல்ட் வந்ததிலிருந்து தன் அப்பாவின் கண்ணில் மண்ணைத் தூவியது போல் ஓடி கொண்டிருந்தவன், எப்படியோ மாட்டி கொண்டு சில நாட்களுக்கு முன்பு அடிகள் பலது வாங்கிவிட்டு இதோ அடுத்தநாள் தன் மாமாவின் வீட்டில் தங்கி காலேஜ் படிப்பை சென்னையில் படிப்பதாகச் சத்தியம் பலது செய்துவிட்டு, தன் நண்பர்களுடன் பல நாட்களுக்குப் பிறகு கிரிக்கெட் விளையாடும் முடிவிற்கு வந்துள்ளான்.

விளையாட்டு முடியும்வரை அதில் மட்டும் கவனமாக இருந்தவன், அதன் பின்னர்த் தன் நண்பர்களுடன் அடுத்து தான் படிக்கப் போகும் கல்லூரி பற்றி, இடம் பற்றிப் பேசினான்.

"பிஎஸ்சி கம்ப்யூட்டர் சயின்ஸ்? ஆர்ட்ஸ் காலேஜ்? இன்ஜினியரிங் தானே படிப்ப நினைச்சேன்!" என்றான் அவனின் நண்பன் ஒருவன்.

"அடப்போடா! இன்ஜினியரிங் மேக்ஸ் எல்லாம் தெரியும்ல? செம்ம பேஜார் புடிச்சது! அதெல்லாம் போட்டுப் பாஸ் ஆக என்னால் முடியவே முடியாது! நமக்கு ஆர்ட்ஸ் காலேஜ் போனோமா! மூணு வருஷம் படிச்சிட்டு ஒரு டிகிரி வாங்கிட்டு எதோ ஒரு வேலையில் சேர்ந்து.. பணம் பார்த்து.. கல்யாணம்.. மனைவி.. குழந்தை.. வாழ்க்கை.. போதும்.

பல இடத்தில் இன்ஜினியரிங் படிச்சிட்டு அவனவன் வேலை இல்லாமல் சுற்றுவது பற்றி நம்ம தளபதி அவர் படத்தில் சொன்னதை நீயும் தானே பார்த்த? அப்புறமென்ன? விடுடா, நமக்கு என்ன எழுதி இருக்கோ அதான் நடக்கும்." என்றான் சஞ்சய்.

"உனக்குக் கனவு பெருசா இல்லயா? வாழ்க்கையில் என்னவாய் ஆகதான் பிளான் போட்டிருக்க?"

"ஒன்னும் இல்ல! பிளான் போட்டு படிக்குற ஆள் நானில்ல! கடைசி நாளில் படிச்சிட்டுப் பாஸ் ஆகுற கில்லாடிடா இந்தச் சஞ்சய்! மீ.. பிளான்.. போடுறது.. இம்பாசிபிள்!"

"அதுவும் சரிதான்! நாம ஒன்னு நினைச்சு வேற எதோ நடந்து ஃபீல் பண்ண வேணாம் தான்."

"ஓகே, அப்புறம் பார்க்கலாம். இனி மாமாவின் வீட்டுக்கு போயிட்டு ஒவ்வொரு வார கடைசியில் வர பார்க்கிறேன்."

சஞ்சய் தன் வீட்டிற்குப் போனவன், மாமாவின் வீட்டிற்கு அடுத்த-நாள் போகத் தேவையானது எல்லாம் தன் அம்மா அக்காவின் உதவி-யால் எடுத்து வைத்தான்.

அவனின் அப்பா சந்திரன் தன் டீ கடையை ஒன்பது மணிக்கு மூடி விட்டு வந்தவர், ஒன்றும் பேசாது இரவு உணவை உண்டு தூங்க சென்-றார்.

சஞ்சய் தன் அப்பா தன்னிடம் பேசவில்லை என்றெல்லாம் கவலை கொள்ளாது தன் அப்பா, அம்மா, அக்காவை விட்டுச் சுதந்திரமாகச் சென்னையில் சுற்றுவது போல் கனவு கண்டு தூங்க சென்றான்.

சராசரி ஒருவனான சஞ்சய், நட்பு என்கிற பெயரில் தன் வாழ்க்கைப் பாதையையே மாற்ற போகிற அரைப் பைத்தியம் ஒருவனைச் சென்-னையில், அதுவும் தான் படிக்கப் போகிற அதே கல்லூரியில், அதே வகுப்பில் சந்திக்கப் போவதை நினைத்துக்கூடப் பார்த்திருக்க மாட்டான்.

சென்னை.

அருளன் தன் அப்பா கிருபாகரனிடம் சிறு வருத்தம் நிறைந்த குர-லில் பேசிக் கொண்டிருந்தான்.

"அப்பா, எனக்கு இன்ஜினியரிங் தான் படிக்கணும்.. ஆர்ட்ஸ் வேணாம்.. அதுவும் ரொம்பத் தூரம் டிராவல் பண்ணி காலேஜ் வேணாம்! பிடிச்ச படிப்பை எவ்வளவு தூரம் டிராவல் பண்ணி படிச்சா கூட அர்த்தம் இருக்கு. எனக்கு ஆர்ட்ஸ் காலேஜில் படிக்க.. அதுவும் கம்ப்யூட்டர்

சயின்ஸ்.. அப்பா! ப்ளீஸ்.. நான் இதுவரை எதையும் ஆசைப்பட்டுக் கேட்டது இல்ல.. படிப்பில் மட்டும் என் ஆசையே நிறைவேற்ற பாருங்களேன்!" என்று காலில் விழாத அளவுக்குக் கெஞ்சினான்.

அவனின் விருப்பம் அந்த அன்பு தந்தைக்குப் புரிந்த போதிலும்,

"அருள், சொன்னா கேளு.. உன்னோட +2 மார்க்ஸ் வச்சு இன்ஜினியரிங் காலேஜ் கவுன்சிலிங் போனாக்கூடச் சீட்டு கிடைக்காது! பல லட்சம் கொடுத்து மேனேஜ்மெண்ட் சீட் வாங்க என்கிட்ட அவ்வளவு காசு இல்ல! இந்த ஆர்ட்ஸ் டிகிரி படிக்க வைக்கவே உன் பெயரில் எஜுகேஷன் லோன் தான் போட போறேன்.

எனக்கு உன் ஆசை புரியுது. ஆனா, என் நிலைமையில் இருந்து நீயும் யோசிக்கணும். இப்ப தான் ஹவுசிங் லோன் போட்டு வீடு கட்டிட்டு இருக்கோம். என் சம்பளம் லோன் போகக் கம்மியா தான் வருது. வீட்டு செலவை நீயும் தானே பார்க்குற? அதைக் குறைக்க வழி தெரியாது தானே இருக்கோம்? அம்மாவுக்கு மாசம் டாக்டர் செலவு எவ்வளவு ஆகுது நீயும் தானே பார்க்குற? பொறுப்பான பையனா இருந்து நீயே அப்பாவின் கஷ்டம் தெரியாது பேசலாமா?" என்றார்.

அருளன் கண்கள் மூடி தன் கண்ணீரை கட்டுப்படுத்தியவன் தன் பிடிவாதத்தை விட்டு, "அப்பா, நீங்க சொன்ன மாதிரி நான் கம்ப்யூட்டர் சயின்ஸ் டிகிரி எடுக்கிறேன். ஆனா, எனக்கு லேப்டாப் வேணும். அதுக்கும் சேர்த்து எஜுகேஷன் லோன் போடுங்க. நம்ம கிட்ட கம்ப்யூட்டர் கூட இல்ல. என் படிப்புக்கு லேப்டாப் தேவை." என்றான்.

"சரி, பேங்க் ல கேட்டு பார்ப்போம். இந்தக் காலத்தில் லேப்டாப்.. கம்ப்யூட்டர்.. எல்லாம் எல்லாப் படிப்புக்கும் தேவையா போச்சு." என்றவர், "என்ஜினீயரிங் வேணாம் சொன்னேன்னு வருத்தம் இல்லதானே?" என்று கேட்டார்.

"அதெல்லாம் ஒரு மூலையில் இருக்கு. இட்ஸ் ஓகே, எல்லாருக்கும் எல்லாமே கிடைக்காது." என்றவனின் மனம் நொடிக்கு நொடி தான் ஆசைப்பட்ட படிப்பு இழந்த சோகத்தில் வருந்தியது.

கிருபாகரன் தன் நண்பர் ஒருவருக்குக் கைபேசி அழைப்பு விடுத்து, அருளன் ஆர்ட்ஸ் காலேஜில் படிக்கச் சம்மதம் என்றதை சந்தோஷத்துடன் சொல்ல, அவரும் அவருக்குத் தெரிந்த நபர் ஒருவர் மூலம் அந்தக் கல்லூரியில், "பிஎஸ்சி கம்ப்யூட்டர் சயின்ஸ்" படிப்புக்குச் சீட் ஒன்றை வாங்கித் தந்தார்.

இப்படிச் சீட் வாங்கித் தர உதவி செய்த அந்த நண்பர், தன் மகனையே இன்ஜினியரிங் தான் படிக்க வைக்கிறார் என்பது கூடுதல் தகவல்.

ஆர்ட்ஸ் கல்லூரி என்றாலும், அருளன் சேர போகிற கல்லூரி படிப்பில் சிறந்து தான் விளங்கியது. இப்படிப்பட்ட கல்லூரியில் தான் சஞ்சய் பிடித்தும், அருளன் விதியே என்றும் சேர போகின்றனர்.

மனம் ஒருநிலையில் இல்லாது இருக்க, அருளன் தன் தாத்தா காலத்து சைக்கிள் ஒன்றை எடுத்து ஓட்டி கொண்டே மனம் போன போக்கில் சென்றான்.

அப்போது அவனின் கற்பனை மனம் சும்மா இல்லாது இருளனை கருப்பு உடை அணிந்து, தலையில் கருப்புத் தொப்பிப் போட்டுக் கொண்டு தன்னைச் சுற்றி கருப்புப் புகை தெரிய பறந்து வருவது போலவும், ஆதவனை வெள்ளை மேகம் ஒன்றில் அமர்ந்து வருவது போலவும் கற்பனை செய்தது.

"ஒன்னு வேணும்னா பிடிவாதம் பிடிக்கத் தெரியாதா? ஆசைப்பட்டா மட்டும் போதுமா? அதை நிறைவேற்ற எதுவும் முயல மாட்டியா?" என்று திட்டினான் இருளன்.

அருளன் கண்கள் கலங்க, "வேணாம் விடுடா! அப்பாவால் படிக்க வைக்க முடியாது சொல்லிட்டார். அதோட எஜுகேஷன் லோன் இன்ஜினியரிங்க்கு ரொம்ப ஆகும்! என்னால் அதை அடைக்கக் கூட முடியுமா தெரியல. நான் ஏற்கனவே முடிவு பண்ண மாதிரி 25 வயசு வரை இருப்பேன்.. அப்புறம் தற்கொலை பண்ணிப்பேன்! எனக்கு வாழ ஆசையே இல்ல! பைத்தியமா வாழ்வது விடக் கோழையா சாவது மேல்!" என்றான்.

"வாழ நினைத்தால் வாழலாம்
வழியா இல்லை பூமியில்
ஆழக் கடலும் சோலையாக
ஆசை இருந்தால் நீந்தி வா...
வாழ நினைத்தால் வாழலாம்

வழியா இல்லை பூமியில்
ஆழக் கடலும் சோலையாக
ஆசை இருந்தால் நீந்தி வா...
பார்க்கத் தெரிந்தால் பாதை தெரியும்
பார்த்து நடந்தால் பயணம் தொடரும்
பயணம் தொடர்ந்தால் கதவு திறக்கும்
கதவு திறந்தால் காட்சி கிடைக்கும்
காட்சி கிடைத்தால் கவலை தீரும்
கவலை தீர்ந்தால் வாழலாம்
வாழ நினைத்தால் வாழலாம்
வழியா இல்லை பூமியில்
ஆழக் கடலும் சோலையாக
ஆசை இருந்தால் நீந்தி வா..
வாடா.. வா.. நீந்தி வா.. ''

என ஆதவன் தன் கழுதை குரலில் இனிமையாகப் பாடினான்.

அவனின் பாடலை கேட்ட இருளன்,

"இவன் வேற சமயம் புரியாம காமெடி பண்ணிட்டு! அருளா, ப்ளீஸ்.. இவன் நமக்கு வேணாம் டா! எனக்கு நீ.. உனக்கு நான்.. மட்டும் போதும்! இவனை அழித்து விடு! இத்தனை வருஷம் நீயும் நானும் நிம்மதியா தானே இருந்தோம்? இவன் வந்ததும் தான் நீயும் கஷ்டப்படுற! இவன் வந்ததும் தான் எல்லார் கூடவும் ஒழுங்கா பேச முடியல.. எல்லார் மாதிரி இருக்க முடியல நினைச்சு அடிக்கடி அழுகுற! திட்டம் போட்டு சாக நினைக்கும் நம்ம திட்டத்தைக் கெடுக்கவே வந்தவன் இவன்!

நமக்கு ஆசைக்களே வேணாம் டா! ஆசைப்பட்டது நமக்குக் கிடைக்கவே கிடைக்காது! சராசரி ஆசைகள் நமக்கு எழுத படல! வேடிக்கை மட்டும் தான் நாம பார்க்கலாம். படிப்புல அவரேஜ்! விளையாட்டு.. லோட்டு.. லொசுக்கு.. எதுவும் நமக்கு வராது! நமக்குப் பிடிக்கும் நினைச்ச மேக்ஸ்.. கம்யூட்டர் சயன்ஸ் ல கூட முழு மார்க் வாங்க முடியல. ஒன்னு ல 150.. இன்னொரு சப்ஜெக்ட் ல 175. அவ்வளவுதான் நம்ம திறமை.

என்ன படிச்சாலும் நமக்கு நினைவுல நிற்காது! எழுதி பார்த்தாலும் மார்க் வராது! இந்த உலகம் நம்மளை மாதிரி எதுக்கும் உதவாத நபர்களுக்கு உகந்தது இல்ல! போடுற உடை முதல் ஓட்டுற சைக்கிள் வரை எல்லாம் நமக்கு யாரோ போட்டது.. யூஸ் பண்ணுவது தான் கிடைக்குது.

அம்மாவுக்கு மனநல பிரச்சனை. தம்பியோ அரைகுறை.. நீயோ இன்றோ நாளையோ பைத்தியம்! நமக்குச் சொந்தங்கள் நடுவில் மரியாதை சுத்தமா இல்ல! நண்பர்கள் யாருமே நமக்கு நீண்ட காலம் இருப்பதும் இல்ல! உன்னால் உன் தம்பியை ஒழுங்கா படிக்க வைக்க முடியுமா? அம்மாவை மனநலம் பிரச்சனை நெருங்காது ஒரு மாசமாவது பேச வைக்க முடியுமா? இதை விடு.. எங்களோட பேச்சுத் துணை இல்லாது.. ஒரு நாள்.. ஒரே ஒரு நாள்.. உன்னால் இருக்கத்தான் முடியுமா?

நீயும் வேஸ்ட்! நானும் வேஸ்ட்! எல்லாரும் வேஸ்ட்! இதோ இந்த ஆதவன் மொத்தத்தில் வேஸ்டோ வேஸ்ட்!" என்றான் கோபத்தில்.

அருளின் தன்னம்பிக்கை மொத்தமாக இழக்கும் நொடியில்,

“எல்லாப் புகழும் ஒருவன் ஒருவனுக்கே
நீ நதி போலே ஓடிக்கொண்டிரு
எந்த வியர்வைக்கும் வெற்றிகள் வேர்வைக்குமே
உன்னை உள்ளத்தில் ஊற் வைக்குமே
எல்லாப் புகழும் ஒருவன் ஒருவனுக்கே
நீ நதி போலே ஓடிக்கொண்டிரு
எந்த வியர்வைக்கும் வெற்றிகள் வேர்வைக்குமே
உன்னை உள்ளத்தில் ஊற் வைக்குமே
ஓ ஹோ தோழா... முன்னால் வாடா...
உன்னால் முடியும்...

.

.

.

நாளை நாளை நாளை என்று இன்றை இழக்காதே...
நீ இன்றை இழக்காதே... நீ இன்றை இழக்காதே
இன்றை விதைத்தால் நாளை முளைக்கும்
அதை நீ மறக்காதே நீ அதை நீ மறக்காதே

நீ அதை நீ மறக்காதே...
நேற்று நடந்த காயத்தை எண்ணி நியாயத்தை விடலாமா
நியாயம் காயம் அவனே அறிவான் அவனிடம் அதை நீ விட்டுச் செல்
ஹே தோழா முன்னால் வாடா உன்னால் முடியும்...
தளத் தளபதி தளபதி நீதான் நீதான்
அன்புத் தலைவா.. வெற்றி நமக்கே..
அழகிய தமிழ் மகன் நீதானே.."

என்று மீண்டும் கழுதை குரலில் பாடிய ஆதவன்,

"அருளா, நமக்குச் சாகப் பல வழிகள் இருக்கறப்ப? வாழ ஒரு வழி இல்லாமலா போய்டும்? எக்ஸாம்ல வாங்குற மார்க்க வெச்சு யாரையும் எடை போட கூடாது! அதுவும் +2 எக்ஸாம் நேரத்துல நாம என்ன பண்ணோம்? ஃபேஸ்புக்ல ஒரு பொண்ணு கூடக் கடலை போட்டுட்டு இருந்தோம்! அதையும் மீறி இவ்வளவு மார்க் வாங்கியது எல்லாம் சாதனை டா.. லூசே!

உனக்கு என்ன நிறைய மார்க் வாங்கணும்? எதாவது ஒன்னுல.. சிறந்தவன் பெயர் வாங்கணும்? அவ்வளவு தானே? பார்த்துக்கலாம் டா! பார்த்துக்கலாம்! இப்பவும் சொல்றேன்.. நான் உன்னோட கற்பனை! நீ நினைப்பது தான் என் பேச்சு!

உனக்கே சாவை மீறி எதாவது சாதிக்கணும் ஆசை இருக்குடா! அதை ஏன் தற்கொலை என்கிற பெயரில் இழக்கணும்? அப்புறம்.. அப்புறம்.. இன்ஜினியரிங் காலேஜ் பொண்ணுங்க விட ஆர்ட்ஸ் காலேஜ் பொண்ணுங்க செமயா இருப்பாங்களாம்! சைட் அடிக்க வேணாமா? காலேஜ் லைஃப் டா! காலேஜ் லைஃப் ல தான் லவ் செட் ஆகும் சொல்வாங்க. உனக்கு லவ் செட் பண்ணுவது என் கடமை சொல்லி இருக்கேன் ல? பீ ஹேப்பி! பீ ரெடி ஃபார் லவ்! காதல் கனவு நிறைவேற வேணாமா?" என்று கேட்டவன்,

"நண்பன் படத்துல வர மாதிரி 'அ அஸ்க் லஸ்கா ஏமோ ஏமோ..' என்று டூயட் பாட வேணாமா? அதுக்குக் கூட ஆட பொண்ணு வேணாமா?" என்று கேட்டான்.

அருளன் ஆதவனின் பேச்சை கேட்டு மனம் மாறத் தொடங்கியவன், "காதல்.. பெண்.." பேச்சு வந்ததும், தன் சிறு வயது அனுபவம் சிலதை யோசித்துப் பார்த்து, "என்னால் எந்தப் பொண்ணோட கண்ணையும் பார்த்து பேச முடியாது! நா.. நா.. என்.. என்.. மனசு முழுக்கக் கெட்ட எண்ணம் இருக்குடா! நான் இருளன் இல்ல.. ஆசையே வேணாம் இருக்க! நான் ஆதவன் இல்ல.. காதல் கனவே மட்டும் காண! நான் அருளன்! பைத்தியம்! பல வித குழப்பத்திலும்.. பயத்திலும்.. கட்டுப்பாடு எந்த நிலையிலும் இழக்க கூடிய நிலையில் இருப்பவன்!" என்றவன்,

திரும்பி தன் வீட்டிற்குச் சைக்கிளை திருப்பினான். அவனின் கற்பனை கதாபாத்திரங்கள் அவனுக்குள் சென்று மறைந்தனர்.

காதல் கனவு நிறைவேறுமா?

2

கனவு 2

"செம! செம! செம!" என்று ஆதவன் காலேஜ் உள்ளே நுழைந்தது முதல் போற வர பெண்களை வெறித்தனமாகச் சைட் அடித்தான்.

அருளன் தன் கற்பனையில் அவனைச் சைட் அடிக்க வைத்துவிட்டு நல்ல பிள்ளை போன்று யாரையும் இடிக்காது தன் வகுப்பை தேடி கொண்டிருந்தான். இருளன் அதிகக் கூட்டம் காரணமாய் அருளன் உள்ளேயே இருந்து விட்டான். நமக்குத்தான் தெரியுமே கூட்டம் நமது இருளனுக்குப் பிடிக்காது என!

இருளன் பொறுமி கொண்டிருந்தான், "யாரும் இல்லாத காலேஜில் சேர என்ன?" என்று.

ஆதவன் அழகான கலையான பெண்களைப் பார்த்த சந்தோஷத்-தில், "இங்கேயே இத்தனை பொண்ணுங்க என்றால்.. நம்ம கிளாஸ்ல சும்மா அள்ளுமே! அருளா, சீக்கிரம் சிங்கிள் டு மிங்கிள் ஆகத்தான் போற! எங்களோட கற்பனைக்கு முடிவு கட்ட தான் போற! சம்கலகடி யம்மா.. எங்க அருளனுக்கு லவ் செட்டாகப் போகுது சும்மா! லடாக் லொசக் பொசக்!" என்று டிஸ்கோ நடனம் எல்லாம் ஆடினான்.

பாவம்! அவன் சொன்னது போல் அதிக அளவில் பெண்கள் யாரும் அமையாது நான்கே நான்கு பெண்கள் மட்டுமே இருந்தனர்.

அருளன் சும்மா இருக்க, ஆதவன் தான் ஓவென்று கதறி அழு-தான்.

"ஐயோ.. போச்சே! போச்சே! இந்த இத்துப்போன மூஞ்சிங்க எதுக்-குத் தான் காலேஜ் வராங்களோ! மொத்த காலேஜ் வாழ்க்கை இந்தச்

சுமார் மூஞ்சி குமாரிகள் கூடதானா? அட கடவுளே! உனக்குக் கொஞ்-சம்கூட இரக்கம் என்பதே இல்லையா! காதல் என்பதே எங்கள் வாழ்க்-கையில் நீ எழுத வில்லையா? வீ பாவமடா ஈஸ்வரா! பரமேஸ்வரா!" என்றான்.

அவனைச் சொன்னது கேட்டது போல் அருளன் உள்ளே இருந்து கற்பனையாக வெளியே வந்த இருளன்,

"எவ எப்படி இருந்தால் உனக்கென்ன? என்னமோ உன்னை.. ச்சே! அருளனை லவ் பண்ண அவ அவ லைன் ல நிற்குற மாதிரி சொல்ற! எப்படியும் எவளும் இந்தப் பக்கம் திரும்பி பார்க்க போவது இல்ல! அப்படியே பார்த்தாலும் 'யாருடா நீ கோமாளி?' என்று தான் கேட்க போறாங்க. அப்புறம் என்ன டாஷிக்கு ஓவரா நடிக்கிற? சீ! கேவலமா நடிச்சு எரிச்சல் படுத்தாத!" என்றான்.

"நியாயம் சொன்னா.. கற்பனை கூடக் கேட்க மாட்டுறது. இட்ஸ் ஓகே, நானும் கற்பனை நீயும் கற்பனை.. ஆதலால் யாம் உன்னை மன்-னிக்கிறோம்! யார் கற்பனை அழிந்தாலும் உன்னைப் பற்றிய கற்பனை அழியாது என்கிற வரத்தை அருள்கிறோம்! ஜாலியா இரு! உனக்கு மிகவும் பிடித்த இருட்டில் யாரின் தொல்லையும் இல்லாது இரு!" என்று கூறி வாழ்த்தினான் ஆதவன்.

இப்படியொரு அழகிய வாழ்த்து வாழ்த்திய ஆதவன் அடுத்த நொடி அந்த வகுப்பிற்குள் நுழைந்த பெண்ணைப் பார்த்து, "யாருடா இது, தயிர் விட்டு வெளியே வந்த வடை மாதிரி இருக்கா!" என்றான்.

அருளன் அந்தப் பெண்ணைப் பார்த்தும் பார்க்காதது போல் இருந்-தவன், தன் காலேஜ் பை உள்ளே இருந்து தண்ணீர் பாட்டில் எடுத்து சிறிது தண்ணீர் குடித்தான்.

பின்னர் நேரம் செல்ல அடுத்து இன்னொரு பெண் அந்த வகுப்-பிற்குள் நுழைய, அவளைப் பார்த்த இம்மூவரும் ஒரே நேரத்தில், "அடச்சே! யாருடா இது பேய் மாதிரி மேக்கப் போட்டுக்கிட்டு!" என்-றனர்.

இதுவரை எல்லாவற்றிலும் மாறுபட்டு இருந்த இருளன் மற்றும் ஆதவன், அந்தப் பெண்ணை விமர்சனம் செய்வதில் மட்டும் ஒற்றுமை-யுடன் இருந்தனர்.

அருளன் அந்தப் பெண்ணைச் சில நொடிகள் அடிக்கடி திரும்பி பார்த்துவிட்டு, தன் கற்பனை கதாபாத்திரங்களின் ஆர்வமான கலந்து-

ரையாடல்களில் கவனம் செலுத்தியது போல் அமைதியாக இருந்தான்.

அவனைப் போல் மற்ற வகுப்பு ஆண்கள் இல்லாது, நன்றாகவே அந்தப் பெண்ணைச் சைட் அடித்தனர். அந்தப் பெண்ணுக்கும் அதான் வேண்டும் என்பது போல் அடிக்கடி சிரிப்பதும், தன் பக்கத்தில் இருக்கும் பெண்களிடம் பேசுவதுமாகவே இருந்தாள்.

இன்னும் நிமிடங்கள் செல்ல மொத்த வகுப்பும் நிறைந்ததும், அந்த வகுப்பின் ஆசிரியர் வந்தார். அவர் பெயர் தேவகி.

அவர் அந்தக் காலேஜ் பற்றி, டிகிரி பற்றிய சிறு முன்னோட்டம் தந்-துவிட்டு,

"எனக்குப் பசங்க சைட் ல ஒருத்தர், பொண்ணுங்க சைட் ல வேணும். தினம் எதாவது அறிவிப்புகள் அல்லது கிளாஸ் பீரியட் என்-னென்ன எல்லாம் அவங்க மூலமா தான் சொல்வேன். எதாவது குறை இருந்தாலோ, அல்லது என்கிட்ட நீங்க எதாவது சொல்ல நினைச்சாலோ அவங்க மூலமா தான் சொல்லணும்." என்றார்.

முதலில் அந்த வகுப்பிற்குள் நுழைந்த நான்கு பெண்ணில் ஒருத்தி எழுந்து நின்று, "மேம்!" என்றாள். அவளின் பெயர் சரண்யா.

பசங்க பக்கத்தில் யாரும் எழுந்து நிற்காத போது, ஆதவன் நைசாக அருளன் காதில், "அருளா, இதான் நம்மளோட சரியான நேரம். ஸ்கூல் இருந்த மாதிரி ஓர் ஓரமா உட்காராமல் இங்கயாவது ஃப்ரீயா இருக்-கலாம். கிளாஸ் மொத்தம் நம்மகூடப் பிடிக்குதோ பிடிக்கலயோ பழக இதான் சரியான வாய்ப்பு! எழுந்து நில்! பதவியை ஏற்றுக்கொள்!" என்-றான்.

வாழ்க்கையில் இதுவரை தனக்கு இல்லாத தைரியத்தை வரவழைத்து எழுந்து நின்ற அருளன், "எனக்கு ஓகே, மேடம்." என்றான்.

அவனை மொத்த ஆண்கள் கூட்டம் பாவமாகப் பார்த்தது. அதில் நமது சராசரி ஒருவனான சஞ்சய்யும் இருந்தான்.

'யாரு பெத்த பிள்ளையோ சரியா மாட்டிக்கிட்டான்!' என்று அவன் மனம் நினைத்துப் பரிதாபம் கொண்டது.

அவர்களின் பெயர்கள் கேட்டறிந்து கொண்ட வகுப்பு ஆசிரியர், "குட். இன்னிக்கு உங்களோட முதல் வேலை.. சாயங்காலம் இன்டர்வல் குள்ள மொத்த கிளாஸின் ஸ்டூடண்ட் ஃபோன் நம்பர், அட்ரஸ், இமெ-யில் ஐடி, அவங்களோட பேரன்ட்ஸ் ஃபோன் நம்பர் எல்லாம் ஒரு பேப்பரில் எழுதி வாங்கிட்டு வாங்க." என்றவர், அதன் பின்னர்த் தான்

மற்றவர்கள் பெயர்கள், படித்த பள்ளி, +2 மதிப்பெண் எல்லாம் ஒன்று ஒன்றாகக் கேட்டார்.

அப்படி எல்லாம் கேட்டதும், "ஸ்கூல்ல நீங்களாம் படிச்சது வேற. காலேஜில் படிக்கப் போவது வேற. ஸ்கூல்ல புக் எல்லாம் தந்து அதுல இருக்கிறது மட்டுமே படிச்சுப் பாஸ் ஆனது, மார்க் வாங்கியது எல்லாம் முடிஞ்சு போச்சு! இங்க சிலபஸ் (Syllabus) தருவோம். அதை எங்கெல்லாம் பார்க்கலாம் சொல்லி சில புக் பெயருடன் சொல்வோம். நீங்க மோஸ்லி லைப்பரில (நூலகம்) அந்தப் புக்ஸ் பார்க்கலாம்.

ஆன்லைன்ல கூட சில புக்ஸ் இருக்கலாம். இது ஆர்ட்ஸ் காலேஜ்.. இன்ஜினியரிங் காலேஜ்ல மட்டும் தான் புக்ஸ் தருவாங்க. ஒவ்வொரு சப்ஜெக்ட்டிற்கும் அஞ்சு யூனிட் (Unit) இருக்கும். ஒவ்வொரு யூனிட் ஒவ்வொரு புக்ல கூட இருக்கலாம். முதல் ரெண்டு வருஷம் மேக்ஸ், இங்கிலீஷ் அண்ட் செகண்ட் லாங்குவேஜ்.. லைக்.. தமிழ், ஹிந்தி அண்ட் சமஸ்கிருதம்.. இதுல ஒன்னு எடுக்கணும். ஃப்ரெஞ்ச் இங்க இல்ல. ஸ்கூல்ல ஃப்ரெஞ்ச் படிச்சுட்டு வந்தவங்க வேற என்ன எடுக்கிறது நீங்களே யோசிங்க.

வேற எதாவது டவுட் இருந்தா.. கிளாஸ் ரெப்ரெசென்டடிவ் (Class Representative - Class leader) கிட்ட நான் ஏற்கனவே சொன்ன மாதிரி.. அவங்ககிட்ட சொல்லி.. அவங்க மூலம் என்னை வந்து கேட்க சொல்லுங்க. பஸ் பாஸ் ஃபார்ம் அடுத்த மாதம் முதல் காலேஜ் ஆபீஸ் ல கிடைக்கும்.

லைப்பரி பாஸ் உங்க காலேஜ் ஐடி கார்டு தான். அதை ஒவ்வொரு தடவையும் ஸ்கேன் பண்ணி புக் எடுக்கலாம். எத்தனை புக், எத்தனை நாள், வேற என்ன ரூல்ஸ் எல்லாம் இன்டர்வல்ல போய்க் கேட்டுக்கோங்க. மதியம் ரெண்டு மணிக்குக் காலேஜ் ஆரம்பித்து, சாயங்காலம் ஆறு முப்பதுக்கு முடியும். லேட் கமர்ஸ் (Late comers) என் கிளாஸ் ல கூடாது! எனக்கு அப்படிப்பட்ட ஆட்களைப் பிடிக்காது! லேட்டா வந்தா.. அந்தக் கிளாஸ் உள்ள வராமல் இருந்துடுங்க. ஒவ்வொரு கிளாஸ் ஸ்டார்ட் ஆர் எண்ட் ல அட்டனன்ஸ் எடுப்போம். சோ, செமஸ்டர் எக்ஸாம் டைம் ல அந்தந்த சப்ஜெக்ட் அட்டனன்ஸ் வைத்துதான் அலோ (Allow) பண்ணுவோம்.

75% அட்டனன்ஸ் மஸ்ட்! ஒருவேளை குறைச்சு போச்சுன்னா, எவ்வளவு பேர்செண்டேஜ் அட்டனன்ஸ் குறைஞ்சது பார்த்து அதுக்கேத்த

மாதிரி பைன் கட்டணும்! அப்புறம் வீக்லி ஒன்ஸ் ஜீன்ஸ், கேஷுவல் ஷர்ட் அலோ ஃபார் பாய்ஸ். டி-ஷர்ட் நாட் அலோ! கேர்ள் சாரீஸ், சுடிஸ் அலோ. பட், மாடர்ன் டிரஸ் போடுறேன் சொல்லிட்டு அரைகுறை டிரஸ் நாட் அலோ! ஓகே, ஆல் த பெஸ்ட்!

அருளன், சரண்யா, நீங்க இன்டர்வல் டைம் ல என்னை வந்து பாருங்க." என்று சொல்லிவிட்டு அடுத்த வகுப்புக்கு சென்று விட்டார்.

தேவகி சொல்லிவிட்டு போன விதிமுறை சிலதை கேட்டு மொத்த வகுப்பும் சலசலப்பில் இருந்தது. எத்தனை விதிமுறை விதித்தாலும் அதை மீறி நடக்கும் சிலரும் இருக்கத்தானே செய்வார்கள்? அதில் தனிச் சுகம் காணும் நபர்கள் ஒன்றும் கெட்டவர்கள், மோசமானவர்கள் இல்லையே? அந்தந்த வயதில் சிறுசிறு விதிமுறை மீறி திட்டுகள் வாங்கி, "இதெல்லாம் அரசியலில் சகஜம், பாஸ்!" என்று சொல்வதும் கல்லூரி வாழ்க்கையில் ஓர் இனிய நினைவு தானே?

"அப்படிப்பட்ட ஒருவர்களாய் அருளன் மற்றும் சஞ்சய் இருப்பார்-களா?" என்கிற மதிப்பு மிக்கக் கேள்விக்கான விடை இவர்கள் கல்லூரி வாழ்க்கை பயணத்தைப் பார்த்து தான் தெரிந்து கொள்ளவே முடியும்.

இதோ அருளனை சூழ்ந்த சிறு கூட்டம் அவனைப் பற்றி, அவனின் குணம் பற்றிச் சில கேள்விகள் கேட்டு அவனைத் திணறடிக்க, பாவம் அவன்.. அந்தக் கூட்டத்தைப் பார்த்த பயத்தில் கிட்டத்தட்ட மூச்சுத் திணற ஆரம்பித்து விட்டான்.

நல்லவேளை இருளன் துணையால் அந்த உணர்வை பிடிவாதமாய் முகத்தில் காட்டாது, ஆதவன் செவி பதில் உதவியால் சின்னத் திக்கல் பேச்சில் சமாளித்து, மூச்சு விட்டான்.

அவன் கூட்டத்தைக் கண்டு பயம் கொள்கிறான் என்பதைச் சிலர் கவனித்தும், கேலி சிலது செய்தும், "இட்ஸ் ஓகே, அருள். உன்னை மாதிரி எங்களுக்கும் கூட்டத்தைப் பார்த்துப் பயம் தான். முதல் நாள் தானே? போகப் போகச் செட் ஆகும். என்ன, கிளாஸ் லீடரா இருந்-துட்டு இப்படிச் சின்னக் கூட்டத்தை பார்த்து பயப்படுற.. எங்களுக்கு சிப்பு சிப்பா (சிரிப்பு) வருது! ஹா.. ஹா.. சரியான என்டர்டெயின்-மென்ட் பீஸ் போல!" என்றனர்.

'காலேஜ் சீனியர் ராக்கிங்' அந்தக் கல்லூரி இல்லை என்றாலும், வகுப்பில் நடக்கும் சிறு சிறு கேலிகள் கிண்டல் பேச்சுகள் அருளனை பயம் கொள்ளத்தான் செய்தது. நேரம் செல்ல செல்ல அவனுக்கு மூச்சு

முட்டுவது போல் தான் இருந்தது. இருளனின் பிடிவாதம், ஆதவனின் கவனத்தைத் திசை திருப்பும் பேச்சு மட்டுமே அவனை மயக்கம் அடையும் நிலைக்குச் செல்லாது உதவியது.

அடிக்கடி தாகம் எடுப்பது போல் தண்ணீர் குடித்துத் தன் மனநிலையைச் சரிசெய்யப் பார்த்தவன், ஒரு கட்டத்தில் அதுவும் பலன் தராது தவிக்க, ஒரு கட்டத்தில் 'போங்கடா நீங்களும், உங்க கிளாஸூம்!' என்பது போல் அடுத்த வகுப்பு ஆரம்பிப்பதற்குள், கழிவறைக்கு ஓடி விட்டான்.

அவனின் ஓட்டத்தைப் பார்த்து, "செம்ம அவசரம் போல?" என்று நினைத்தனர் மற்றவர்கள்.

சஞ்சய் தான் ஓடும் அருளனை கவனிக்காது, தன் பக்கத்தில் அமர்ந்திருக்கும் சிலரை நட்பு கொள்ள வைக்கும் முயற்சியில் ஆழ்ந்து இருந்தான்.

தன்னைப் பெயருக்கு கூடக் கவனிக்காத ஒருவனைத் தான் வரும் காலத்தில், "ஐ லவ் யூ டா, நண்பா!" என்று சொல்லும் அளவுக்கு மாற்ற போகிறான் நமது அரைப் பைத்தியம் அருளன்.

காதல் கனவு நிறைவேறுமா?

3

கனவு 3

இடைவேளை நேரத்தில் தேவகி கேட்டது போல் சரண்யாவுடன் அவரைப் போய்ப் பார்த்து, தாங்கள் வாங்கிய மாணவ மாணவிகள் அடங்கிய விவரம் தந்தான் அருளன்.

"எல்லார் விவரமும் இருக்குல்ல?" என்று கேட்டார் அவர்.

"இல்ல, மேம். இன்னும் பத்து பேர் கிட்ட வாங்கணும். அவங்க எழுதி தராமல் பசிக்குது சொல்லி கேன்டீன் போயிட்டாங்க." என்றாள் சரண்யா.

"நாளைக்கு மொத்த லிஸ்ட் வாங்கிடுவோம். இன்னும் ஒரு நாள் டைம் கொடுங்க." என்று சேர்த்துச் சொன்னான் அருளன்.

அதற்குச் சரியென்ற தேவகி, "அவசரம் இல்ல. பொறுமையா வாங்கித் தாங்க. ஆனா, கிளாஸ்ல என்ன நடந்தாலும் முதல்ல உங்ககிட்ட தான் நான் கேட்பேன். உங்ககிட்ட அவங்களோட தகவல் எப்பவும் இருக்கிறது நல்லது. இதோ இது அட்டெண்டன்ஸ் ஸ்லீப்! இதை ஒவ்வொரு பீரியட் வரும் ஸ்டாஃப் கிட்ட நீங்க தரணும். இதுல தான் அவங்க எத்தனை பேர் பிரசெண்ட் (Present) பார்த்து எழுதி தருவாங்க.

அதை உங்களில் ஒருவர் தினம் காலேஜ் முடிந்ததும் என்கிட்ட கொடுத்துட்டு போகணும். யார் அந்தப் பொறுப்பை எடுத்துக்கப் போறீங்க?" என்று கேட்டார்.

"நானே பார்த்துக்கிறேன்." என்றான் அருளன் அப்போதும்.

'யாரு பெத்த பிள்ளையோ.. எனக்கு வேலை வைக்காமல் எல்லாம் இவனே பார்க்கிறான்.' எனக் கண்டிப்பாகச் சரண்யா நினைத்திருப்பாள்.

"குட்!" என்ற தேவகி அவர்கள் அடுத்தநாள் சீக்கிரம் வந்து செய்ய வேண்டியவற்றைச் சொல்லி அவர்களைப் போகச் சொன்னார்.

அப்படி ஸ்டாஃப் அறையை விட்டு வெளியே வந்ததும், "சரண்யா, நீங்க கிளாஸ்க்கு போங்க. எனக்குக் காலேஜ் ஆபீஸ் ரூமுக்கு போகிற சின்ன வேலை இருக்கு." என்றான் அருளன்.

"அங்க என்ன வேலை?"

"போனஃபைடு சர்டிபிகேட் (Bonafide Certificate) வாங்கணும். அதை வச்சு தான் எஜுகேஷன் லோன் அப்ளை பண்ணி ஃபர்ஸ்ட் இயர் கட்டிய காலேஜ் ஃபீஸ் வாங்கணும். நிறைய டாக்குமெண்ட் ரெடி பண்ணனும். அதான். நீங்க கிளாஸ் போங்க. நான் இன்டர்வெல் முடிவதற்கு முன்னாடி போயிட்டு வரேன்."

சரண்யா சரியென்று சொல்லிவிட்டு சென்றுவிட, இங்கே அருளன் பெருமூச்சு ஒன்றை விட்டுத் தன்னை இத்தனை நேரம் கேலியாகப் பார்த்துச் சிரித்துக் கொண்டிருந்த தன் கற்பனை நண்பன் ஆதவனைக் கண்டு முறைத்தான்.

சுற்றி பலர் இருக்க, அவனைத் திட்டவும் முடியாது தவித்தவன், அவனைத் திட்டவே இருளனை கற்பனையாக வரவைத்து, இரண்டு கற்பனை கதாபாத்திரங்களையும் மோதவிட்டு வேடிக்கை பார்த்தபடி காலேஜ் ஆபீஸ் இருக்கும் பக்கம் நடந்தான்.

"எதுக்கு லூசு மாதிரி சிரிச்சிட்டு இருக்க?" என்று இருளன் ஆதவனைப் பார்த்து கேட்டான்.

"என்னத்த சொல்றது? மொக்கை ஃபிகர் கிட்டயே இப்படிக் கைநடுக்கம் வர பேசுறான். இதுல இன்னும் இந்தக் காலேஜ் முழுக்கச் செம ஃபிகர்ஸ் எல்லாம் இருக்காங்க. இன்னும் மூணு வருஷம் இந்தக் காலேஜ்ல அவங்க கூடப் பேச எத்தனை வாய்ப்புகள் வரலாம். அப்போ எப்படிப் பேசி.. என்னத்த பேசி.. இம்ப்ரஸ் பண்ண போறானோ.. நினைச்சேன்.. சிரிச்சேன்."

"உனக்கு ரொம்பத்தான் ஆசை! அதுக்கெல்லாம் நம்ம அருளன் சரிப்பட்டு வர மாட்டான் தெரியாதா? எண்ணி ஒரு நிமிசம் மேல ஒரு பொண்ணுகூடப் பேச நடுக்கும் நம்ம அருளனுக்கு அதெல்லாம் சரியா வராது. முதல்ல இங்க வந்ததுக்குப் படிச்சுப் பாஸ் ஆவோமா பார்ப்-

போம். ஸ்கூல்ல விட இங்க பயங்கரமா சொல்றாங்க. கொடுக்குற புக் வச்சே மார்க் வாங்க முடியல. இதுல தேடி தேடி படிச்சு எழுதி மார்க் வாங்கணும்னு சொல்றது நடக்குற காரியமா?"

"அதெல்லாம் பார்த்துக்கலாம், மச்சி. ஆதவன் இருக்க வொய் பயம்? மீ இருக்கேன் டா! ஐ வில் டேக் கேர்! முதல்ல சிலபஸ் சொல்லட்டும்... அப்புறம் அதை வச்சு பிளான் பண்ணலாம்."

இப்படியே இருளன் ஆதவன், அருளனின் கற்பனையில் பேசிக் கொண்டே வர, அவனும் சரியாக ஆபீஸ் ரூம் அடைந்தான். அங்கே "போனஃபைடு சர்டிபிகேட் (Bonafide Certificate)" பற்றிய விசாரித்து, "இன்னும் இரண்டு நாட்களில் கிடைக்கும்!" என்று அவர்கள் சொன்னதும், அதற்கு விண்ணப்பித்து வந்தான்.

இன்னும் இடைவேளை நேரம் முடிய பத்து நிமிடம் இருக்க, தன் பட்டன் கைபேசியை எடுத்து, அதில் தன் அம்மாவின் எண்ணை தொடர்பு கொண்டான். அவனின் அம்மா அங்கே அழைப்பை எடுத்ததும், "ஹலோ!" என்க,

"ஹலோ மா, நான் அருளன் பேசுறேன். சாப்டியா?" என்று கேட்டான்.

"ம்ம்."

"காஃபி, டீ, பூஸ்ட், ஹார்லிக்ஸ்.. எதாவது குடிச்சியா?"

"ம்ம்.. குடிச்சேன்."

"தம்பி வந்துட்டானா?"

"வந்துட்டான். நானும் அவனும் டிவில கார்ட்டூன் பார்த்திட்டு இருக்கோம். நீ எத்தனை மணிக்கு வீட்டுக்கு வருவ?"

"ஒன்பது ஆகும்மா. வீட்டுல இருந்து காலேஜ் கிட்ட இல்லயே.. தூரமா இருக்குல்ல.. வர நேரம் ஆகத்தான் செய்யும். நான் காலேஜ் முடிந்ததும் பேசுற. நீயும் தம்பியும் அப்புறம் வாக்கிங் போங்க. டாக்டர் அடிக்கடி வாக்கிங் போகச் சொல்லி இருக்கார்ல?"

"சரி, போறேன். பை."

"பை."

அழைப்புத் துண்டிக்கப்பட்டது, அருளன் தன் முன்னால் இருக்கும் கட்டிடத்தைப் பார்த்தபடியே சிமெண்ட் பெஞ்ச் ஒன்றில் அமர்ந்தான்.

அந்தக் கட்டிடம் வேறெதுவுமில்லை நூலகம் தான். பள்ளி காலம் முதல் அவனின் பிடித்த இடம் வரிசையில் நூலகம் முதல் இடத்தில்

நிற்கும். யாரும் தன்னைத் தொல்லை செய்யாத, யாரும் தன்னைக் கேள்வி கேட்காத, தன் கற்பனை உலகிற்கு அழைத்துச் செல்லும் பல புத்தகங்கள் இருக்குமிடத்தை அவன் விரும்புவது ஆச்சரியம் இல்லைத்-தான்.

"இதற்குள் நேரம் செலவு பண்ணவே நாளைக்குக் காலேஜ் சீக்கிரம் வரணும்." என்றவன் தன் வகுப்புக்கு திரும்பி நடக்க ஆரம்பித்தான்.

அப்போதும் அவன் மனதிற்குள் அந்த நூலகம் தன்னை "வா! வா!" என்று அழைப்பது போல் கற்பனை செய்தான்.

கற்பனைக்குத் தான் ஏது எல்லை? கல்லூரி வாழ்க்கையில் வகுப்பு அறை விட அதிக நேரம் தான் கழிக்கப் போகிற நூலகத்தையும், தன் கற்பனை உலகை இன்னும் உறுதிப்படுத்த போகும் பல புத்தகங்களையும், தன் காதல் கனவை தானே இயற்றும் சக்தியும் தர போகிற இடமும் அவனுக்கு அதானே?

அன்றைய கல்லூரி நாளை அடுத்து எப்படியோ ஓட்டினான் அரு-ளன். எல்லாரும் அன்றைய நாள் முடிந்ததும் சந்தோஷத்தில் வீட்டிற்குக் கிளம்ப, அருளன் மட்டும் தேவகி கேட்ட அட்டெண்டன்ஸ் ஸ்லீப் கொடுத்துவிட்டு அந்த அறையைவிட்டு வெளியே வந்தவன், "வீட்டுக்கு போகணுமா?" என்று பெருமூச்சு விட்டான்.

அதே நேரத்தில் சஞ்சய், "தன் மாமா வீட்டிற்குப் போகும் பேருந்து அடுத்தப் பதினைந்து நிமிடத்தில் கோயம்பேடு பேருந்து நிலையத்தில் இருந்து கிளம்பி விடுமே!" என்கிற அவசரத்தில், பலரை கிட்டத்தட்ட இடித்துத் தள்ளி விடும் நிலையில் ஓடினான்.

அவன் அப்படி ஓடுவதை அருளன் ஒரு நொடி கண்டும் காணாது இருக்க, அவன் உள்ளே அவ்வளவு நேரம் இருந்த ஆதவன் வெளியே வந்து, "ஓட்டத்துக்குப் பிறந்தவன் போல.. எப்படி ஓடிட்டு இருக்கான்? பாரு! பாரு! படிக்கட்டில் ஹை ஜம்ப் எல்லாம் பண்ணிட்டு ஓடுறான்!" என்றான்.

"இருக்கலாம்." என்று குரல் குறையச் சொன்ன அருளன், காலேஜ் வாசலுக்குச் சென்று தான் போக வேண்டிய பேருந்துக்காகக் காத்தி-ருந்தான். அங்கே சஞ்சயும் ஏற்கனவே சீக்கிரம் ஓடி வந்த களைப்பில், பேருந்து நிலையத்திற்குச் செல்லும் பேருந்து சீக்கிரம் வராது தவித்தான்.

அவர்களை வெகுநேரம் காக்க வைக்காது பேருந்து அடுத்த இரண்டு நிமிடத்தில் வர, அருளன் பல போராட்டத்தில் உள்ளே எப்படியோ ஏறி

விட்டான். சஞ்சய் படிக்கட்டில் தொங்கிக் கொண்டாவது பேருந்து நிலையத்திற்குச் சென்று விடுவது எனப் படிக்கட்டில் நின்று கொண்டே வந்தான்.

சஞ்சய் யாரென்று தெரியாத போதிலும், படிக்கட்டில் நின்று கொண்டு வருபவனைப் பார்த்து தன் மனதிற்குள், 'ரெண்டு மாசத்துக்கு முன்னாடி நானும் இவனை மாதிரி நின்று வந்தேன்.. இந்தக் காலேஜே பார்க்க. அப்போ பஸ்... பஸ் ஸ்டாப்ல நிற்கல.. நானோ ரன்னிங் ல இறங்க பார்த்து எசகு பிசகாக ரோட்டில் விழுந்து ஒரு வாரம் கழுத்து வலியில் படுத்தது தான் நினைவுக்கு வருது. அன்னிக்கு என் அதிர்ஷ்டம் வெறும் கழுத்து வலியோட முடிந்தது, இல்லன்னா, என்மேல எதாவது வண்டி ஏறி அன்னைக்கே நான் ஸ்பாட் அவுட் தான்!' என்று நினைத்தான்.

ஆதவன் குட்டி உருவமாய் அவனுக்கு முன் பறந்து கொண்டே, "அதான் மச்சி விதி! நம்ம தலையில் 'இன்னும் வாழுடா மடையா!' என எழுதி இருக்கு. அதான் தப்பிச்ச. ஆனா, அடுத்தவன் தலையில் என்ன எழுதியிருக்கும் எவனுக்குத் தெரியும்? எப்பவும் போல வேடிக்கை பார்ப்போம். ஒருவேளை கீழே விழுந்து அவன் செத்துப் போனால்.. நேர்ல சாவை பார்த்த நல்லதொரு அனுபவம் கிடைக்கும்." என்றவன், அவனுடன் தானும் சஞ்சய் விழுந்து சாகக் காத்திருந்தான்.

அவர்களின் எதிர்பார்ப்பு பொய்யாகி, அடுத்தப் பத்து நிமிடத்தில் பேருந்து நிலையத்தை அடைந்தது அந்தப் பேருந்து. சஞ்சய் தன் வாழ்க்கையில் என்றுமில்லாத வேகத்தில் பேருந்து படிக்கட்டில் இருந்து இறங்கி ஓடி, தன் மாமா வீட்டிற்குப் போகும் பேருந்தை போய்ப் பிடித்தான். அதுவோ அவனுக்காகத் தான் இத்தனை நேரம் காத்திருந்தது போல் உடனே கிளம்பியது.

அருளன் போகும் சஞ்சய்யை சில நொடிகள் பார்த்தவன், "இவனுக்கும் அதிர்ஷ்டம் இருக்கும் போல? இட்ஸ் ஓகே, சந்தோஷமா இருந்தா சரிதான்." என்றவன், தாம்பரம் செல்லும் பேருந்து வரும் இடத்தில் போய்க் காத்திருந்தான்.

ஆதவன் வேடிக்கை பார்த்தபடி இருக்க, இருளன் கற்பனையாக வெளியே வந்து, "எனக்கு இப்படி டிராவல் பண்ணுவதே பிடிக்கல! எவ்வளவு தூரம் போறது? கிட்டத்தட்ட மூணு பஸ் பிடிச்சு, ரெண்டரை மணி நேரம் டிராவல்! வடபழனி ட்ராஃபிக்.. ஏர்போர்ட் கிட்ட இருக்குற

ட்ராஃபிக் எல்லாம் நினைச்சா.. கடுப்பா இருக்கு! மெட்ரோ ரயில் போக வழிப்பாதை கட்டுற வேலையால் ரொம்ப ட்ராஃபிக் ஆகுது! இதுல பஸ்ல உட்கார இடம் கிடைக்காது.. நின்று போனால் இன்னும் கடுப்பு! கூட்டத்தில் இடிச்சிட்டுக்கிட்டுப் போறது இன்னும் எரிச்சல்!

நமக்கு யாராவது தொட்டு பேசினாலே பிடிக்காது.. இதுல இடிச்சிட்டுக்கிட்டுப் போறது மட்டும் ஜாலியா இருக்கப் போகுதா? வீட்டுப் பக்கத்தில் எத்தனை காலேஜ் இருந்தும்.. ஏண்டா இந்தக் காலேஜ் போக ஓகே சொன்ன, அருளா? எனக்குச் சுத்தமா இந்தக் காலேஜ் பிடிக்கல! பிடிக்கல!" என்றான்.

அருளன் வாய் திறந்து பதில் சொல்லவில்லை என்றாலும் மனதிற்குள், "வீட்டுக்கு எவ்வளவு தாமதமா போறேனோ அவ்வளவு நல்லது எனக்கு. யாரோ முகத்துக்கு மேலே உட்கார்ந்து தலையணை வச்சு அழுதுற பிரஷர் எனக்கு வேணாம்! போதும்! என்னைச் சுற்றி பாரு! நல்லா பாரு! அவனவன் எவ்ளோ சந்தோஷமா இருக்காங்க! எனக்கு அவங்களைப் பார்த்துப் பொறாமையில் தப்பு தப்பா யோசனை போகுது! இங்க போற பஸ் எதாவது அவங்க மேல் ஏறி நசுக்கி சாக அடிச்சா சூப்பரா இருக்கும் எண்ணம் போகுது! நொடிக்கு நொடி சைக்கோ மாதிரி யோசிக்கிற!

கையில் கத்தி கிடைச்சா எப்படி இருக்கும்? யாரையாவது குத்தி இரத்தம் தெறிக்க விட்டால்... இரத்தம் பீச்சி அடித்தால்... பார்க்க எப்படி இருக்கும்ன்னு கற்பனை போகுது! யாரோட சந்தோஷமும் பார்க்க எனக்குப் பிடிக்க மாட்டேங்குது! நான் வாழ்க்கை வெறுத்துப் போய்க் கிடக்குறேன்.. நீங்க மட்டும் எப்படிடா சந்தோசமா இருக்கீங்கன்னு மனசு கேட்டு கத்துது!

ட்ராஃபிக்.. பஸ்ல இடம் கிடைக்கல.. என்றெல்லாம் உன்னை மாதிரி எனக்கும் எரிச்சல் தான், இருளா. இன்னிக்குக் காலேஜ்ல பார்த்தேன்.. எத்தனையோ பசங்க பெரிய பைக் எல்லாம் ஓட்டிட்டு ஜாலியா போவது பார்த்து.. 'எனக்கும் இப்படிப் பைக் ல வந்து போக ஆசையா வருதே!' என்று தோணுது! முடியுமா? என்னால் முடியுமா? தாத்தா அவர் ஓட்டிய சைக்கிள் எனக்கு, 'சந்தோசமா ஓட்டுடா, பேராண்டி!' என்று சொல்லி தந்தார். இன்றுவரை அதான் ஓட்டுறேன். அப்படியிருக்க, 'எனக்குப் பைக் வேணும்.. அதை நான் ஓட்டனும்! என்று சொன்னா.. விடுவாங்களா? வாங்கித் தருவார்களா?

எதாவது தெரியாம கேட்டால் மட்டும், 'பொறுப்பான பையன் நீயே வீட்டின் நிலை தெரியாது இப்படிக் கேட்கலாமா?' என்று சொல்றாங்க. சின்ன வயசுல இருந்து ஆசையே படக்கூடாது சொல்றாங்க! நான் படிப்பில் மட்டும் கவனம் செலுத்தணும், படிப்பை தவிர வேறெதிலும் கவனம் செலுத்தக் கூடாது சொல்றாங்க. எனக்குக் கீபோர்டு வாசிக்கக் கத்துக்க ஆசை! ஃபுட்பால் விளையாட கத்துக்க ஆசை! அம்பு விடுவது கத்துகிட்டு அதுல பெரிய நிலை போக ஆசை! ஆசை! ஆசை! நிறைய இருக்கு! ஆனா, அதைச் செயல்படுத்த பார்த்தால், மட்டும் பொறுப்பான பையன் சொல்லி வாயை மூட வைப்பது!" என்று கோபம் கொண்டான்.

"அதுக்கு ஏண்டா எங்ககிட்ட பொங்குற? நாங்க வெறும் கற்பனை தான். உன் கோபத்தை யாருக்கிட்ட காட்டணுமோ அவங்ககிட்ட போய்க் காட்டு! நீ என்னதான் பக்கம் பக்கமா சோக கதை பாடினாலும் நாங்க சும்மா கேட்க தான் போறோம். எதாவது செய்ய நாங்க என்ன உண்மையான ஆட்களா? உனக்கு எதாவது வேணும்னா நீதான் போராடி வாங்கணும்." என்றான் ஆதவன்.

"இப்படிப் புலம்பி கோபத்தைக் காட்டுவது விட்டு எதுக்கும் ஆசைப்படாது இருக்கலாம். ஆசைப்பட்டு அது கிடைக்கலங்குற வலியாவது போகும்." என்ற இருளன், "பஸ் வந்துடுச்சு.. போய் ஏறு. எப்பவும் போல் கற்பனை பேச்சில் கவனம் செலுத்தி பஸ் விட்டுட போற!" என்றான்.

அருளன் அந்த நொடிக்கு தன் கற்பனையை விட்டு ஓடி போய்ப் பேருந்தில் இடம் பிடித்து அமர்ந்தவன், காதில் ஹெட்செட் மாட்டி கொண்டு, எப்எம் (FM) இல் பாட்டு கேட்டுக் கொண்டே ஜன்னல் வழியே வேடிக்கை பார்த்தான்.

அந்த நொடி அவனின் கற்பனைகள் விரிந்து, ஆதவன் பல கட்டிடங்கள், கம்பிகள், வண்டிகள் மேலெல்லாம் ஏறி சாகசம் செய்வது போல் தெரிந்தது. நிஜத்தில் தான் செய்ய முடியாததை எல்லாம் கற்பனையாகச் செய்து பார்க்கும் இவனின் பைத்தியத்திற்கு வைத்தியம் எப்போது?

இரவு ஒன்பது மணிக்குள் எப்படியோ தன் வீட்டிற்கு வந்து சேர்ந்த அருளன், "தன் அம்மா சாப்பிட்டு விட்டார்களா?" என விசாரித்து அவரைச் சாப்பிட வைத்து, அவருக்கு மருத்துவர் எழுதி தந்த இரவு மாத்திரைகள் தந்தவன் அவர் அதைப் போட்டுக் கொண்டதும்,

"அம்மா, டிவில நாடகம் பார்த்தது போதும். நீ போய்த் தூங்கு. தம்பிக்கு நான் சாப்பாடு போடுறேன்." என்றான்.

அவனின் அம்மா படுத்துக் கொண்டதும், சமையல் அறைக்குள் சென்று இருக்கும் சாதத்தில் தனக்கும் தன் தம்பிக்கும் வேண்டிய அளவு எடுத்தவன், தன் தம்பியை சாப்பிட வைத்து தானும் சாப்பிட்டு முடித்தான். தன் அப்பா அலுவலகம் முடித்து வருவதற்குள் ஒரு படி அரிசி எடுத்து அவருக்கும் சாதம் அடுப்பில் ஏற்றியவன், மூன்று விசில் வரும்வரை தன் தம்பியை பார்த்துக் கொள்ளச் சொல்லிவிட்டு, வீட்டின் வாசலில் இருந்த படிக்கட்டில் அமர்ந்து வானத்தில் தெரியும் நிலவை பார்த்தபடி இருந்தான்.

இவ்வளவு நேரம் மற்றும் இந்த நொடியில் கூட அவனின் கற்பனை கதாபாத்திரங்கள் வெளியே வராது அமைதியோடு இருந்தனர். அவனுக்கு இந்த நொடி அந்த அமைதியே தேவைப்பட்டது.

"நமக்கு இந்த ஒருநாள் இவ்வளவு தூரம் டிராவல் பண்ணிட்டு வந்ததுக்கே இத்தனை சோர்வாக இருக்குன்னா.. அப்பா தினம் எப்படித் தானே ஆபீஸ் போயிட்டு வருகிறாரோ? உடல்நிலை சரியில்லாத நேரத்தில் கூட மாத்திரை போட்டாவது ஆபிஸ் போய்விடுவார். அப்படிப்பட்ட நபர் கிட்ட என்னால் என்னத்த பிடிவாதம் பிடித்து வேண்டியதை வாங்க முடியும்? பொறுப்பான பையனுக்குச் சின்னச் சின்ன ஆசைகள் இருக்கக்கூடாதா? நான் கேட்டு அவரால் வாங்கித் தர முடியலைன்னு வருத்தம் அவருக்கு இருக்கக்கூடாது நினைச்சு எத்தனையோ ஆசையை வேணாம் விட்டு இருக்கேன்.

இனி அதெல்லாம் என்னால் முடியுமா? காலேஜ் போய்ட்டு வந்த ஒரே நாளில் என்னைச் சுற்றி இருந்த பலரை பார்த்து அப்படியொரு கோபம், வெறுப்பு, பொறாமை வருது! 'எனக்குக் கிடைக்கல.. நீங்க மட்டும் எல்லாம் கிடைத்து சந்தோசமா எப்படிடா இருக்கலாம்' என்று விரக்தி வருது! சைக்கோ மாதிரி அவர்களைக் கொல்ற மாதிரி எண்ணம் போகுது! அம்மாவை மாதிரி நானும் டாக்டரை போய்ப் பார்த்து தான் ஆகணுமா? தினம் நைட் அம்மா மாத்திரை சாப்பிட்டு அடுத்தநாள் காலையில் எழுந்து கொள்ளவே முடியாத அளவுக்குப் படும் பாட்டைப் பார்த்தும் எனக்கு எப்படி டாக்டரை பார்க்க தோணும்?

படத்தில் காட்டுற சைக்கோ மாதிரி நானும் ஒருநாள் மாறப் போறேன். அன்னிக்கு எத்தனை பேரை கொல்வேனோ? இப்பல்லாம்

கனவில் ரத்தம் குடிக்கிற மாதிரி எல்லாம் வருது! என்னோட கட்டுப்பாடு எப்போ உடைஞ்சு யாரை கஷ்டப்படுத்த போவுதோ! நானும் இன்னும் எத்தனை நாளுக்குத் தான் கற்பனையில் என் கஷ்டத்தைப் பேசிக் கொண்டு இருக்கிறது? நிஜத்தில் வாழ நினைச்சாலும் முடியாத மாதிரி என்னோட சிறுவயது நினைவுகள் பயம் கொள்ளச் செய்யுது!" என்றெல்லாம் சொல்லி கொண்டவன்,

குக்கர் மூன்று விசில் சத்தம் கேட்டு அதை அணைத்து வைத்தவன், தன் தம்பியை தூங்க சொன்னான். பத்து மணி அளவில் வீட்டிற்குள் நுழைந்த தன் அப்பாவிடம், "சாதம் இருக்கு. பருப்புப்பொடி புளியோதரை பேஸ்ட் இப்போதைக்கு அட்ஜஸ்ட் பண்ணிக்கோங்க. நான் தூங்க போறேன்." என்றான்.

"காலேஜ் இன்னிக்கு எப்படிப் போச்சு?" என்று கேட்டவரை சில நொடிகள் பார்த்தவன், "ஹம்.. ஓகே தான். முதல் நாள் எந்தக் கிளாசும் பெருசா எடுக்கல. ரூல்ஸ் அண்ட் ரெகுலேஷன்ஸ் சொன்னாங்க. கிளாஸ் லீடரா என்னையும் இன்னொரு பொண்ணையும் இருக்கச் சொல்லி இருக்காங்க. நீங்க கேட்ட சர்டிஃபிகேட்டே அப்ளை பண்ணிட்டு வந்துட்டேன். ரெண்டு நாளில் கிடைக்கும். பஸ் பாஸ் ஃபார்ம் அடுத்த மாதம் தான் கிடைக்கும். அதுவரை ஒன் டே பாஸ் எடுத்து தான் காலேஜ் போகப் போறேன்." என்று சுருக்கமாகச் சொன்னவன்,

தனக்குப் படுக்கை விரிந்து தூங்க ஆரம்பித்து விட்டான். அவனின் கண்ணில் அடிக்கடி அந்தக் கல்லூரி நூலகம் வந்து சென்றது. அதற்குள் ஏதோ ஒன்று அவனை அழைப்பது போலவே உணர்ந்தான்.

இவனின் நிலை இப்படி இருக்க, சஞ்சய் தன் மாமாவின் வீட்டிற்குச் சென்றதும், பழைய சோறு மட்டும் உண்டு விட்டுச் சீக்கிரம் படுத்து விட்டான். ஆனால், அந்த வீட்டில் இருந்த மற்றவர்கள் கறி சோறு வைத்துச் சிரித்துப் பேசியபடி உண்டனர்.

என்னதான் உறவினர் வீடு என்றாலும், மூன்று நாட்களுக்கு மட்டும் தானே விருந்தினன்?

சொந்தங்களின் கட்டுப்பாட்டில் படிக்க வந்தவன் அவர்களின் விதிமுறையைப் பின்பற்றித் தான் நடக்க வேண்டும். நமது சுதந்திரம் அவர்கள் சொன்ன விதிமுறைப்படியே!

இதில் அவர்களைக் குறை கூற முடியாது. சஞ்சயின் பெற்றோருக்கு அவனின் மாமா பதில் சொல்லக் கடமைப் பட்டவர். அவன் சென்-

னையில் தங்கி படிக்கும் வரை, அவனின் எல்லா நல்லது கெட்டதிலும் அவரின் பங்கு உண்டு. சில ஒழுக்க முறை அவர் விதித்து அவனைக் கடைப்பிடிக்கத் சொல்லத்தான் வேண்டியதாக உள்ளது.

ஆனால் இப்படிப்பட்ட வீட்டில் சஞ்சய்க்கு கிடைக்காத நற்பெயர், அருளனுக்குக் கிடைத்தால்? அவனை விட அருளன் பெயர் ஓங்கி இருந்தால்?

"தனக்கு ஒரு பெண் இருந்தால், அருளனுக்குக் கண்ணை மூடி கட்டி கொடுப்பேன்!" என்று அடிக்கடி சோகத்தில் சொல்லும் அளவுக்கு அருளன் "நல்ல பையன்" நடிப்பு சிறந்து இருந்தால்?

கதை கட்டும் நாயகன், தனிமை விரும்பி, பிடிவாதம் உருவமாய் ஒரே நேரத்தில் மூன்று குணத்தில் இருப்பவன் அடுத்தவர் வாழ்க்கையில் தனக்கென்று இடம் பிடித்த நிகழ்வுகள் என்னவாக இருக்கும்?

காதல் கனவு நிறைவேறுமா?

4

கனவு 4

அடுத்தநாள் காலை 11 மணி.

கல்லூரி நூலகம் முன்பு வந்து நின்றான் அருளன். அவன் அருகேயே இருளன் மற்றும் ஆதவன் கற்பனையாக நின்றனர்.

இருளன் கருப்பு ஆடை முழுவதும் உடலை சுற்றி இருக்கும்படி அணிந்து இருக்க, ஆதவன் வெள்ளை டி - ஷர்ட் மற்றும் ப்ளூ ஜீன்ஸ் அணிந்திருந்தான்.

அருளன் கட்டம் போட்ட நில சட்டை மற்றும் கருப்புப் பேண்ட் அணிந்திருந்தான். அவனின் உடை கிட்டத்தட்ட நாற்பது வயதில் அணியும் ஆண்களின் ஆடை ரசனையாக இருந்தது.

அந்த உடை அவனின் அப்பாவின் பழைய ஆடையாகவும் அல்லது சொந்தங்கள் எப்போதோ தந்த ஆடையாகவும் இருக்கலாம். யாரின் உடை அவனுக்கே நினைவில்லாத போது, நமக்கும் தெரியாது தான். இப்போது ஆடையைப் பற்றி என்ன?

அவன் மதியம் இரண்டு மணி கல்லூரிக்கு இவ்வளவு சீக்கிரம் வந்ததன் நோக்கம் அவனின் இரவு தூக்கத்தைக் கெடுத்த நூலகத்தைக் காணவே!

இதோ அவன் உள்ளே செல்ல அவனைத் தொடர்ந்து அவனின் கற்பனை கதாபாத்திரங்களும் நுழைந்தனர். தன் கல்லூரி பையை அதற்கு உரிய இடத்தில் வைத்தவன், முதல் மாடி செல்லும் படிக்கட்டில்

ஏறினான். அப்படி ஏறி வந்தவன், புத்தகங்கள் அடுக்கி இருக்கும் அறைக்குள் நுழையும் நேரத்தில் அவன் மனம் ஏதோ சொர்க்க வாசலை அடைந்த உணர்வு பெற்றது.

அவன் கண் முன்னே பல புத்தக அலமாரிகள். அதில் இருக்கும் எல்லாப் புத்தகங்களும், "வாடா அருளா! எங்களைத் திறந்து படி! உன் கனவு உலகத்தில் எங்களையும் ஒரு பங்காகச் சேர்!" என்பது போல் அவனுக்குக் கற்பனைகள் தோன்றி மறைந்தது. அவனின் கற்பனை கதாபாத்திரங்களும் அங்கு மேசை ஒன்றில் பரப்பி இருக்கும் புத்தகங்களை ஆசையாகத் தடவி பார்த்தனர்.

கோடி கோடியான அற்புதங்கள் தனக்குள் எழுத்துருவில் மறைத்து வைத்திருக்கும் புத்தங்கள் பலருக்குப் படித்துப் புரிந்துகொள்ளச் சோம்பேறி தனம் தான்! "கைபேசியில் உலகம் என் கையில்!" எனச் சொல்லும் இந்தக் கால மனிதர்கள் மத்தியில் அருளன் போன்றவர்கள் ஆச்சரியமே!

இதோ அவன் ஒவ்வொரு அலமாரியில் இருக்கும் புத்தகங்களைப் பார்த்துக்கொண்டே வந்தவன், அதில் தமிழ் புத்தகம் இருக்கும் இடத்தை வந்தடைந்ததும், அங்கிருந்து ஒரு புத்தகத்தை எடுத்து அந்த அறையில் இருந்த நாற்காலி ஒன்றில் போய் அமர்ந்தான்.

பிரையன் டிரேசி (Brian Tracy) எழுதிய "சுயஒழுங்கின் வியத்தகு சக்தி (The Power of Self-Discipline)" என்கிற புத்தகம்.

அடுத்த ஒருமணி நேரம் அதைப் படித்தவன், அடுத்து மீண்டும் ஒவ்வொரு அலமாரியில் இருக்கும் புத்தகங்களைப் பார்த்துக்கொண்டே வந்தான். இந்த முறை அவன் படிக்கும் டிகிரி சம்பந்தப்பட்ட புத்தகங்களையும் அதன் எண்ணிக்கைகளையும் மனதில் குறித்துக் கொண்டே வந்தான்.

"இதனை எந்தச் செமஸ்டரில் படிப்போம்?" என்கிற கேள்வி அவன் மனதில் உதித்த போதிலும், அந்தப் புத்தகங்களை ஆசையாகத் தொட்டு பார்க்கும் எண்ணம் அவனை விட்டு அகலவில்லை. அதனை முகர்ந்து பார்த்தான், படிப்பின் வாசம் உணர.

"படிப்போமோ இல்லையோ இதை முகர்ந்து பார்க்கிறது தனி ஃபீல் தான். வாசம் செம! நமக்குன்னு சொந்தமா புக் இருந்தா, கட்டிப்பிடிச்சு கூடத் தூங்கலாம். யாரு கேள்வி கேட்க போறாங்க?" என்றான் ஆதவன், அத்தனை நேரம் அமைதியாக இருந்துவிட்டு.

இருளன் இன்னும் அங்கிருக்கும் புத்தகங்களைப் பார்த்தபடியே இருந்தான். அவனுக்கு அங்கிருக்கும் அமைதி பிடித்திருந்தது.

மூவருக்கும் பொருந்திய மற்றொரு குணம் புத்தகங்களை ரசிப்பது, அதன்மேல் காதல் கொள்வது.

காதல்! புத்தகக் காதல்! இந்தக் காதலில் யாரால் எதிர்ப்பு தெரிவிக்க முடியும்? யாருக்குத்தான் பிடிக்காது போகும்? இந்தக் காதலில் கனவு-களே நிஜம்! இந்த நிஜத்தை தொட்டு பார்க்கவும் முடியும்! அணைத்து முத்தம் கொடுக்கவும் முடியும்! உலகில் இருக்கும் அனைத்து உணர்-வையும் படித்துப் பார்த்தே உணர முடியும்! ஆஹா... காதல் தோல்வி இதற்கு இல்லையே!

இதோ மணி ஒன்றாக, மனதே இல்லாது நூலகத்தை விட்டு வெளியே வந்தவன், கேன்டீன் நோக்கி சென்றான். அங்கே சூடான சாம்பார் சாதம் இருபது ரூபாய்க்கு வாங்கி, அதை "ஊதி ஊதி" சாப்பிட ஆரம்பித்தான்.

மற்ற உணவு வகைகளும் வாங்கிச் சாப்பிட அவனுக்கும் ஆசை-தான். ஆனால், காசு? விலை குறைந்த உணவை மட்டுமே சாப்பிட அவனின் பொருளாதாரம் இடம் கொடுத்தது. வீட்டின் உணவை எடுத்து வந்து சாப்பிட அவனின் பிடிவாதமும் இடம் தரவில்லை. ஒரு முறை வெளி உணவின் சுவையை ருசி கண்டவன், வீட்டின் உணவை வெறுத்-தான்.

வீட்டின் உணவை வெறுக்கிறான் என்பதால் இவன் ஒன்றும் வெளி உலகத்தால் மாறி விட்டான் என்பதில்லை. அவன் வெறுப்புக்கு மிகப் பெரிய காரணம் உள்ளது.

அவனின் அம்மா அவரின் சிறு வயதில் பெரிய சேட்டை நாயகி! ஏதேனும் குறும்புத்தனம் செய்து பிரச்சினை ஏற்படுத்திக் கொண்டே இருப்பார். அப்படி ஒருதடவை விளையாட்டாய் துணி துவைக்கும் தண்-ணீரை குடிக்க, அதனால் நாக்கில், சிறு குடலில் புண் ஏற்பட்டு, அறுவை சிகிச்சை செய்யும் அளவுக்குச் சென்றது.

அதில் சுவை அறியும் திறன் அவருக்குக் குறைந்து விட, அதில் தான் தன் சமையலை கூடச் சுவைத்துச் "சரியாக உள்ளதா?" என அறியவும் முடியாது போனது.

அதன் எதிரொலி தன் பிள்ளைகளுக்கு உப்புச் சப்பு இல்லாத உணவை தந்து பழக்கி விட்டது. அவன் சமையல் செய்யக் கற்றுக்

கொண்ட போதிலும், அவனின் அம்மாவின் சமையல் பக்குவதையே பின்பற்றி, இன்று வெளி உணவே உண்டதும் பிடித்துப் போய்விட்டது.

உணவின் சுவை திடீரென்று மாறினால் என்ன நடக்கும்? அதன் பிரச்சனைகள் அருளனால் சமாளிக்க முடியுமா?

வகுப்புக்கு வந்த அருளன், முந்தாநாள் வகுப்பு ஆசிரியர் சொன்னது போல் ஸ்டாஃப் அறைக்குச் சென்று அன்றைய வகுப்புகள் (periods) என்ன என்பதனை பார்த்துவிட்டு, தனக்கு வந்த அழகில் பிளாக் ஃபோர்டில் (Blackboard) சாக் (Chalk) கொண்டு எழுதினான்.

அவனின் கையெழுத்து பார்க்க கேவலமாக இருந்தபோதிலும், தனக்-குக் கொடுக்கப்பட்ட வேலையைச் சரியாகச் செய்த திருப்தி கொண்-டான். சிறிது நேரத்தில் ஒவ்வொரு நபராக அந்த வகுப்பிற்குள் நுழைந்-தனர்.

அப்படி நுழைந்த சிலர் பிளாக் ஃபோர்ட் பார்த்துவிட்டுக் கேலியாகச் சிரித்தனர். அவர்களின் சிரிப்பில் அதுவரை அவனுக்குள் இருந்த ஆதவன் கற்பனையாக வெளியே வந்து, "இந்த அசிங்கம் உனக்குத் தேவையா, அருளா? நமக்கு எங்க போனாலும் நம்மைப் பார்த்துக் கேலியாகச் சிரிக்க ஒரு கூட்டம் சரியா சேருது! இதில் யாரை தப்புச் சொல்றது? கேலி பன்ற அவர்களைச் சொல்வதா? இல்ல, அவங்க கேலி செய்யும் அளவுக்கு இருக்கும் நம்மைச் சொல்வதா?" என்று கேட்டான்.

அதற்குப் பதில் சொல்லவே இந்த முறை இருளன் அருளனின் உள்ளே இருந்து வெளியே வந்து, "வேற யாரு? நம்ம தப்பு தான்! அடுத்தவன் எப்பவும் தான் கேலி செய்து சிரிக்க ஆட்களைத் தேடிக்-கிட்டு தான் இருப்பான். அவனுக்கு அப்படியொரு வாய்ப்பு தரும் நம்ம மேல் தானே தப்பு? அருளா, பேசாமல் உனக்கு இந்தப் பொறுப்பு வேணாம் சொல்லிடு. ஃபோர்ட் அழிப்பது, அதில் எழுதி வைப்பது எல்-லாம் ஒரு வேலையா? அதையும் நீ செய்யணுமா? காலேஜ் வந்த ரெண்டாவது நாளே இவ்ளோ வேலைன்னா, இன்னும் நாள் போக என்-னவெல்லாம் பார்க்க வேணுமோ? செய்ய வேணுமோ?" என்றவன் அரு-ளனை நன்கு முறைத்தான்.

அருளன் அவனைப் பார்க்காது தவிர்த்து, தன் கன்னத்தில் கைவைத்துக் கண் மூடி இருந்தான். அப்போது அவனின் தோளை

யாரோ தொட்டு அழைக்க, "யாருடா அது?" என்று கண்ணைத் திறந்து பார்த்தான். அவன் முன்னே சஞ்சய் தான் நின்று கொண்டிருந்தான்.

அவன் முன்னே கை குலுக்கக் கைநீட்டினான் சஞ்சய்.

"ஹலோ, நான் சஞ்சய்.. சஞ்சய் சந்திரன்." என்றான்.

அருளனும் அவனின் கையைத் தன் கையால் குலுக்கி, "அருளன். அருளன் கிருபாகரன்." என்றான்.

"அருளன். நல்ல பெயர்."

"நன்றி."

"எந்த ஸ்கூல்ல படிச்ச?"

அருளன் அதற்குப் பதில் சொல்ல, சஞ்சய் தான் படித்த பள்ளியின் பெயரும் சொன்னான்.

"நல்லது. அப்புறம்?" என்றான் அருளன்.

"நேத்து நீ போனஃபைடு சர்டிபிகேட் (Bonafide Certificate) வாங்க ஆபீஸ் ரூம் போன தானே?"

"ஆமா. யாரு சொன்னா?"

"சரண்யா."

"ஓ.. நல்லது. அதுக்கு?"

"எனக்கும் வேணும். எப்படி அப்ளை பண்ணனும்?"

"போய்க் கேட்டால், ரெண்டு நாள் ஆகும் சொல்வாங்க. ஐந்து ரூபாய் தர சொல்வாங்க. தரணும். பெயர், எதுக்கு வேணும் என்றெல்லாம் லெட்டர் எழுதி கொடுத்துவிட்டு வந்தா போதும். அவ்வளவுதான்."

"இன்டர்வல் அப்போ கூட வரியா?"

"ம்ம்.. எனக்குக் கேன்டீன் போற பிளான் இருக்கு. ஸோ, வரேன். வந்து காட்டுறேன்."

"நன்றி."

"யூ ஆர் வெல்கம்."

பின்னர் அருளன் எதுவும் பேசாது, தனக்கு வராத மெஸேஜ் படிப்பது போல் தன் கைபேசியைப் பார்த்தான். சஞ்சய் சில நொடிகள் அவன் வேற ஏதாவது பேசுவான் என்று காத்திருந்து விட்டுத் தன்னிடத்தில் போய் அமர்ந்தான்.

வகுப்புக்கள் சரியான இரண்டு மணியாகும் போது ஆரம்பித்தனர். வகுப்பு ஆரம்பித்த பிறகு தான் பலர் உள்ளேயே வந்தனர். கல்லூரி வாழ்க்கையில் தாமதமாக வருவது ஒருவித திரில் போல்.

மாலை நான்கு முப்பது மணி ஆக, சஞ்சய்யுடன் அருளன் ஆபீஸ் அறைக்குச் சென்றான்.

அங்கே சஞ்சய் கடிதம் ஒன்றை எழுதி கொடுத்தவன், ஐந்து ரூபாய் தன் பர்ஸில் தேடி எடுத்துத் தந்தான். அருளனிடம் சொன்னது போல் சஞ்சயிடமும், "இரண்டு நாள் ஆகும்." என்றனர்.

பின்னர்ச் சஞ்சய்யுடன் அருளன் கேன்டீன் சென்றான். அங்கே அருளன் மதியம் போல் சாம்பார் சாதம் வாங்கிக் கொள்ள, சஞ்சய் பரோட்டா செட் ஒன்றை வாங்கி உண்டான்.

"சாம்பார் சாதம் மட்டும் போதுமா? வீட்டுக்கு போகும்வரை தாங்-குமா?" என்று கேட்டான் சஞ்சய்.

"போதும். தாங்கும்." என்று மட்டும் பதிலளித்தான் அருளன். ஆனால் அவனுக்குள் இருந்த மற்ற கதாபாத்திரங்கள், சஞ்சய் சாப்பிடும் பரோட்டாவை ஏக்கமாகப் பார்த்தனர்.

பலவித உணவை முயலும் ஆசை இருந்தபோதிலும் தன் பொரு-ளாதாரம் எண்ணி தன்னைக் கட்டுப்படுத்தும் அருளன், நாட்கள் செல்ல அந்தக் கட்டுப்பாட்டை இழந்து நினைத்தது எல்லாம் உண்டு பிரச்சினை இழுத்து கொள்வான் என்றால் நம்ப முடிகிறதா?

இதோ உணவை உண்டதும், இருவரும் வகுப்புக்கு திரும்பி நடக்க, சஞ்சய் பல கேள்விகள் கேட்டு அருளனை பற்றி அறிய நினைத்தான்.

அருளன் கேட்ட கேள்விக்கு மட்டும் பதில் தந்துவிட்டு, தான் எந்தக் கேள்வியும் கேட்காமல் வந்தான். ஒரு கட்டத்தில் சஞ்சய்,

"நான் மட்டும் பேசிட்டே இருக்கேன். நீ கேட்ட கேள்விக்கு மட்டும் பதில் தந்துட்டு சும்மா இருக்க! என்ன.. இவன் கிட்டலாம் ஏன் பேசுனும் திமிரா?" என்று கேட்டான் சிறு சினத்தில்.

"நீங்க லூசா?"

"என்ன!?"

"பின்ன நீங்க கேட்ட கேள்விக்குப் பதில் சொன்னது குற்றமா? இதுல திமிர் வார்த்தை ரொம்ப ஓவர் மிஸ்டர்.. சஞ்சய்! எனக்குப் புது ஆட்-கள் கிட்ட உடனே பேச்சு வராது. சகஜமா பேச நேரம் எடுக்கும். நம்ம கிளாஸ் ல நான் யாருக்கிட்டயாவது இந்த ரெண்டு நாள் அதிகமா பேசி பார்த்தீங்களா? ஸோ, ப்ளீஸ்.. நீங்களா ஒரு முடிவுக்கு வந்து என் மேல

கோபப்படுவது தவறான செயல். அப்புறம் இன்னிக்கு என்னால் உங்களுக்கு எதோ தேவை இருக்கப் போய்ப் பேசினீங்க.. இல்லன்னா, என்கிட்ட பேச உங்களுக்கு என்ன ஆசையா?" என்று லேசான சிரிப்புடன் கேட்டான் அருளன்.

"என்னைக் குறை சொல்றியா?"

"சத்தியமா இல்ல. தேவைக்குப் பேசுவது நார்மல் சொன்னேன். எனக்கு எந்தத் தேவையும் இல்ல. உங்களைப் பற்றி இப்போதைக்குத் தெரிந்து கொள்ளும் ஆர்வம் இல்ல. அதனால் நான் உங்களைப் பற்றி எதுவும் கேட்கல. நீங்களா சொன்னா.. கேட்பேன். எனக்குப் பேசுவது விடக் கேட்க ரொம்பப் பிடிக்கும்!"

'சஞ்சய் பதிலுக்குக் கோபம் கொள்வான்' என நினைத்த அருளனின் எண்ணத்தைப் பொய்யாக்கவே, "ஃப்ரெண்ட்ஸ்?" என்று கைகொடுத்தான் சஞ்சய்.

அருளன் சில நொடிகள் அவனை உற்று பார்த்தவன், "காசா.. பணமா.. ஃப்ரெண்ட்ஸ்!" என்று பதிலுக்குக் கை கொடுத்தான்.

அரைப் பைத்தியம் எனத் தெரியாது தானே சென்று நட்பு கொண்ட சஞ்சய் தன் முடிவை நினைத்து வருத்தம் கொள்வானா?

காதல் கனவு நிறைவேறுமா?

5

கனவு 5

மாலை ஆறு முப்பது மணியானது. நேற்று போல் சஞ்சய் கோயம்பேடு செல்லும் பேருந்தை பிடிக்க ஓட, அருளன் நிதானமாகத் தனக்குக் கொடுக்கப்பட்ட வேலையை முடித்துவிட்டு, கல்லூரி வாசலை அடைந்தான்.

நேற்று போல் அல்லாது சஞ்சய் அருகே வந்து நின்றவன்,

"மிஸ்டர் சஞ்சய், பஸ் வரும் நேரத்தில் சரியா வரும். ரொம்பத் துடிக்காம இருங்க. கோயம்பேட்டில் நீங்க போக வேண்டிய பஸ் கிளம்புவதற்குள் போயிடலாம்." என்றான்.

"போய்த்தான் ஆகணும். இல்லன்னா, அடுத்தப் பஸ் எட்டு மணிக்குத்தான்." என்றான் சஞ்சய்.

சரியாகக் கோயம்பேடு செல்லும் பேருந்து வந்து சேர, அவர்கள் பெரும் கூட்டத்துடன் போராடி ஏறினர். இந்த முறை அருளன் சஞ்சயைப் படிக்கட்டில் நிற்க விடாது உள்ளே இழுத்தவன், "மிஸ்டர் சஞ்சய், படிக்கட்டில் நின்று ரோட்ல விழுந்து செத்து தொலையாதீங்க! எனக்கு நண்பனான முதல் நாளே சாக அவ்வளவு ஆசையா? அதற்கெல்லாம் நேரம் இருக்கு. நல்ல நேரம் பார்த்து நானே பஸ்ல இருந்து தள்ளி விடுறேன்." என்றான் கேலியாக.

"அட கொலைகார பாவி! வேணாம் டா! இதோ ஏறிட்ட!" என்ற சஞ்சய் அருளன் அருகேயே நின்று கொண்டான்.

"நல்லது." என்ற அருளன், "அடுத்த ரெண்டு நாள் காலேஜ் லீவ். என்ன பிளான்?" என்று கேட்டான்.

"பெருசா ஒன்னும் இல்ல. மாமா வீட்டுல படுத்து தூங்குவது, நேரத்-துக்குச் சாப்பிடுவது, மாமா பொண்ணு கூட ரொமான்ஸ் பண்ணுவது. அவ்வளவுதான்." என்றான் சஞ்சய்.

"மாமா பொண்ணு? வயசு என்ன?"

"ஜஸ்ட் 2 வயசு."

அவனை மேலும் கீழும் பார்த்த அருளன், "மாமா வீடு சொல்றீங்க. உங்க வீட்டுக்கு என்னாச்சு?" என்று கேட்டான்.

"என் வீடு காஞ்சிபுரத்தில் இருக்கு. இங்க மாமா வீட்டில் தங்கி படிக்க வந்துட்டேன்."

"ஓகே."

"இந்த வாரம் விட்டு அடுத்த வாரம் தான் வீட்டுக்கு போவேன்."

"நல்லது. கூடப் பிறந்த அக்கா, அண்ணா, தம்பி, தங்கை அப்படி யாராவது?"

"அக்கா இருக்கா. பிஇ கம்ப்யூட்டர் இன்ஜினியரிங் சில மாசத்துக்கு முன்னாடி தான் முடிச்சா. அவளுக்கு மாப்பிள்ளை வீட்டுல பார்த்துட்டு இருக்காங்க. உன் வீட்டுல?

"தம்பி மட்டும். ஆறாவது படிக்கிறான். பிறந்தது வளர்ந்தது எல்லாம் சென்னைதான்."

சஞ்சய் பேசிக் கொண்டே கோயம்பேடு செல்ல டிக்கெட் காசு முன்னே இருந்தவர்களிடம் கொடுத்து அனுப்பி வாங்கினான்.

"நீ டிக்கெட் எடுக்கல?" என்று கேட்டான் சஞ்சய்.

"எனக்கு ஒன் டே பாஸ் இருக்கு." என்று பதிலளித்தான் அருளன்.

"தினம் ஒன் டே பாஸ் தானா?"

"காசு கொடுத்து போக வர டிக்கெட் வாங்கினால், ஒரு நாளைக்கு அம்பது ரூபாய் தாண்டும். அதுக்கு ஒரே அடியா ஒன் டே பாஸ் வாங்-கினால், காசு மிச்சம், டிக்கெட் வாங்குற கஷ்டம் மிச்சம். அதான்."

"எனக்கு ஒரு நாளைக்கு முப்பது ரூபாய் தான். இதோ அம்பத்தூர் உள்ளே ஒரு சின்ன ஊருக்குள்ள தான் மாமா வீடு. அதுக்குத் தான் ரெண்டு மணி நேரத்துக்கு ஒரு தடவை பஸ்."

"ம்ம்.. எனக்கு இந்தப் பக்கம் ஊர் பெயர்கள் தெரியாது. எனக்குத் தாம்பரம் பக்கம் தான் பழக்கம்."

அவர்கள் அதோடு பேச்சை நிறுத்திவிட்டு, "பேருந்து நிலையம் வந்-துவிட்டதா?" எனப் பார்த்தனர். அடுத்த இரண்டு நிமிடத்தில் பேருந்து

நிலையம் உள்ளே அந்தப் பேருந்து நுழைய, சஞ்சய் உடனே படிக்கட்டிற்குப் பக்கத்தில் நின்று கொண்டு, "தான் போக வேண்டிய பேருந்து வந்து விட்டதா?" என்று எட்டி பார்த்தான்.

அவன் எதிர்பார்த்த பேருந்து அவனின் கண்ணுக்கு எட்டிய தூரம்வரை தெரியவில்லை.

'தான் வருவதற்குள் அந்தப் பேருந்து சென்று விட்டதா?' எனப் பயந்தான்.

தற்போது தான் இருக்கும் பேருந்தில் இருந்து இறங்கி ஓடியவன், அடுத்து தான் செல்ல வேண்டிய பேருந்து எப்போதும் இருக்கும் இடத்தில் நின்று கொண்டிருந்த சில ஆட்களிடம் பேருந்தின் நிலவரத்தை பற்றிக் கேட்டான்.

"இன்னும் வரல." என அவர்கள் சொன்னதும் பெருமூச்சு விட்டான் அவன்.

அப்படிப் பெருமூச்சு விட்டவன் முதுகில் யாரோ சொரிய, "யாரு?" என்று திரும்பி பார்த்தவன் முன்னே அருளன் தான் நின்று கொண்டிருந்தான்.

"மிஸ்டர் சஞ்சய், போகும் போது ஒரு வார்த்தை கூடச் சொல்லல. இப்படித்தான் எல்லா நண்பர்கள் கிட்டயும் நடந்து கொள்வீர்களா? நல்ல பழக்கம் தான்!" என்றவன், "மண்டை காலேஜ் ல பார்ப்போம்." என்றதும் கையசைத்து விட்டு நகர்ந்து விட்டான்.

அவனை நிற்க சொல்ல வாய் திறந்த சஞ்சய் தான் செல்ல வேண்டிய பேருந்து, பேருந்து நிலையத்தின் உள்ளே நுழைவதை பார்த்துவிட்டு, ஓடி சென்று இடம் பிடித்தான்.

அருளன் தாம்பரம் செல்லும் பேருந்து வரும் இடத்தை நோக்கி நடந்தான். அந்த நொடியில் ஆதவன் கற்பனையாக அவன் முன்னே பறந்து கொண்டே, "என்னடா அருளா, புது நண்பன் கிடைத்த சந்தோஷத்தில் எங்களை மறந்துட்ட போல? இருளன் இதான் சாக்குன்னு தூங்கிட்டான். வீட்டுக்கு போகும் வரை தூங்கிட்டு தான் இருப்பான் போல." என்றான்.

"நீயும் வேணும்னா போய்த் தூங்கு. எனக்கு வீட்டுக்கு போகும் வரை கற்பனை காண நேரமில்லை. காலேஜ் ல கொடுத்த சிலபஸ் (Syllabus) எல்லாம் பார்த்திட்டு வர போறேன். அதுல சொல்லப்பட்ட புக்ஸ் ல எது வாங்கலாம் யோசிக்கணும். நாளைக்கு அப்பா கிட்ட காசு கேட்டு,

ஞாயிற்றுக்கிழமை அன்னிக்குப் போய்ப் புக் வாங்கணும்." என்றான் அருளன்.

"சூப்பர்! கற்பனை விட்டு நிஜத்தில் வாழ்ந்தால் சந்தோசம்தான். ஆனா, நீ போடுற திட்டப்படி அப்பா புக் வாங்க காசு தரலன்னா? நமக்குத் தான் கேட்டது எப்போதும் கிடைக்காதே!"

"இது படிப்புச் செலவு, ஆதவா. கேட்டா அவரு காசு தந்து தான் ஆகணும். ஸ்கூல் படிச்ச போது புக் ஃபீஸ் வாங்குவாங்க தானே? அதுக்குக் காசு தந்தார் தானே? இது காலேஜ். இங்க படிக்கப் புக் வேணாமா?"

"வேணும் தான். ஆனா, ஒரு சப்ஜெக்ட் படிக்க நாலஞ்சு புக் படிக்கணும் ல? இதுல அஞ்சு சப்ஜெக்ட்.. எத்தனை புக் படிப்ப? வாங்குவ? காசு பல்லாயிரம் தாண்டிடும்!"

"அதெல்லாம் ஆகாது. எல்லாம் வாங்க மாட்டேன். சிலது நூலகத்தில் படிப்பேன். நோட்ஸ் (Notes) எழுதி படிக்கலாம் இருக்கேன். நாலஞ்சு புக் படிச்சு பார்த்து, எனக்குச் சரிப்பட்ட பாய்ண்ட் மட்டும் எழுதி வச்சுப்பேன். படிக்கத் தானே அனுமதி சொல்றாங்க? இனி அதே படிப்பை சொல்லியே வேண்டியது எல்லாம் வாங்க போறேன். ஆசைப்பட்டது எல்லாம் இழந்தது போதும், ஆதவா. இனி ஆசைப்பட்டது அடைய தந்திரம் செய்யலாம் இருக்கேன்!

பிடிவாதம் பிடிக்க இருளன் உதவி நாடுவேன்! தந்திரம் நானே செய்வேன்! சந்தேகம் கொண்டு கேள்வி கேட்கும் இடத்தில் நீதான் கதை கட்டி நம்ப வைக்க உதவப் போற!" என்றான் அருளன் வில்லன் சிரிப்புடன்.

"அட கருமம் புடிச்சவனே! மூன்று பேருமே நீதாண்டா! நாங்க வெறும் கற்பனை தான்டா! எல்லாம் செய்வதும் நீதான்! யோசிப்பதும் நீதான்! நல்லா போற வாழ்க்கையில் லூசு மாதிரி எதாவது செஞ்சு அசிங்கப்பட்டு அழுகாது இருடா! காலேஜ் வாழ்க்கை என்ஜாய் பண்ணு சொன்னா.. பைத்தியம் மாதிரி யோசிக்காம இருடா!" என்றான்.

அருளன் ஆதவனின் அறிவுரை காதில் வாங்கியும் கேட்காது தாம்பரம் செல்லும் பேருந்து வருவதைப் பார்த்து அதில் ஓடி சென்று இடம் பிடித்து அமர்ந்தான். அப்படி அமர்ந்தவன், அடுத்த இரண்டு நாட்கள் செய்ய வேண்டியவற்றைக் கண்ணை மூடி திட்டம் தீட்டினான். பல திட்டங்கள் அவன் மனதில் உதித்து மறைந்தது.

அவன் பக்கத்தில் அமர்ந்திருந்த ஒருத்தர் தொடு திரைப்பேசியில் ஓர் இரயில் மேல் ஒரு சிறுவன் ஏறி ஓடும் விளையாட்டைப் பார்த்து, "எனக்கும் இந்த மாதிரி ஃபோன் ஒன்னு வாங்கணும். இதை விளையாடனும். அப்பா கிட்ட நேரடியா கேட்டா வாங்கித் தர மாட்டாரு! ஆனா, காலேஜ் ல போகப் போக இதோட தேவையும் வருமே! இதுக்கும் திட்டம் போடணுமா?" என்று எண்ணி பார்த்தவன், பிடிவாதமாய்ப் பல்லை கடித்துக் கொண்டவன்,

"பார்த்துக்கலாம்!" என்றான்.

அப்படி முடிவு எடுத்தவன், தன் பையில் இருந்து ஒரு நோட் எடுத்தவன், அடுத்த இரண்டு நாட்களுக்குச் செய்து முடிக்க வேண்டிய குறிக்கோள்கள் எழுதினான்.

அதை எழுதும் போதே அதற்கான திட்டம் அவன் மனதில் ஓடி மறைந்தது. ஒரு மணி நேரத்தில் குரோம்பேட்டை வந்து இறங்கியவன், சைக்கிள் ஸ்டாண்ட் நோக்கி நடந்தான்.

அப்போது கைபேசி கடை ஒன்றில் ஆஃபர் பற்றிய பேப்பர் ஒன்றை ஒருவர் அவன் கையில் கொடுத்தார். அதைச் சில நொடிகள் நின்று பார்த்தவன், "இந்த இரண்டு ஃபோன் தான் இருப்பதிலேயே குறைந்த விலையா? நல்லது! 3500 - 4000 வரை போட்டிருக்கே! பரவால்ல. எப்படியாவது பணம் சேர்த்து ஒரே மாதத்தில் வாங்க பார்ப்போம்." என்றவன், தன் சைக்கிள் எடுக்க நடந்தான்.

அடுத்த நாள்.

எப்படியோ தன் அப்பாவிடம் கதைகள் பல சொல்லி அடுத்த நாள் புத்தகம் வாங்க இரண்டாயிரம் கேட்டான். இரவு தருவதாகச் சொன்னவர் ஒரு விதிமுறையும் சேர்த்து சொன்னார்.

"புக் வாங்கிய பில் வந்து சேரணும். அதை வச்சு உனக்கு வாங்குற லோன் பணத்தில் சேர்த்து வாங்கலாம்." என்றார்.

படிப்பிற்கு வாங்கும் வங்கி கடனில் சில விதிமுறைகள் உண்டு. கல்லூரி படிப்பிற்குச் செய்யும் செலவில் சிலவற்றிற்கு மட்டும் பணம் தருவார்கள். அதனைப் பற்றி ஏற்கனவே பல வங்கியில் கேட்டு அறிந்திருந்த

அருளன், "புத்தகச் செலவுக்குப் பணம் தர மாட்டார்கள்!" என்பதைப் பற்றி அவன் ஒரு வார்த்தை தன் அப்பாவிடம் சொல்லவில்லை. புத்தகம் வாங்கி விடும் பிடிவாதத்தில் இருந்ததனால் உண்மையைச் சொல்ல முடியவில்லை.

தன் கைபேசியில் இருக்கும் பாம்பு விளையாட்டு ஒன்றை விளையாடி கொண்டிருந்தவன், யாரோ தனக்குக் குறுந்தகவல் அனுப்பியதாக வந்த சத்தத்தைக் கேட்டு விளையாட்டை நிறுத்தி போய்ப் பார்த்தான்.

சஞ்சய் தான் குறுந்தகவல் அனுப்பி இருந்தான்.

"ஹாய் மச்சி, என்ன பண்ற?" என்று கேட்டு இருந்தான்.

"சும்மா இருக்க."

"புக் வாங்க போகப் போவதாகச் சொன்னியே.. எப்ப போற?"

"நாளைக்கு."

"என்னென்ன புக் வாங்க போற?"

அருளன் தான் வாங்கிப் போகிற புத்தகப் பெயர்கள் வரிசையாகக் கைபேசியில் தட்டி குறுந்தகவல் அனுப்பினான்.

"மத்த புக்ஸ்?"

"நூலகத்தில் பார்த்துக்கலாம்."

"அங்க என்ன புக் இருக்குன்னு ஏற்கனவே பார்த்த?"

"ஹம்.. நேத்துக் காலேஜ் சீக்கிரம் வந்து பார்த்த. ஓரளவுக்கு இருக்கு. இல்லாத புக் சொன்னா, வர வச்சு தருவாங்க."

"ஓ.. செம! அப்போ நானும் புக் இஷ்டம் போல் எடுப்பேன்!"

"அதான் முடியாது. ஒருத்தர் மூணு புக் எடுக்கலாம். அதுவும் 21 நாள் தான்."

"21 நாள் அப்புறம்?"

"திரும்பி உங்க பெயரில் ரிஜிஸ்டர் பண்ணிட்டு வச்சுக்கலாம். ஆனா, அந்த மாதிரி மூணு தடவை தான் பண்ணனும். அதுக்கு மேல் கூடாது."

"அதனால் தான் காசு கொடுத்து புக் வாங்குற?"

"அப்படின்னு இல்ல. படிப்பு விஷயத்தில் மட்டும் என்னோடது உரிமையில் படிக்க ஆசை. நூலகத்தில் இருக்குற புக்ஸ் எல்லாம் யாரோ ஏற்கனவே படிச்சு வச்சது. படிச்சவன் ஒழுங்கா வச்சிருந்தா பரவால்ல. ஆனா, பேன் வச்சு கிறுக்கி வைப்பது, கவிதை எழுதி வைப்பது, பிட் ரெடி பண்ண பேப்பர் கிழித்துத் திருடி வைப்பது பண்றாங்க. அது எனக்குப் பிடிக்கல. அப்படிப்பட்ட புக் ல ஒழுங்கா கவனம் செலுத்தி படிக்க

முடியாது நினைச்சேன்."

"ஓவர் படிப்ஸ்?"

"அப்படியெல்லாம் இல்ல, மிஸ்டர் சஞ்சய். புத்தகம் மேல் மதிப்பு அதிகம். அவ்வளவுதான். சரி, நீங்க என்ன பண்ணிட்டு இருக்கீங்க?"

"எதிர்த்த வீட்டு பொண்ணுக்கு பறக்கும் முத்தம் கொடுக்கிறேன். மாமா வீட்டுக்கு வந்த ஒரே வாரத்தில் கரெக்ட் பண்ணிட்டேன்."

சஞ்சய் அனுப்பிய குறுந்தகவல் படித்த அருளனின் முகம் பொறாமையில் சிவந்தது. அந்த நொடி ஆதவன் பேசினால் எப்படிப் பேசுவான் என்று யோசித்துப் பார்த்து ஆதவன் போல் குறுந்தகவல் அனுப்ப ஆரம்பித்தான் அருளன்.

"பொண்ணு பெயர் என்ன?"

"பெமினா ஜோஸ் (Femina Jos)."

"பெயர் பார்த்த ஹிந்து பொண்ணு மாதிரியே இல்லயே! என்ன வேற மதப் பொண்ணுக்கு ரூட்டா?"

"யெஸ், மச்சி. நமக்கு மதம் மேல் பெரிசா விருப்பம் இல்ல. பொண்ணு பார்க்க செம ஃபிகர்! அதான் பறக்கும் முத்தம் கொடுத்தே கரெக்ட் பண்ணிட்டேன்."

"அந்தப் பொண்ணோட வயசு?"

"13. ஒன்பதாவது படிக்குறா."

"ஸ்கூல் பொண்ணா? இந்த வயசுல லவ்?"

"யெஸ்! இதெல்லாம் இந்தக் காலத்தில் சகஜம்."

"என்ஜாய்! யூ என்ஜாய் சஞ்சய்!"

அருளன் மனம் சஞ்சய் அந்த நொடி அந்தப் பெண்ணுக்கு பறக்கும் முத்தம் கொடுக்கும் காட்சியைக் கற்பனை செய்து பார்த்து, ‘இப்ப மட்டும் அந்தப் பொண்ணோட அப்பா நீ பன்றதை பார்க்கட்டும்.. உன் வாயில் இருக்குற மொத்த பல்லும் உடைச்சு.. அங்கேயை அருவாள் வைத்து வெட்டுவான்! மாட்டுவ டா! நீ மாட்டுவ! எனக்கு மட்டும் ஒரு வாய்ப்பு கிடைத்தால் நானே போட்டு கொடுத்து உன்னோட அந்த உறுப்பை வெட்ட சொல்வேன்!’ என்று வில்லன் போல் யோசித்தான்.

"ஹலோ.. இருக்கியா?"

"ஹம்."

"என்ன பதிலே காணோம்?"

"என் ஃப்ரெண்ட் ஒருத்தி ஃபோன் பண்ணா. அவ கூடப் பேசிட்டு இருந்தேன்."

"ஒருத்தி? பொண்ணா?"

"தமிழில் ஒருத்தி என்பது பெண்ணைத் தான் குறிப்பிடுவார்கள். அதில் என்ன சந்தேகம்?"

"ஓ! ஓகே. அந்தப் பொண்ணோட பெயர்?"

"திவ்யதர்ஷினி."

"காலேஜ்?

"இல்ல, +2 தான் படிக்குறா. ஆனா, எனக்கும் அவளுக்கு மூணு மாசம் தான் வயதில் வித்தியாசம்."

"ஓ! வீட்டுப் பக்கத்தில் இருக்காளா?"

"இல்ல, என் பெரியப்பா குடியிருக்கிற ஃபிளாட் கீழே."

"ஓகே. எத்தனை வருசமா ஃப்ரெண்ட்ஸ்?"

"5 வயசுல இருந்து. கிட்டதட்ட 13 வருஷம்."

"லவ்..?"

"சீ.. இல்ல! நாங்க வெறும் ஃப்ரெண்ட்ஸ்."

"நிஜமா?"

"யெஸ்."

"ஓகே, எதுக்கு ஃபோன் பண்ணா?"

"நாளைக்குப் புக் வாங்க திநகர் தானே போறேன்? ஸோ, வீட்டுக்கு நேரா வாடா.. சேர்ந்துப் போலாம் சொன்னா. நானும் சரின்னு சொல்லிட்டேன்."

"ஓ! உன்னை மாதிரி அவளும் ஐயரா?"

"இல்ல, ஐயங்கார். ஆனா, எங்க ரெண்டு பேருக்கும் விநாயகர் என்றால் ரொம்பப் பிடிக்கும்! அவ இருக்கிற ஃபிளாட் ல இருக்கும் விநாயகர் கோவிலில் தான் அடிக்கடி உட்கார்ந்து பேசிட்டு இருப்போம். சில சமயத்தில் மொட்டை மாடியில் உட்கார்ந்து போற வர இரயில் எல்லாம் வேடிக்கை பார்ப்போம்."

"இரயில்?"

"ஆமா, அவ இருக்குற ஃபிளாட் மொட்டை மாடியில் நின்று பார்த்தால் தூரத்தில் கிண்டி ரயில் நிலையம் தெரியும். அதனால் பெரியப்பாவை பார்க்க போகும் சாக்குல அவளை அடிக்கடி போய்ப் பார்ப்பேன். என்னோட குட் ஃப்ரெண்ட் ல?"

"ஓகே டா, பை." என்று சஞ்சய் தன் அன்றைய கடைசிக் குறுந்தகவல் அனுப்பி விட்டு அமைதி ஆகினான்.

இங்கே அருளன், "பை!" என்று பதில் குறுந்தகவல் அனுப்பியவன், தன்னைக் கற்பனையாகப் பார்த்துக் கேலியாகச் சிரிக்கும் ஆதவனைக் கண்டு, "எப்படி.. நல்லா கதை கட்டினேன் ல? இனி இந்த அருளன் மொக்கை பையன்னு எவனும் சொல்ல மாட்டான் தானே?" என்று கேட்டான்.

"யாருக்கு தெரியும்? நீ சொன்னதைக் காலேஜ் ல அந்தச் சஞ்சய் கிளாஸ் மொத்தம் சொல்லி விட்டால்.." என்று இழுந்தான் ஆதவன்.

"சொன்னாதான் என்ன?"

"அந்தப் பொண்ணோட ஃபோட்டோ காட்ட சொல்வாங்க. அவளைப் பற்றி இன்னும் சொல்ல சொல்வாங்க. நீ சும்மா சொன்ன கதையை எத்தனை நாளுக்குச் சொல்லி தப்பிக்க முடியும்? அருளா, நம்ம வாழ்க்கையில் பல பொண்ணுங்களைச் சைட் அடிச்சிருக்கோம் தான். ஆனா, எவ கூடவும் அதிகம் பேசியது இல்ல. பொண்ணுங்களோட வாழ்க்கை பற்றி நமக்கு ஐடியாவே கிடையாது! பொண்ணுங்க பசங்க ஃப்ரெண்ட்ஸ் கூட என்னத்த பேசுவாங்க? எந்த அளவுக்கு லிமிட் வச்சு இருப்பாங்க எதாவது நமக்குத் தெரியுமா? கதையை உண்மை போல் சொல்றது கஷ்டம் டா! வேணாம், இப்பவே சஞ்சய் கிட்ட நீ சொன்னது எல்லாம் பொய் என்று சொல்லிடு!"

"மாட்டேன்! மாட்டேன்!' என்று பிடிவாதம் பிடித்த அருளன், ஆதவனைக் கற்பனையாக அடித்துத் துரத்தினான். அடுத்து இருளன் வெளியே வந்து, "நமக்கு இதெல்லாம் தேவைதானா?" என்று கேட்ட போது, "தெரியல. ஆனா, ஏமாற்றுவது ஜாலியா தான் இருக்கு. ஒருத்தன் கிட்ட சொன்ன பொய் அடுத்து எங்க போய் முடியும் பார்க்கலாம்." என்ற அருளன், வெகு நாட்களுக்குப் பிறகு தொலைக்காட்சியில் கார்ட்டூன் பார்க்க ஆரம்பித்தான்.

அவன் கார்ட்டூன் பார்க்கும் நொடியில் அவனைச் சுற்றி என்ன நடந்தாலும் அவன் மனதில் பதியாது. கன்னத்தில் குழி விழும் அளவுக்குச் சிரிக்கவும் செய்வான்.

"இவன் இப்படிக் கார்ட்டூன் பார்ப்பதால் தான் குழந்தைத்தனமாகக் கற்பனை செய்கிறான், அரைப் பைத்தியமாய் இருக்கிறான்!" எனச் சொல்லிவிட முடியாது. "உண்மையில் இதனைச் சில சமயம் பார்ப்பதால்

மட்டுமே முழுப் பைத்தியமாகாமல் இருக்கிறான்!" எனச் சொல்வது தான் நிஜம்.

இந்தப் பழக்கம் நிறுத்தினால் வாழ்க்கையில் பெரியதோர் பாவம் செய்யும் நிலைக்குச் செல்வான் என்றால் யாராவது, "கார்ட்டூன் பார்ப்பதை நிறுத்தி விடு!" என்பார்களா? இதே கார்ட்டூன் பார்க்கும் பழக்கத்தால் தான் தன் காதல் கனவை நிஜத்தில் அடைவான் என்றால் நம்ப முடிகிறதா?

காதல் கனவு நிறைவேறுமா?

6

கனவு 6

திங்கட்கிழமை அன்று.

காலை எட்டு மணிக்கே வீட்டை விட்டு கிளம்பி குரோம்பேட்டையில் இரயில் பிடித்து, சென்னை சேட்டுபட்டு இறங்கி, அங்கிருந்து ஐந்து ரூபாயில் தன் கல்லூரி இருக்கும் பேருந்து நிறுத்தத்தில் இறங்கினான் அருளன்.

இரயிலுக்குமே வர ஐந்து ரூபாய் தான் செலவு செய்தான். கல்லூரிக்கு வர மொத்தம் பத்து ரூபாய், வீட்டிற்குத் திரும்பி செல்ல பத்து ரூபாய் என ஒரு நாளைக்கு மொத்தம் இருபது ரூபாய் மட்டுமே செலவு செய்யத் திட்டம் தீட்டி உள்ளான்.

"பேருந்துக்கு ஐம்பது ரூபாய் செலவு செய்வது குறைத்து முப்பது ரூபாயில் ஒரு நாள் பயணச் செலவு முடித்தால், அதிலேயே மாதம் குறைந்தது 750 ரூபாய் சேமித்து விடலாம்!" என நினைத்தான். அதைப் போகச் சாப்பாட்டு செலவுக்கு வீட்டில் தந்த ஐம்பது ரூபாயில் செலவு குறைக்கவும் ஒரு பைத்தியக்கார திட்டம் தீட்டி உள்ளான்.

இரண்டு வேளை சாம்பார் சாதத்தில் செலவு செய்வது விட்டு, பத்து ரூபாய் பிஸ்கட் இரண்டு வாங்கி இரண்டு வேளைக்கு உண்டு விட்டு, அதிலும் 30 ரூபாய் ஒருநாள் சேமித்து, மாதம் குறைந்தது 750 எனச் சாப்பாட்டு செலவிலும் சேமிக்க நினைத்தான்.

பயணத்தை வெறுக்கும் அருளன், நெடும் பயணம் தேர்ந்தெடுத்த காரணமும், பசியை விடத் தன் பிடிவாதம் தான் முக்கியம் நினைத்த காரணமும் ஒன்றே! அதான் தொடுதிரை கைபேசியை அடுத்த இரண்டு மாதத்தில் வாங்கி விடுவது!

வரும் சுதந்திர தினம் அன்று கண்டிப்பாகக் கைபேசிக்கு ஆஃபர் இருக்கும் என்பதை அறிந்து, வெறித்தனமான பணம் சேர்க்கும் முடிவிற்கு வந்தான்.

ஐந்து வயது முதல் எதிலும் பிடிவாதம் பிடிக்காது, வீட்டின் சூழ்நிலை புரிந்து தன் ஆசையைக் கட்டுக்குள் வைத்து வாழ்ந்தவன், இனி தன் ஆசையை நிறைவேற்ற, "உடலை வருத்திக் கொண்டாவது நிறைவேற்றுவது!" என்ற முடிவில் இருக்கிறான்.

"பசி நேரத்தில் மட்டும் தன் மனம் இன்னும் சைக்கோ போல் யோசிக்கும்.. அதனைக் கட்டுப்படுத்துவது சிறு வயது முதல் தன்னால் முடிந்தது இல்லை!" என்று அறிந்தே விபரீத முயற்சி செய்பவனால் நினைத்ததைச் சாதிக்க முடியுமா? ஒருவேளை சாதித்தான் என்றால், தன் சாதனை நினைத்து வருத்தம் கொள்ளும் அளவுக்கு நிலைதான் வருமா?

அருளன் நூலகம் செல்வதற்கு முன்பு பத்து ரூபாய்க்குப் பிஸ்கட் வாங்கிச் சாப்பிட்டவன், கேன்டீன் அருகே இருந்த குடிநீர் குழாயில் தன் வாட்டர் பாட்டிலில் நீர் நிரப்பி, வயிறு நிறையக் குடித்தான்.

பசி தெரியாத அளவுக்குத் தன்னால் முடிந்த இந்த மாதிரியான வழியைத் தான் இனி கடைப்பிடிக்க முடிவு செய்திருக்கிறான். 'என்ன, அடிக்கடி சிறுநீர் கழிக்கத் தான் போக வேண்டியதாய் இருக்கும்!' என்பது மட்டும் நினைத்துத் தலையில் அடித்துக் கொண்டான்.

இதோ நூலகம் உள்ளே நுழைந்ததும், "நேற்று தான் திநகரில் வாங்கிய புத்தகம் தவிர்த்துக் கிடைக்காத புத்தகங்கள் எத்தனை எண்ணிக்கையில் இருக்கின்றனர்?" என்று பார்த்துக் கொண்டே வந்தான். அப்படிப் பார்த்துக் கொண்டு வந்தவனின் காதில் யாரோ அந்த அறை ஜன்னல் பக்கத்தில் நின்று சாதா கைபேசியில் பேசுவது கேட்டது.

அந்த நபரின் முகம் எங்கேயோ பார்த்தது போலவே அருளனுக்குத் தோன்றியது. ஆனால் "எங்கே?" என்று தான் அவனின் நினைவுக்கு

வரவில்லை.

"அப்பா, இப்பதான் நூலகம் வந்தேன். நீங்க கேட்ட புக் நான் பார்த்தவரை இங்க இல்ல."

"..".

"ம்ம்.. யெஸ், எங்க காலேஜ் ல படிப்பு சார்ந்த புக் தான் வச்சிருக்காங்க. மற்றது எல்லாம் வெளியே தான் பார்க்கணும்."

"..".

"ஹா.. ஹா.. நீங்க உங்க காலேஜ் லைஃப் ல இருந்தப்ப அந்த டிடெக்டிவ் புக்ஸ் ஃபேமஸ். ஆனா, இப்ப அந்தப் புக் எல்லாம் தமிழில் கிடைப்பது இல்லப்பா. இங்கிலீஷ் ல தான் கிடைக்கும். ஆனா, இங்கிலீஷ் ல கூட இங்க இல்ல."

"..".

"ம்ம்.. சாப்பிட்டேன்."

"..".

"சாம்பார் சாதம் தான். அதே போதும்ப்பா. மற்றது ல மசாலா ஓவரா கலந்து இருக்காங்க. எனக்கு அதெல்லாம் செட்டாகாது! நைட் வீட்டுல வந்து நல்லாவே சாப்பிடுற. நீங்க உங்க ஆபீஸ் வேலை பாருங்க. நான் ஒரு மணிக்கு மேல் நூலகத்தை விட்டு வெளியே வந்ததும் கால் பண்றேன்."

"..".

"ம்ம்.. பை, அப்பா."

அந்த மர்ம நபர் தன் அப்பாவிடம் பேசிவிட்டு தன் கைபேசியைத் தன் பேண்ட் பாக்கெட்டில் வைத்ததும், "லார்ட் கணேஷா! இவருக்கு வேற வேலை இல்லையா? வீட்டுல இருந்து கிளம்பிய நொடியில் இருந்து பத்து தடவைக்கு மேல் கால் பண்ணி பேசிட்டே இருக்கார்! நான் என்ன பொண்ணா..? யாரு என்னைத் தூக்கிட்டு போய்ட போறாங்க? எனக்கு மட்டும் ஒரு நல்ல வாய்ப்பு கிடைக்கட்டும்.. அவரோட காதை பிச்சு போடுறேன்! ஆமா!" என்றான் தனக்குத் தானே சத்தமாக.

நூலகம் என்பதை அறிந்தும் இப்படிச் சத்தமாகப் பேசும் அந்த மர்ம நபரை அருளன் தான் விசித்திரமாகப் பார்த்தான்.

'தன்னைப் போல் சீக்கிரம் நூலகம் யாரும் வர மாட்டார்கள்!' என்று நினைத்த அருளனின் நினைப்பை இன்னும் வலு சேர்க்கும்படி, அடுத்து

அந்த மர்ம நபர், தன் கைபேசியில் வேற ஓர் அழைப்பு விடுத்தான்.

"ஓய்.. என்ன பன்ற?"

".."

"குட். நான் காலேஜ் ல வர போற பொண்ணுங்களைச் சைட் அடிக்-குற! எல்லாம் சூப்பர் ஃபிகர் தான். நீயும் வந்திருந்தா இப்பவே உன்-னோட மருமகள் யாருன்னு முடிவு பண்ணியிருக்கலாம்."

"..."

"அட.. உண்மை தான். உண்மையாவே மீ சைட் தான் அடிக்கிற. நீ நம்பலன்னா நான் சொல்வது பொய் ஆகுமா? எனக்குப் பொய் சொல்ல வாராது உனக்குத் தெரியாதா.. என்னைப் பெத்த ஆத்தா..?"

".."

"ம்ம்.. எனக்கும் அப்பா அடிக்கடி ஃபோன் பண்ணிட்டார். அவருக்கு ஆபீஸ் ல வேலை இருக்கா? இல்லயா? சும்மா சும்மா விசாரிப்பு கால் பண்றதுனே இருக்கார்! ஒரே விஷயம் பல முறை கேட்பது தான் அவரோட ஸ்டைலே!"

".."

"ம்ம்"

".."

"ஆமா! ஆமா!"

".."

"ஓகே, கிழவி.. பை! நீ போய்ச் சீரியல் பாரு.. நான் காலேஜ் வாழ்க்கை என்ஜாய் பண்றேன்!"

".."

அந்த நபர் இந்த முறை கைபேசியை வைத்ததும், "எப்ப பார்த்தா-லும் இந்த அம்மாக்கு சாப்பிட பிடிவாதம் பிடிப்பதே வேலையா போச்சு! என் அம்மா மட்டும் தான் இப்படியா? இல்ல, ஊர் உலகத்தில் இருக்கும் எல்லா அம்மாவும் இப்படித் தானா?" என்று தனக்குத் தானே மீண்டும் சத்தமாகக் கேட்டு கொண்டவன், அங்கிருந்த அலமாரி ஒன்றில் இருந்து, "தெனாலி ராமன் கதைகள்" என்கிற புத்தகத்தை எடுத்து முகத்தில் புன்-னகை வழிய படிக்க ஆரம்பித்தான்.

அருளன் அவ்வளவு நேரம் அவனையே பார்த்தபடி இருந்தான்.

'இங்க நான் ஒருத்தன் இருக்கேன் பார்த்தானா? இல்லையா?' என்-கிற கேள்வி அருளன் மனதில் தோன்றி மறைந்தது. அந்த மர்ம நபரின்

கல்லூரி அடையாள அட்டையை ரகசியமாக எட்டி பார்த்தான் அவன்.

"அர்ஜுன் கே. பிஎஸ்சி கம்ப்யூட்டர் சயின்ஸ்." என்று போட்டிருந்-தது.

'இவனும் நம்ம டிபார்ட்மெண்ட் தானா? பக்கத்து செக்சன் போல!' என்று நினைத்த அருளன், வேறு என்ன நினைத்தானோ, நூலகத்தை விட்டு வேகமாக வெளியே வந்து பெஞ்ச் ஒன்றில் போய் அமர்ந்தான்.

சில யோசனைக்குப் பிறகு, தன் அம்மாவுக்குக் கைபேசி அழைப்பு விடுத்தான். அதனை அடுத்தப் பக்கம் எடுத்தவர்,

"சொல்லு, அருள்."

"அம்மா, சாப்பிட்டியா?"

"நீதானே கொடுத்திட்டு போன?"

"ம்ம்.. கொடுத்திட்டு போனேன் தான். ஆனா, நீதான் ஒழுங்கா சாப்-பிட மாட்டியே! அடிக்கடி வாமிட் வருது சொல்லி கொட்டுறது தானே உன் வேலை! சரி, சொல்லு.. சாப்பிட்ட தானே?"

"ம்ம்.. சாப்பிட்டேன்."

"மாத்திரை?"

"அதுவும் நீ வச்சிட்டு போனதை எடுத்து சாப்பிட்டேன்."

"நல்லது."

"நீ என்ன பன்ற?" என்று அவனின் அம்மா கேட்ட பொழுது, அருளனின் மனம் நூலகம் உள்ளே அர்ஜுன் அவனின் அம்மாவிடம் சொன்னது போல் சொல்ல துடித்தது. ஆனால், அவன் அப்படிச் சொல்-லாது,

"நூலகம் முன்னாடி உட்கார்ந்திருக்கேன். உன்கிட்ட பேசிட்டு திரும்பி உள்ளே போவேன்."

"சரி. நேத்து வாங்க நினைச்ச புக் சிலது கிடைக்காமல் போச்சு சொன்னியே.. காலேஜ் பக்கத்தில் இருக்குற கடையில் கேட்டு பார்த்-தியா?"

"பார்க்கணும். முதல்ல நூலகத்தில் இருக்கா பார்த்திட்டு தான் கடை-யில் பார்க்கணும். சும்மா காசு வீணா செலவு பண்ண கூடாது ல?"

"சரிப்பா, நீ நல்லா படி. என்னால் தான் நினைச்சது படிக்க முடியல. நீயாவது நல்லா படிச்சு நல்லபடியா வா."

"ம்ம்."

"நான் பழைய பாட்டு கேட்க போறேன். அப்புறமா பேசுறியா?"

"சரி, பை."

அருளன் கைபேசியை வைத்துவிட்டு நூலகத்தைச் சில நொடிகள் இமை சிமிட்டாது பார்த்தான். பின்னர்த் தன் அப்பாவிற்கு அழைப்பு விடுத்தான்.

அடுத்தப் பக்கம் அழைப்பு சில நொடியில் எடுத்தவர்,

"ஹலோ, சொல்லு அருளா."

"ஹலோ, அப்பா. பெருசா இல்ல. சும்மா தான் கால் பண்ணேன். என்னமோ கால் பண்ணனும்னு தோணியது."

"எதாவது பிரச்சனையா?"

"இல்லப்பா."

"காலேஜ் போய்ட்டியா?"

"ம்ம்."

"குரல் ஏன் என்னமோ போல் இருக்கு?"

"அதெல்லாம் ஒன்னும் இல்ல. ரொம்ப நேரம் பஸ் ல வந்த சோர்வ்வு அவ்வளவுதான். அப்புறம் கொஞ்ச நேரத்துக்கு முன்னாடி அம்மா கூட ஃபோன் ல பேசினேன்."

"சரி."

"அம்மா ஃபோன் ல நல்லா தான் பேசினாங்க. கொஞ்ச நாளா பிரச்சினை இல்ல. நார்மல்லா தான் இருக்காங்க. ஆனா, திரும்பி எத்தனை நாள் இந்த நிலை நிலைக்கும் தெரியல."

"ம்ம்.. எனக்கும் தான் தெரியல. நாம என்னதான் பண்ண முடியும்? இது மனநல பிரச்சினை. அம்மாவே பார்த்திருக்கனும். தேவையில்லாததை யோசிச்சுக் குழப்பிக்கக் கூடாது."

"அதான் நானும் நினைக்கிற. ஆனா, அம்மா முக்கால்வாசி நேரம் தனியா தான் இருக்காங்க. பேச்சு துணைக்குக் கூட யாரும் இல்ல. அதனால் கூடத் தனிமையில் எதாவது தேவையில்லாத விஷயங்களை யோசிச்சு குழப்பிக்கலாம்ல?"

"ம்ம்.. புரியுது. இருந்தாலும், என்னால் சீக்கிரம் வீட்டுக்கு வர முடியாது. நீயும் காலேஜ் படிப்புன்னு சீக்கிரம் போற. திரும்பி வீட்டுக்கு வர உனக்கும் ஒன்பது மணி ஆகுது. தம்பியோ நாலு மணிக்கு தான் வீட்டுக்கு வருவான். வேற என்ன பண்ணலாம்னு நீயே சொல்லு?"

"இல்லப்பா, உங்களுக்கு டைம் கிடைக்கும் போது அப்பப்ப ஃபோன் பண்ணி பேசலாம். ரொம்ப நேரம் இல்லாட்டியும் சில நிமிசம் பேசி

தனியா இருக்கோம் ஃபீல் அம்மாவுக்கு வராமல் பார்த்துக்கலாம். நானும் அடிக்கடி பேசலாம் தான் இருக்கேன். இந்த யோசனை சரியா? உங்க-ளுக்கு எதாவது கஷ்டமா?"

"இல்ல. நல்ல யோசனை தான். சரி, பேசுற. தேங்க்ஸ்."

"தேங்க்ஸ் எல்லாம் வேணாம், பா. எதோ தோணியது சொன்னேன். நமக்கு அம்மா சரியா இருந்தா நாமளும் நிம்மதியா இருப்போம். இல்-லன்னா, எல்லாருக்கும் டென்ஷன் தானே?"

"சரி தான். காலேஜ் போனதும் இன்னும் பொறுப்பான பையன் ஆய்ட்டே! சந்தோஷமா இருக்கு!"

"ம்ம்."

"சரி, பை! வேலை இருக்கு."

"ஓகே, அப்பா. பை!"

அருளன் மனம் அவனையே அறியாது புத்துணர்ச்சி கொண்டது. சிறு மாற்றம் இத்தனை நாள் இல்லாது குடும்பத்தில் கொண்டு வர முயற்சி செய்ததில் சந்தோஷம் கொண்டான்.

அவனின் சந்தோஷம் அவனுக்குள் இருந்த இருளனை வெளியே அழைத்து வந்தது.

"என்னடா, செம சந்தோஷமா?" என்று கேட்டான் அவன்.

"ஹம்.. சின்ன மாற்றம். அப்பா அம்மா கூட மனம் விட்டு சிறிது நேரம் பேசியது. நல்லா தான் இருக்கு. இதே போல் எப்பவும் இருந்தா நல்லா இருக்கும்ன்னு தோணுது. முடியுமா? தெரியல. சின்ன வயசுல இருந்து யாருகிட்டயும் எதுவும் பெருசா பேசாது இருந்தேன். அதனாலே அப்பா அம்மா கூடப் பெருசா ஓட்டுதல் இல்லாது போச்சு. என் தப்பா சத்தியமா தெரியல. ஒருவேளை பிறந்தது முதல் தனிமை விரும்பியா இருந்தது தான் இதற்குக் காரணமா தெரியல."

"குழப்பிப் பேசாம தெளிவா சொல்லு! இப்ப என்ன சொல்ல வர?"

"இனி பேசணும். அம்மா கூட அதிகம் நேரம் எடுத்து பேசணும். ஒருவேளை இந்த மாற்றம் அம்மாவை மொத்தமா குணப்படுத்தும் ல?"

"அப்போ நீ?"

"எனக்கு என்ன?"

"என்னவா? உன்னோட கற்பனை கதாபாத்திரங்களான என் நிலை-மையும் ஆதவன் நிலைமையையும்? நீ எதோ மாற்றம் செய்யப் போய்.. நாங்களே இல்லாமல் போய்ட்டா? இத்தனை நாளா எங்க துணையில்

தானே வாழ்ந்த? இத்தனை நாள் இல்லாத அதிசயமா இந்த மாற்றம் ஏன்? ஒருவேளை நூலகத்தில் இப்ப பார்த்த அந்தப் புதிய ஆள் தான் காரணமா? எப்பவும் அடுத்தவர் சந்தோஷமா இருந்தா பொறாமைப்படும் உனக்கு.. இப்ப என்ன அடுத்தவர் போல் வாழ்ந்து பார்க்க ஆசை? அவனைப் போல் அப்பா அம்மா கூடப் பேச ஆசை? இந்த ஆசை தப்பு இல்லயா? நமக்கு இதெல்லாம் தேவையா?

ஃபோன் வாங்க ஆசை! புக் வாங்க ஆசை! இப்படியே போச்சுன்னா, 25 வயசு ஆனதும் சாக எடுத்த முடிவும் விட்டு வாழ ஆசைப்படுவ போல? மறந்துட்டியா? நீ மறந்துட்டியா? ஏழு வயசுல இருந்து உன்னைத் தினம் தினம் இந்த உலகத்தை வெறுக்க வைத்த அந்த நாளை மறந்துட்டியா? எந்த அம்மாவை சரிசெய்ய நினைக்கிறியோ அதே அம்மாவால் அன்று நீ பட்ட கஷ்டம் மறந்துட்டியா? வேணாம்! யாரையும் நீ சரிசெய்ய வேணாம்! இருக்குறது இருக்குற மாதிரியே போகட்டும்! நமக்கு இந்த மாற்றம் வேணாம்!" என்றான் இருளன்.

அருளன் கண்கள் மூடி தன் மனதை திசை திருப்பி மீண்டும் இருளனை தனக்குள் கொண்டு வந்தவன், ஆதவனை வரவைத்து, "நீ சொல்லு, என்னுடைய புதிய முயற்சி பற்றி என்ன நினைக்கிற?" என்று கேட்டான்.

"நல்ல முடிவு! பண்ணலாம்! இன்னும் யோசனைகள் எனக்கும் தோன்றினால் சொல்றேன்! ஆனா, அம்மா கூடச் சேர்த்து தம்பியை பற்றியும் யோசிக்கலாம். பாவம், உன்னை விட அவனோட பாதிப்பு அதிகம்!" என்றான் ஆதவன்.

தம்பி என்றதும் சில நொடிகள் யோசித்தவன், "பார்க்கலாம்." என்று மட்டும் கூறினான். ஆனால் அவன் மனதில், "தனக்குப் பின்னால் தன் தம்பியின் வாழ்க்கை சிறக்க என்ன செய்வது?" என்று யோசித்தான்.

பின்னர்த் திரும்பி நூலகம் உள்ளே அவன் நுழைய, அந்த அர்ஜுன் இந்த முறை புத்தகம் படிக்கும் மேசையில் தலை சாய்ந்து தூங்கிக் கொண்டிருந்தான்.

அர்ஜுனின் பக்கத்தில் அவன் படித்துக் கொண்டிருந்த "தெனாலிராமன் கதைகள்" என்கிற புத்தகம் இல்லை.

அருளன் அதனைத் தேடி கண்டுபிடித்து அடுத்த ஒரு மணி நேரத்திற்கு இடைவிடாது படித்தான், அர்ஜுனை விடக் கன்னத்தில் குழி விழும் புன்னகையில்.

அவனுக்கு முன்னால் இன்னும் தூங்கி கொண்டிருந்த அர்ஜுன், சரியாக மதியம் 1.15 மணிக்குக் கண் விழித்து அங்கிருந்து கிளம்பி விட்டான். அருளன் செல்லும் அர்ஜுனின் முதுகை சில நொடிகள் பார்த்துவிட்டு, அவனும் அங்கிருந்து கிளம்பினான்.

யாரோ ஒருவன் அருளனின் கண்ணில் பட்ட முதல் நாளே அவனின் வாழ்க்கை பாதையில் புதியதோர் அத்தியாயம் தந்து விட்டு, அதனைப் பற்றி ஒன்றும் தெரியாது செல்கிறான்.

தன் வாழ்க்கையில் மாற்றம் தன்னையே அறியாது கொண்டு வந்தவன், இன்னும் காலங்கள் செல்ல தன் கதைகட்டும் திறனை சரியான பாதையில் பயணிக்கவும் இதே போல் உதவுவான் என நினைத்திருக்க மாட்டான்.

காதல் கனவு நிறைவேறுமா?

7

கனவு 7

அருளன் தன் வகுப்பிற்குப் போனது முதல் மாலை நாலரை மணி வரை சஞ்சய் தன்னிடம் வந்து பேசுவான் என்று எதிர்பார்த்து ஒரு கட்டத்தில் எரிச்சல் கொண்டான்.

"இன்னிக்கு போனஃபைடு சர்டிபிகேட் (Bonafide Certificate) வாங்கணும். இண்டர்வல்ல சேர்ந்து போவது பற்றி வந்து கேட்பான் நினைச்சா, அடுத்தவர்கள் கூடக் கதை பேசி சிரிச்சிட்டு இருக்கான்! ஒருவேளை அன்னிக்கு நாம சொன்ன திவ்யதர்ஷினி கதைதான் சொல்லி சிரிக்கிறானோ? 'இவனுக்குப் போய் எப்படிக் கேர்ள் ஃப்ரெண்ட் (பெண் தோழி மட்டும், காதலி இல்ல)? என்று சொல்லி' தான் சிரிக்கிறானோ?" என்று சந்தேகம் கொண்டவன், இடைவேளை நேரத்தில் அவனே சஞ்சயே அழைத்தான், அறை வாசலில் நின்று கொண்டு.

சஞ்சய் தான் பேசிக் கொண்டிருந்த நபரிடம் வேகமாக விடை பெற்று ஓடி வந்தவன், "சர்டிஃபிகேட் வாங்க போலாமா?" என்று கேட்டான்.

"மறந்துட்டீங்க நினைச்சேன். பரவால்ல நினைவு வச்சிருக்கீங்க. நல்லது. போலாம்." என்ற அருளன் வேகமாக முன்னே நடக்கச் சஞ்சய் அவனின் வேகத்திற்கு இணையாக ஓடி வந்தான்.

"அடப்பாவி! பொறுமை டா! எதுக்கு இவ்வளவு வேகம்? நேரம் இருக்குல்ல? அப்படியே திரும்பி வர நேரம் ஆனாலும் காலேஜ் லைஃப்ல பெருசா பார்க்க மாட்டாங்க."

"மிஸ்டர் சஞ்சய், நம்மள மாதிரி பலர் அங்கே வெயிட் பண்ணுவாங்க. நம்மள மாதிரி பலர் அந்தச் சர்டிஃபிகேட் வாங்க அப்ளை

பண்ணி இருக்கலாம். அதோட இந்தக் காலேஜ் ல நம்மளோட டிபார்ட்மென்ட் தான் ரொம்பத் தள்ளி இருக்கு. ஸோ, இப்ப நான் நடக்கும் வேகமே பொறுமைதான். காலேஜ் முடிந்த நேரத்தில் பஸ் படிக்க ஓடுறதா நினைச்சுச் சீக்கிரம் வாங்க."

"அதுக்கு இப்படியா? நீ நடக்குற வேகம் பார்த்து பலர் அடிக்கத் தான் வரியோ பயந்து ஓடுவதைப் பாரு! சில பொண்ணுங்க மேல கிட்டத்தட்ட இடிக்கிற மாதிரி போனது பார்த்து உன்னைத் தான் திட்டிட்டு போகுதுங்க! இதெல்லாம் தேவையா? கொஞ்ச வேகம் குறைத்து நட!"

சஞ்சய் சொன்னதைக் கேட்டு சிறிது மட்டும் தன் வேகத்தைக் குறைத்து நடந்த அருளன், "கிளாஸ்ல ரொம்பச் சிரிப்பு போல? என்ன அப்படிப் பேச்சு போச்சு?" என்று கேட்டான்.

"பெருசா ஒன்னும் இல்ல. நம்ம பக்கத்துக் கிளாஸ் யாரோ அர்ஜுன் ஒருத்தன், அவன் கிளாஸ் ல படிக்கிற பொண்ணு உட்கார்ந்து இருக்குற பெஞ்ச்ல எதோ ஒரு மடையன் அந்தப் பொண்ணைப் பற்றி ரசித்து எழுதிய கவிதைகளை எல்லாம் எச்ஓடி கிட்ட போட்டு கொடுத்துட்டான்! இன்னிக்கு நம்ம டிபார்ட்மெண்ட் முழுக்க அவன் பெயர் தான் போகுது."

"ஓ! ஓகே. அந்தப் பொண்ணோட ரியாக்ஷன் என்ன?"

"கோபம் தான். 'தன் அழகை புகழ்ந்து சொல்லப்பட்ட கவிதையைக் கூட முழுசா படிக்க விடாது இப்படிப் பண்ணிட்டானே!' என்கிற கோபம் தான். எவன் என்ன பண்ணா அவனுக்கு என்ன, மூடிட்டு போக வேண்டியது தானே? இப்ப அந்தப் பொண்ணுக்கு அவனும் ரூட் விடுறான் கதை போகுது. தன்னைப் பற்றித் தப்பான பேச்சு வார்த்தை போகுது தெரிந்தும், கண்டுக்காம மேக்ஸ் கணக்குப் போடுவதில் மும்முரமாக இருக்கானாம்!"

"ம்ம்." என்று மட்டும் சொன்ன அருளன், 'நாம நூலகத்தில் பார்த்த அர்ஜுன் தானோ?' என்று யோசித்துப் பார்த்தவன், 'யாராக இருந்தால் நமக்கு என்ன?' என்று எண்ணி தன் கவனத்தைத் திசை திருப்பி, "மிஸ்டர் சஞ்சய், அன்னிக்கு நான் திவ்யதர்ஷினி பற்றிச் சொன்னது யாருகிட்டயும் நீங்க சொல்லல தானே?" என்று கேட்டான்.

"இல்லயே! அதுல சொல்ல என்னடா இருக்கு? அதோட என்னை நம்பி உன்னோட சின்ன வயசு தோழி பற்றிச் சொல்லியிருக்க! அதைப் போய் யாரோ ஒருத்தர் கிட்ட உன் அனுமதியே இல்லாமல் சொல்-

வேனா?" என்றான் சஞ்சய்.

"நன்றி." என்ற அருளன், 'மொத்த வகுப்பும் தன்னைப் பற்றிப் பேச-வைக்க இருந்த ஒரே துருப்பு சீட்டு போய்விட்டதே!' எனக் கவலை கொண்டான். அப்படியிருந்தும் அதனைத் தன் முகத்தில் காட்டாது நடந்தான்.

சிறிது நேரத்தில் ஆபீஸ் அறை அடைந்தவர்கள், 15 நபர்கள் நிற்கும் வரிசையில் நின்று அடுத்தப் பத்து நிமிடத்தில் தாங்கள் வாங்க வந்ததை வாங்கினர்.

பின்னர் இடைவேளை முடிய சிறிது நேரமே இருக்க, சஞ்சய் கேண்-டினில் எலுமிச்சை பானம் மட்டும் வாங்கிக் குடித்தான். அதன் விலை பத்து ரூபாய் தான் என்பதால் பிஸ்கட் வாங்க வைத்திருந்த பத்து ரூபா-யில் அதனை அருளனும் வாங்கிக் குடித்தான்.

அந்த நேரத்தில் அவனின் கண்ணில் ஓர் உணவு மேசையில் இரண்டு சமோசா வாங்கிச் சாப்பிட்டுக் கொண்டிருந்த அர்ஜுனே பட்-டான். சிறு சிறு துண்டாகப் பிய்த்து ரசித்துச் சாப்பிடும் அவனின் முக-பாவம் பார்க்க 5 வயது குழந்தையின் செயலாகவே தெரிந்தது.

அந்த நொடி அருளனின் கண்ணில் அவனின் ஐந்து வயது நினைவு கருப்பு வெள்ளை படங்களாகச் சில நொடிகள் வந்து சென்றது.

பெருமூச்சு விட்ட அருளன் தன் கற்பனை கதாபாத்திரங்களைத் தன்னுள் இருந்து வெளியே வர வைத்தவன், "அதோ அவன் பெயர் அர்ஜுன். அவனைப் பற்றி என்ன நினைக்கிறீங்க?" எனக் கேட்டான் கற்பனையாக.

"நோ கமென்ட்ஸ்! சிம்ப்ளி வேஸ்ட்!" என்றான் இருளன்.

"சின்சான் கார்ட்டூன் பார்த்த ஃபீலிங்! ஆனா, எங்கேயோ இவனை இந்தக் காலேஜ் வருவதற்கு முன்னாடி பார்த்திருக்கோம்." என்றான்.

"எனக்கும் அதே தான் தோணுது. ஆனா, எங்கே தான் தெரியல." என்றான் அருளன் கற்பனையாக.

பின்னர்ச் சஞ்சயுடன் தான் வகுப்பு சென்று விட்டான். பாவம் சஞ்சய்! அருளன் அடிக்கடி இப்படிப் பைத்தியம் போல் கற்பனை கண்டு பேசி கொள்வது அறியாது, "அருளன், நீ ரொம்ப அமைதியான டைப்பா?" என்று கேட்டான்.

"நானும் அதிகம் பேசுவேன் தான். ஆனா, நல்லா பழகியதும். அப்போ சொல்லுங்க நான் அமைதியா இல்லயான்னு!" என்றான் அரு-

என் தன் கற்பனை கதாபாத்திரங்களைப் பார்த்துக் கண் சிமிட்டி கொண்டு.

மாலை ஆறு முப்பது மணிக்கு.

எப்போதும் போல் சஞ்சய் வேகமாக ஓடி பேருந்து பிடிக்கச் செல்ல, அருளன் தன் தின கடமைகள் செய்து விட்டு, கல்லூரி அருகே இருந்த புத்தகக் கடைக்குச் சென்று, "அன்னிக்கு நான் கேட்ட புத்தகம் இருக்கிறதா? இல்லையென்றால் எப்போது வரும்?" என்றெல்லாம் கேட்டு, "இருப்பதன் விலை மற்றும் இல்லாத புத்தகம் வர வாய்ப்பு உள்ளதா?" என்றும் கேட்டு தன் மனதில் குறித்துக் கொண்டான்.

அதே நேரத்தில் அவனின் அப்பா சரியாக ஃபோன் செய்தார். தான் சொன்ன யோசனையைத் தனக்கே முயலும் தன் அப்பாவை நினைத்து ஒரு நொடி சிரித்தவன் அந்த அழைப்பை ஏற்று, "ஹலோ, அப்பா." என்றான்.

"ஹலோ, அருள். உனக்குக் காலேஜ் முடிந்ததா?" என்று கேட்டார் அவர் மறுபக்கத்தில் இருந்து.

"ம்ம்."

"கோயம்பேடு பஸ் ஏறிட்ட?"

"இன்னும் இல்ல. இனி தான்."

"ஒன்பது மணிக்குள் குரோம்பேட்டை வந்துருவ தானே?"

"ம்ம்.. பஸ் ஏறி கொஞ்சம் அப்படி இப்படி ட்ராஃபிக் ல மாட்டினாலும் ஒன்பது மணிக்குள் வந்துருவேன்."

"ம்ம்.. சரி. குரோம்பேட்டை வந்ததும் எனக்காக வெயிட் பண்ணு."

"சரி, ஆனா.. ஏன்? எதாவது விஷயமா?"

"அங்கு வந்ததும் சொல்றேன்." என்றவர் அழைப்பை வைத்தார்.

அருளன் குழப்பத்தில் சில நொடிகள் நிற்க, அவனுக்குள் இருந்த இருளன் வெளியே வந்து, "என்ன விஷயமா இருக்கும்?" என்று கேட்டான்.

"தெரியல. போனால் தான் தெரியும். ஆனா, நாம போற ரூட் படி பார்த்தா.. எப்பவும் விடச் சீக்கிரமா போய்டுவோம். அதை வச்சு நேரம்

எடுத்து தான் அப்பாவுக்கு ஃபோன் பண்ணி சொல்லணும்."

"ம்ம்.. ஒருவேளை உனக்கு எதாவது வாங்கித் தரும் திட்டமா?"

"கேட்டாலே அவ்வளவு சீக்கிரம் கிடைக்காது. இதுல சொல்லாமல் என்ன வாங்கித் தர போகிறார்?"

"சரி, சீக்கிரம் கிளம்பலாம்."

"ஹம்." என்ற அருளன் அடுத்தப் பக்கம் சாலையைக் கடந்து, நுங்கம்பாக்கம் செல்லும் பேருந்து பிடித்தான். அதில் ஐந்து ரூபாய்க்கு பயணச்சீட்டு வாங்கி நின்று கொண்டு பயணம் செய்தான். பின்னர் நுங்கம்பாக்கம் இரயில் நிலையத்தில் இறங்கி, இரயில் பிடித்துச் சரியாக 8.20 மணிக்குக் குரோம்பேட்டை வந்து அடைந்தான்.

அங்கேயே ஒரு மேசையில் அமர்ந்து 8.45 மணி வரை தன் கற்பனை கதாபாத்திரங்களை வரவைத்து கதை பேசி நேரம் ஓட்டியவன், பின்னர்த் தன் அப்பாவுக்கு ஃபோன் செய்து தான் குரோம்பேட்டை இரயில் நிலையம் அருகே இருப்பதைச் சொன்னான்.

அவரோ அவனை எதிர் பக்க சாலையைக் கடந்து ஒரு கடை பெயர் சொல்லி வர சொன்னார். அந்தக் கடை எலக்ட்ரானிக் பொருட்கள் விற்கும் கடை. அங்கே எப்எம் ரேடியோ பார்த்துக் கொண்டிருந்தார் அவனின் அப்பா கிருபாகரன்.

அவன் வந்ததும் அவனின் உதவியை நாடி ஒரு நல்ல ரேடியோ தேர்ந்தெடுத்து அதற்கான பணம் செலுத்தி கடையை விட்டு வெளியே வந்தார்.

"இப்ப எதுக்கு இதை வாங்கினோம்?" என்று கேட்டான் அருளன்.

"உன் அம்மாக்கு மதியம் ஃபோன் பண்ணி பேசினேன். அப்ப அவ தான் டிவியில் இஷ்டம் போல் பழைய பாட்டு கேட்க முடியல சொன்னா. அதான் இதுல பென்டிரைவ் போடுற ஆப்ஷன் கூட இருக்கு. என் ஆபீஸ் கிட்டயே தெரிந்த சிலர் வச்சுப் பென்டிரைவ் வாங்கிப் பழைய பாடல்கள் ஏற்றி வாங்கி வந்துட்டேன். ரேடியோ மட்டும் உன்னை வச்சு வாங்கலாம் நினைச்சேன். அவ்வளவுதான்." என்றார் கிருபாகரன்.

"நல்ல யோசனை தான்."

"உனக்கு எதாவது வாங்கணுமா? இல்ல, வீட்டுக்கு போகலாமா?"

"சமோசா கிடைச்சா வாங்கிட்டு போலாமா?" என மாலை அர்ஜூன் சாப்பிட்ட சமோசாவை பார்த்தது முதல் மனதில் எழுந்த ஆசையில்

கேட்டான் அருளன்.

அவனின் அப்பாவும் சரியென்று சொல்ல, தனக்கு மட்டும் இரண்டு சமோசா என, மொத்தம் 5 சமோசா வாங்கினான். ஒரு சமோசா 6 ரூபாய் என ஐந்து சமோசாவுக்கு 30 ரூபாய் அவனின் அப்பா தந்ததும் அவருடன் வீட்டிற்குச் சென்று விட்டான்.

தன் அம்மாவிடம் அவனே ரேடியோ தந்து அவருக்குப் பாட்டு போட்டு விட்டான். பின்னர்ச் சமோசாவுடன் இரவு தயிர் சாதம் சாப்பிட்டு, அன்றைய நாள் கல்லூரியில் படித்த பாடங்களை ஒரு தடவை பார்க்க அமர்ந்தான்.

"நாம ஸ்கூல் படிக்கும் போதெல்லாம் இப்படி இல்லையே! இப்ப ஏண்டா இப்படி?" என்று கேட்டான் இருளன் கற்பனையாக அருளன் உள்ளே இருந்து வெளியே வந்து.

"படிப்பு தான் நம்மை முன்னேற்றும்!" என்றான் ஆதவன் கூட வெளியே வந்து.

"அதெல்லாம் சின்ன வயசுல இருந்து படிச்சு வரணும். இப்ப திடீர்னு படிச்சுக் கிளாஸ் டாப்பர் ஆக முடியுமா? அதுவும் நம்ம கிளாஸ் ல நம்மை விட முக்கால்வாசி பேர் +2ல மார்க் அதிகம்! அவங்களைத் தோற்கடித்து நாம ஜெயிக்க முடியுமா? அது நடக்கிற காரியமா? கடைசி நேரத்தில் படிச்சு.. சீ! அஞ்சு வருஷம் வந்த கொஸ்டின் ஆன்சர் (Question Answer) ஒரு நோட் ல எழுதி, அதை மட்டும் படிச்சு.. திமிரெடுத்து நாம படிக்காத கொஸ்டின் வந்தால்.. அதுல கதை கட்டி.. முடிவில் குறைந்த மார்க் வாங்கி அசிங்கப்பட்ட காலங்கள் மறந்து விட்டதா? தேவையில்லாத வேலை எதுக்கு இனி?" என்றான் இருளன் அருளனின் தன்னம்பிக்கையை உடைக்கும் பொருட்டு.

"எல்லாத்துக்கும் காலம் நேரம் பொருந்தி வர வேணாமா? சரியானபடி முயற்சி செய்தால்.. பயிற்சி செய்தால்.. பூனை சிங்கம் ஆகும்! சிங்கம் டிராகன் ஆகும்!" என்றான் ஆதவன்.

"அதுக்கு இவன் பூனையா இருக்கணும். எருமை மாடா இருக்கக் கூடாது!" என்ற இருளன், "படிக்கிற மாதிரி சீன போடாமல் தூங்க போடா, அருளா! எங்களுக்கும் ஓய்வு தேவை.. உன் கற்பனையா இருந்துட்டு ஓயாமல் உன் எண்ணத்துக்கு ஆட வேண்டியதா இருக்கு!" என்றான்.

அருளன் தன் கண்ணை மூடி திறந்து மனதை ஒருநிலை படுத்தி, "இருளா, ஆதவா, எனக்கு உங்களோட இருவரின் உதவியும் தேவை! நான் நீங்க தான்.. நீங்க நான்தான்! நம்மளோட கூட்டணி சேர்ந்தா தான் நினைத்ததை எல்லாம் சாதிக்க முடியும்!" என்றான்.

"சாகப் போட்ட திட்டம் கூட நிறுத்த எண்ணமா? அதுக்கும் உதவி வேணுமா?" என்று கேட்டான் இருளன்.

"இல்ல, நான் கண்டிப்பா 25 வயசுல சாவேன்! எனக்கு இன்னும் 25 வயசுக்கு மேல சாக ஆசையே இல்ல! இல்ல!" என்றான் அருளன்.

"சாகக் கூடத் தைரியம் வேணும் டா, அருளா. அந்தத் தைரியம் வச்சு வாழ ஏன் முயல கூடாது? சாக நினைக்கிற அளவுக்கு அப்படி என்ன கஷ்டம் இப்ப நமக்கு இருக்கு? அதான் அம்மாவை கொஞ்சம் கொஞ்சமா சரிசெய்யும் முதல் படி எடுத்து வெச்சாச்சுல்ல? பின்ன அம்மாவை தவிர வேற என்னடா காரணம்?" என்று கேட்டான் ஆதவன் கற்பனையாகக் கையில் ஒரு மேஜிக் கியூப் வைத்துக் கொண்டு.

"வேற யாரு.. இவனே தான்! அம்மாவை சரிசெய்யும் சில வழிகள் இருக்கலாம். ஆனா, இவனோட பிரச்சனை? நம்மளை பற்றிய கற்பனையே பெரிய குறை தானே? இதுல அடுத்தவர்கள் முன்னாடி பேச பயம்! வாழ பயம்! பொண்ணுங்க கிட்ட வந்தாலே தப்பான கற்பனை போய்.. எதாவது பண்ணி விடுவோமோ பயம்! எல்லாம் அம்மாவின் தப்பு! அவங்க ஃப்ரெண்ட் வீட்டுக்கு போக நம்மை எவனோ **** கூடத் தனியா விட்டு போய்.. இன்னிக்கு அவனால் எப்படிப்பட்ட நிலையில் இருக்கோம்!

அதோ பாரு அந்தக் குட்டி பையன்.. நம்மை விட அஞ்சு வயசு சின்னவன்.. மூளை வளர்ச்சியில் பின்தங்கிய நிலையில் இருக்கான்! அவனைச் சரி செய்யவும் முடியுமா நம்மால்? நாம செத்து போயிட்டால்.. யாரை பற்றியும் நாம கவலை பட வேணாம் தான் சொல்றேன்! 25 வயசு வரை காத்திருப்பது கூட வேஸ்ட் தான். இப்ப கூடச் சாகப் பல திட்டம் இருக்கு என்கிட்ட!"

"இருளா, சாக வைக்க யோசிக்கும் உன் மூளையை வச்சு வாழ நினைக்கக் காரணம் தேடு! நமது தம்பியை சரி செய்ய இதுவரை எந்த முயற்சியும் நாம எடுக்கல தான். ஆனா, அருளனை விட ஒன்றும் தம்பி மோசமான நிலையில் இல்ல! போதிய நேரம் ஒதுக்க யாராவது இருந்தா.. கண்டிப்பா சரி செய்ய முடியும்."

"யாரு ஆதவா அவனுக்கு நேரம் ஒதுக்கத் தயாரா இருக்கா? நமக்கு யாரு இருக்காங்க? அருளன் தன் பைத்தியக்கார எண்ணத்தைக் கண்ட்-ரோல் பண்ணவே சரியா இருக்கான். அம்மாவுக்கு டிவி, பாட்டு, தூக்கம் தான் வாழ்க்கை. அப்பாவுக்கு ஆபீஸ் விட்டு வீட்டுக்கு வரவே நாள் சரியா இருக்கு. இதுல என்னத்த.. யாரு நேரம் ஒதுக்கப் போவது?" என்று கூறி சிரித்த இருளன், அருளனின் அமைதியில் மறைந்து அவனுக்குள் சென்று விட்டான்.

ஆதவன் சில நிமிட தன்னம்பிக்கை ஏற்றும் வசனங்கள் பேசிவிட்டு அவனும் மறைந்தான். அருளனின் கற்பனையைப் பொறுத்தவரை அனைவரும் உயிருள்ள மனிதர்கள் தான். தன் கற்பனைகளை உயிரு-டன் அவர்கள் போக்கில் பேச வைத்து வேடிக்கை பார்ப்பதே பொழுது-போக்காகக் கொண்டிருக்கிறான்.

அவனைப் பொறுத்தவரை இந்த நொடி இருளன் கெட்டவன், ஆதவன் நல்லவன். தன் நலனை கருத்தில் கொண்டு பேசுவது "ஆதவன்" என்றும், தன்னைச் சுற்றி இருக்கும் அனைவரையும் ஒதுக்கி தள்ளி தன்னைத் தனிமையில் நிற்க வைக்க நினைப்பது "இருளன்" என்றும் தான் அருளனின் நினைப்பு.

"தன்னை எந்த நொடியில் சாவடிப்பது என்று தான் இருளனின் வேலையாக இருக்கிறது! ஆதவன் தன் மனதை அதன் பக்கத்தில் இருந்து திசை திருப்பித் தன்னைச் சரியான பாதையில் இட்டு செல்-வான்!" என்றே நினைக்கிறான் அருளன்.

"தனக்குத் தானே நல்லவன் கெட்டவன், தன்னைத் தவறான அல்-லது சரியான வழியில் அழைத்துச் செல்வதே அவரவர் மனசாட்சியே!" என்கிற உண்மை அருளன் அறிவானா? வரும் காலத்தில் பெரியதோர் தப்பு செய்யாது இருந்திருப்பான்.

சஞ்சய் வாழ்க்கையில் வில்லனாய் பல செயல்களும் செய்திருக்க மாட்டான்! அர்ஜுன் வாயால் பல கொடிய திட்டல்கள் வாங்கும் நிலைக்குச் சென்று இருக்க மாட்டான்!

மனிதன் அறிவு கெட்டு செய்யும் செயலுக்கு விதியை குறை கூற முடியாது அல்லவா?

காதல் கனவு நிறைவேறுமா?

8

கனவு 8

அடுத்தச் சில நாட்களில் அருளன் பல்வேறு செல்ல கொஞ்சலில் இருளனை சமாதானம் செய்து தன் படிப்பில் உதவ ஒப்புதல் வாங்கினான். ஆதவன் பற்றிச் சொல்லவே வேண்டாம் அவன் எப்போதும் உதவத் தயாராகவே இருந்தான்.

அதன்படி அவர்கள் மூவரும் தினம் சீக்கிரம் கல்லூரிக்கு சென்று அங்கே ஒவ்வொரு புத்தகமாகத் தேவையானவற்றை ஒரு நோட்டில் எழுதி படித்தனர். எழுதுவது அருளனுக்குப் பிடித்த ஒன்று! எழுதும் நேரத்தில் தன் கற்பனை உலகில் இன்னும் ஆழ்ந்து இருப்பான். இதில் அவனின் கற்பனையே எழுதுவதில் உதவி செய்வதென்றால், எப்படிப்பட்ட மகிழ்ச்சிகரமான ஒன்றாய் இருக்கும் என யோசித்துப் பாருங்கள்.

அவனின் தின கடமைகள் நூலகப் படிப்பு, கல்லூரி வகுப்பு, பணம் சேர்க்க வயிற்றைக் காயப்போட்டு பல விதத்தில் பணம் சேர்ப்பது, வீட்டில் அம்மாவிடம் கல்லூரியில் நடந்ததை அவன் பாணியில் சொல்லி அவரைச் சிரிக்க வைத்து அவரின் மனநிலையைச் சம நிலையில் வைப்பது என்றே ஓட்டினான்.

அவன் சாப்பிடாது செய்யும் வேலைகளை அவனின் அப்பா ஒரு நாள் எப்படியோ கண்டுபிடித்து,

"அப்படி எதுக்குப் பணம் சேர்க்கிற? எதுக்கு இந்த அளவுக்கு வயித்த காயப் போடுற?" என்று கோபத்தில் கேட்டார்.

"டச் ஃபோன் வாங்கணும். அதை உங்ககிட்ட கேட்டால் வாங்கித் தர மாட்டிங்க தெரியும். அதான்."

"இப்ப இருக்குற ஃபோன்ல பிரச்சனையா? எதுக்குப் புதுசு கேட்கிற? அதுவும் காஸ்ட்லி ஃபோன்?"

அவன் இன்றைய காலத்தில் அதன் தேவையும், பயனும் சொல்லி கொண்டே போக, அவனை ஒரு கட்டத்தில் தடுத்து நிறுத்தி, "அருளா, அந்த ஃபோன் இல்லாமல் படிக்க முடியாதா? அதான் பேங்க் லோன் பணம் வந்ததும் அதுல லேப்டாப் வாங்க போறோம் ல.. பின்ன என்ன?"

"அப்பா, லேப்டாப் வேற.. இந்த ஃபோன் வேற. லேப்டாப்பை எல்லா இடத்திலும் பயன்படுத்த முடியாது! அதோட காலேஜ் ல நோட்ஸ் எல்லாம் மெயிலில் தான் அனுப்புவாங்க. ஃபோன் வச்சு ஃபோட்டோ எடுத்து கூடப் படிக்க வேண்டியதா இருக்கும். அதோட அந்த ஃபோன் இருந்தா.. நம்ம கூட அடிக்கடி ஃபோட்டோ எடுத்து பார்க்கலாம்." என்று மூளை சலவை செய்தான் அருளன்.

அவன் அருகே கற்பனையாக நின்று இருளன் மற்றும் ஆதவன் பல வாக்கியங்கள் எடுத்து கொடுத்துக் கொண்டே இருந்தனர்.

கிருபாகரன் மனம் பல முறை விதவிதமாகப் புகைப்படம் எடுப்பது போல் கற்பனை செய்து, "இதுவரை எவ்வளவு சேர்த்து இருக்க? நான் எவளோ தந்தா.. சரியா இருக்கும்?" என்று கேட்டார் தன் மகனின் ஆசையை நிறைவேற்ற.

"இன்னும் கொஞ்சம் தான், அப்பா. பார்த்துக்கிறேன்." என்றான் அவன்.

"இன்னும் எவ்வளவு வேணும் கேட்டேன். சாப்பாட்டு விஷயத்துல மிச்சம் பண்ண நினைக்காத! வயிற்றைக் காயப்போட்டுப் பணம் சேர்க்க நினைக்காத! உணவு மற்றும் படிப்பு இரண்டில் தேவையான செலவில் கணக்கு பார்க்க கூடாது என்பது என்னோட கொள்கை. உனக்கு அதைப் பற்றித் தெரியும்ல?

உன் படிப்புக்கு வேண்டிய புக் செலவில் நான் ஏன் எதுக்குக் கேட்கல. அதே போலச் சாப்பாட்டில் முடிந்தவரை எனக்குத் தெரிந்து உங்க ஹெல்த் மனதில் வைத்து தான் வாங்கித் தரேன். மற்ற வீட்டுல நடக்குற மாதிரி விதவிதமான சமையல் நம் வீட்டில் செய்வது இல்லைத்தான் அம்மாவின் நிலைமை நான் சொல்லி உனக்குத் தெரிய வேண்டியது இல்ல.

ஸோ, பிளீஸ்! சாப்பிட தந்த காசுல மிச்சம் பண்றேன் சொல்லி உடல் நலத்தைக் கெடுத்து கொள்ளாத! பொறுப்பான பையனா இருந்து இதுல

பிடிவாதம் பிடிக்காத, அருளா. தோளுக்கு மேல் வளர்ந்த பிள்ளையை அடிக்கும் அளவுக்குக் கொண்டு போகாத!

ஃபோன் வாங்க இன்னும் எவ்வளவு வேணும் சொல்லு. ரெடி பண்ணி தரேன். ஆனா, வாங்குற ஃபோன் படிப்பின் தேவைக்குத் தான் அதிகம் பயன்படுத்துவேன் சத்தியம் பண்ணு. 'புது ஃபோன் வந்ததால் தான் படிப்பில் பின்தங்கி போனான்!' என நான் நினைக்கிற அளவுக்குப் போக விட மாட்டேன் என்கிற உறுதிமொழி தா!" எனக் கேட்டு தன் வலது கரம் நீட்டி சத்தியம் கேட்டார்.

அருளன் சில நொடிகள் யோசிக்க, அவனை யோசிக்க விடாது இருளன் கற்பனையாகத் தோன்றி, அருளனின் வலதுகையைப் பிடித்துக் கிருபாகரனின் வலது கையில் வைத்தான்.

"அருளன் சத்தியம் செய்து விட்டான்!" என்று நம்பிய கிருபாகரன், "பொறுப்பான பையன் என்றால் இப்படித்தான் இருக்கணும். உன்னை நினைத்து எப்பவும் போலப் பெருமைப்படுறேன்!" என்றார்.

"ஆனா.. ஊனா.. பொறுப்பான பையன் சொல்லியே மூளை சலவை செய்வது! இவருக்கு இதை விட்டால் வேற வசனம் இல்லையா?" என்றான் ஆதவன் கற்பனையாக வெளியே வந்து.

இருளன் ஆதவன் சொன்னதைக் கேட்டு, "அவர் என்ன சொன்னா என்ன? தன் பையனை பற்றித் தான் நினைப்பது என்றும் மாறாது என்கிறார் தானே? நமது வெற்றி அதுல தானே இருக்கு? எப்பவும் நல்லவன் பெயர், பொறுப்பான பையன் என்கிற பெயர் சிறப்பு டா!" என்றான்.

"அந்தப் பெயர் வச்சு நாக்கா வழிக்கச் சொல்ற? பைசா பிரயோஜனம் இல்லாத அந்தப் பாராட்டை வச்சு என்னடா பண்ண சொல்ற? வீட்டுக்குள் இருக்கும் வரை அந்தப் பையனோ பெண்ணோ நல்ல பிள்ளை! அதே வெளி உலகத்திற்குப் போனால்.. அவங்களோட முகம் வேற! பழகும் ஆட்கள் பொறுத்துக் குணம் மாறும்! இதான் வாழ்க்கையின் நிஜம்! இங்க யாரும் ஒரே முகத்தில் வாழ்வது இல்ல!

இதோ நம்ம அருளன் மாதிரி.. தன் எல்லா வித குணத்தையும் பிரிச்சு வச்சு, அதுக்குக் கற்பனை கதாப்பாத்திரங்களாக நம்மைப் படைத்தான். அருளன் குணம் உண்மையில் என்னன்னு கூட அவனுக்கே தெரியாது!"

"என்ன குணம்னு சொல்ற? உனக்குத் தெரியுமா?"

"யெஸ். உனக்கும் தெரியும். ஆனா, சொல்ல மாட்டேன். அப்படிச் சொன்னா.. நம்ம தேவை இல்லாது போய்விடும்." என அவர்கள் அருளனின் குணத்தைப் பற்றி இன்னும் பேசி முடிவில் எப்போது போல், "அவன் அரைப் பைத்தியம்!" என்கிற பதிலில் முடித்தனர்.

கிருபாகரன் இன்னும் ஒரு வாரத்தில் அருளன் சேர்த்து வைத்த பணத்துடன் சேர்த்து தானும் சிறிது பணம் போட்டு நல்லதோர் தேவைக்குத் தகுந்த தொடுதிரை பேசி வாங்குவது என முடிவானது. அதே நாளில் கல்லூரிக்கு சென்று வர கவர்மெண்ட் பஸ் பாஸ் ஃபார்ம் விநியோகம் கல்லூரியில் தொடங்கியது.

எப்போதும் போல் பஸ் பாஸ் வேண்டும் எனச் சொல்லும் நபர்களின் பெயர், முகவரி, எண்ணிக்கை மற்றும் 150 ரூபாய் பணம் வாங்கினர் அருளன் மற்றும் சரண்யா. அதில் எல்லோரின் தகவல் நிரப்ப வைத்து, பின்னர் ஆபீஸ் அறையில் அதனைத் தந்து, "எப்போ எங்க கையில் எல்லாம் கிடைக்கும்?" என்று கேட்டனர்.

"இன்னும் இரண்டு வாரம் ஆகும்." என்றார் அங்கே இருந்த பெண்மணி.

"தேங்க்ஸ்." என்றவர்கள் பின்னர்க் கேண்டீன் உள்ளே நுழைந்தனர்.

சரண்யா மஷ்ரூம் பிரியாணி வாங்கி உண்ண, அருளன் பல நாட்களுக்கு நல்லதோர் உணவு உண்ணும் ஆசையில், கோபி பிரைட் ரைஸ் வாங்கினான். அதை ருசித்து ரசித்துச் சாப்பிட்டான். அவனோடு ஆதவன் கற்பனையாக நின்று கொண்டு அங்கிருந்த பெண்களை எல்லாம் சைட் அடித்தான்.

அவன் உணவில் மட்டும் கவனமாக இருப்பதையும், ரசித்து உண்ணும் அழகையும் சரண்யா பார்த்து, "நீ ஏன் அதிகம் பேச மாட்டுற? பொண்ணுங்க கிட்ட பேச கூச்சம் பார்த்தால், பசங்க கிட்ட கூட நீ அதிகம் பேசி நான் பார்த்தது இல்ல. என்ன காரணம்?" என்று கேட்டாள்.

அருளன் தன் கற்பனை நண்பன் ஆதவனை ஒரு நொடி பார்த்துவிட்டு, "பேச காரணம் இல்ல. டாபிக் இல்ல. ஸோ, பேசல. அவ்வளவுதான்." என்றான்.

"சும்மா எதாவது யோசிச்சு பேச வேண்டியது தானே?" என்றவள் அவனோடு இன்னும் நேரம் ஒதுக்க நினைத்து, "கிரிக்கெட் பார்ப்ப?" என்று கேட்டாள்.

"இல்ல."

"ஃபுட்பால்?"

"நோ!"

"சாங்ஸ் கேட்ப?"

"எப்எம் ல கேட்பேன். அதுவும் மியூசிக் ல மட்டும் கவனம். வரிகளில் கவனம் செலுத்துவது இல்ல."

"ஹாப்பி அப்படி என்னதான் வச்சிருக்க?"

"ஜஸ்ட் ரீடிங் நாவல்.. அதுவும் தமிழ் மட்டுமே."

"+2 ல வாங்கிய மார்க்?"

"850."

"ரொம்பக் கம்மி போல?"

"எனக்கு ரொம்பப் பெரிய மார்க் தான்."

"ஏன்?"

"கதை எழுதி மார்க் வாங்கினேன். அதான்."

"பிடிச்ச ஹீரோ?"

"அப்படி யாரும் இல்ல. படத்தில் பேய், பிசாசு, காமெடி ரொம்ப இருந்தா பார்ப்பேன்! அவ்வளவுதான்."

"இன்டோர் கேம் எது பிடிக்கும்?"

"கேரம்."

"அடிக்கடி விளையாடுவியா?"

"ம்ம்.. வீட்டுல தனியா இருக்கும் போது.. நான் மட்டும் ஃபோர்ட் வச்சு விளையாடிட்டு இருப்பேன். ஸ்கூல் லெவல் குட் பிளேயர் பெயர் இருக்கு." என்றவன் சாப்பிட்டு முடித்து விட, சரண்யா தான் இன்னும் முழுவதும் சாப்பிடாமல் மிச்சத்தைக் கொட்ட சென்றாள்.

அந்த நொடி அருளன் மனம் அவள் உண்டு விட்டு மிச்ச உணவை சாப்பிட அவல் கொண்டது. அந்த அவல் காரணம் அவளை அவனுக்குப் பிடித்து உள்ளது என்பது அல்ல! பல நாள் பசியில் இருக்கும் நபருக்கு அடுத்தவர் சாப்பிட்டு வைத்த உணவின் மேல் அருவருப்பு இல்லாத பசி தோன்றும் அல்லவா? அதே போன்ற உணர்வு தான் அவனுக்கு அப்போது தோன்றியது!

அடுத்தவர் கண்ணுக்கு அமைதி நபராகத் தெரியும் அருளன் பல நேரத்தில் கற்பனை என்கிற பெயரில் கேவலமானவற்றை எல்லாம் யோசிப்பான்! அதில் ஒன்று தான் மற்றவர்கள் எச்சில் பண்ணி வைத்த உணவை உண்ண நினைப்பது.

பல நேரத்தில் உதடு சாயம் பூசிய பெண்களின் உதடுக்கு முத்தம் கொடுத்தால், எப்படிப்பட்ட சுவை வரும் என்றெல்லாம் கூட யோசித்து உள்ளான். அந்த நேரத்தில் அவன் மனதில் எழும் கேள்வி, "நமக்கு மட்டும் தான் இப்படித் தோன்றுமா? இல்ல, பொண்ணுங்களுக்குக் கூடப் பசங்களைப் பார்த்தால்.. அப்படித் தோன்றுமா?" என்றுதான்.

மனிதன் எல்லாவித உணர்வும் கலந்தவன் தானே? அப்படியிருக்க, பல ஆண்களுக்குப் பெண்களைப் பார்த்தால் தோன்றும் இதுபோன்ற உணர்வு பெண்களுக்கும் தோன்றுவது இயற்கை தானே? அந்த உணர்வை மூளையில் வெகுநேரம் தங்க விடாது தன் கவனத்தை வேறு இடத்தில் திசை திருப்புவது தானே பலரின் யுக்தி?

ஆனால் அருளன் அப்படிப்பட்ட எண்ணம் தோன்றும் போதெல்லாம், "இந்த உலகத்தில் என்னைப் போன்ற அசிங்கமானவன் அருவருப்பானவன் இல்லை!" என்றே நினைப்பான். அந்த நேரத்தில் தன்னைத் திட்டவே இருளனை அழைத்துத் திட்ட விட்டு, பின்னர் "உலகத்தில் இருக்கும் பலரின் மனம் அப்படித்தான்!" என ஆதவன் சொல்வது போல் கற்பனை செய்து, தன் மனதை சாந்தப்படுத்துவான்.

இதோ இப்போதும் அப்படிச் செய்து சரண்யாவுடன் அமைதியாக நடந்து கொண்டே தன் வகுப்பை நெருங்கினான். அப்போது அவள் வகுப்புக்குள் செல்வதற்கு முன், "இன்னிக்கு நீ கோயம்பேடு வழியா தானே வீட்டுக்கு போவ?" என்று கேட்டாள்.

"ஆமா, ஃபோன் வாங்க காசு சேர்க்கும் வரை வேற வழியில் போனேன். இன்னிக்கு கோயம்பேடு போற பிளான் தான். ஏன் என்ன விஷயம்?" என்று கேட்டான் அருளன்.

"இல்ல, சேர்ந்து போலாமா? தினம் தனியா வடபழனி வரை போகப் போர் அடிக்குது! அதான்."

"என் கூட வந்தா மட்டும் போர் அடிக்காதா? எனக்கு அதிகம் பேச வராது! உங்களுக்குத் தான் ஏண்டா இவன் கூட ஒண்ணா போறோம் தோணும்."

"அதெல்லாம் ஒன்னும் இல்ல. உனக்குப் பேச வராது. என்ன பேச தெரியல. நான் டாபிக் சொல்றேன். நீ பேசிட்டே வா. அப்புறம் கொஞ்சம் கொஞ்சமா நீயா பேசுவ." என்றாள்.

'இவ ஏன் என்னைப் பேச வைக்க இவ்வளவு முயற்சி பண்றா? நாம ஒன்னும் அந்த அளவுக்கு அழகு இல்லையே! ஃப்ரெண்ட்டா பேச

நினைக்கும் அளவுக்கு நான் நல்லவன் இல்லயே! பேசாம வர முடியாது சொல்லிடவா?' என்று எண்ணியவன், "கிளாஸ் முடிந்ததும் பார்க்கலாம்." என்று மட்டும் சொல்லிவிட்டு தன் இடத்தில் போய் அமர்ந்தான்.

அப்போது சஞ்சய் அவன் அருகே வந்து, "மச்சி, என்னடா சரண்யா கூட ரொம்ப நேரம் பேச்சு போல? எதாவது சம்திங் சம்திங்?" என்று கேட்டான்.

"நத்திங்! ஜஸ்ட் கோயம்பேடு பஸ் ஸ்டாண்டு போகும் வரை பேச்சு துணைக்கு வர சொன்னாங்க.. நானோ.. இல்ல, என்னை விடச் சஞ்சய் பெட்டர்! அவரைக் கூட்டி போங்க.. ஜாலியா இருக்கும்னு சொன்னேன். அவ்வளவுதான். உங்களுக்கு ஓகேன்னா கூடப் பேசிட்டே போங்க, சஞ்சய். உங்களோட ஜோடி பொருத்தம் தான் சூப்பரா இருக்கும்!"

"நோ! நான் என்னோட பெமினாவுக்கு (Femina) துரோகம் செய்ய மாட்டேன்! மாட்டேன்!"

"நல்லது. அப்ப மிஸ்டர் சஞ்சய்க்கு உங்க கூடப் பேச இஷ்டம் இல்லன்னு சொல்லிடுறேன்."

"வேணாம் டா, மனசு கஷ்டப்படும்.. வேணும்னா, அவன் பஸ் பிடிக்க ஓடிவதால் பேசிட்டு போக நேரம் இருக்காது சொல்லிடு. என்னை விட உன்கூடத்தான் அவ நல்லா பேசுறா. பேசாமல் நீயே துணைக்குப் போயேன்! நீயும் சிங்கிள் அவளும் சிங்கிள்.. போதாத குறைக்கு அவளுக்கும் உன் அம்மாவுக்கும் ஒரே பெயர்! என்ன வாய் தான் தேங்காய் துருவி மாதிரி இருக்கு.. இட்ஸ் ஓகே, டென்டிஸ் கிட்ட போய்ச் சரி பண்ணிக்கலாம்!" என்றான் சஞ்சய் கேலியாக.

அந்த நொடி வகுப்புக்குள் ப்ரொபசர் ஒருவர் நுழைய அவர்களின் பேச்சு அதோடு தடைப்பட்டது. அருளன் சரண்யா அமர்ந்திருக்கும் இடத்தைச் சில நொடிகள் யாரும் அறியாது பார்த்தவன், 'நான் ஒரு பொண்ணை லவ் பண்ண நினைச்சா.. அவ கண்டிப்பா என் அம்மா மாதிரி ஒரு சதவீதம் கூட இருக்கக் கூடாது! அப்படி இருந்தா.. அவ பேரழகியா இருந்தா கூட.. போடி என்று சொல்லிட்டு வந்துடுவேன்!' என்று நினைத்தான் ஏதோ அவன் பின்னால் பல பெண்கள் அப்படி வருவது போல்.

அவனின் மனவலிமையை உடைக்கக் கூடிய பெண் வருவதற்குள் அருளன் எத்தனை பெண்களை எத்தனை வித பார்வையில் பார்த்திருப்பான் எனக் காலம் தான் பதில் சொல்லும்.

காதல் கனவு நிறைவேறுமா?

9

கனவு 9

மாலை 6. 30 மணி.

சரண்யா அருளன் உடனேயே பின் தொடர்ந்து நடந்து வந்தாள்.

'அட லூசே! இவ என்னை ஏன் ஃபாலோ பண்றா?' என்று நினைத்தவன், "சரண்யா, என்ன விஷயம்?" என்று கேட்டான்.

"சேர்த்துப் பஸ் ஸ்டண்ட் போலாம் சொன்னேன்ல.. மறந்திட்டியா?"

"இல்ல.. மறக்கல. ஆனா, பேசிட்டே போலாம் சொல்றீங்க. என் கூடப் பேச பெருசா ஒன்னும் இல்லயே!"

"அதை நான் சொல்றேன். நீயும் வடபழனி வரை கூட வருவ தானே?"

"நான் போற ரூட் வடபழனி தாண்டி தான் போகுது. ஸோ, போலாம்." என்றவன், கற்பனையாக அந்தரத்தில் பறந்து கொண்டிருந்த ஆதவனைக் கண்டு பாவமாக முகத்தை வைத்துக் கொண்டான்.

சஞ்சய் அந்த நேரத்தில் பேருந்து பிடிக்க ஓடி கொண்டே அருளனையும் சரண்யாவையும் ஒரு நொடி பார்த்துவிட்டு சென்று விட்டான்.

கோயம்பேடு பேருந்து நிலையம் செல்லும் பேருந்து நிற்கும் இடத்திற்கு அவர்கள் வருவதற்குள் சஞ்சய் சென்று விட்டான்.

பொறுமையாகக் கூட்டம் குறைந்த பேருந்தில் போய் ஏறினர் அவர்கள். சரண்யா பயணச் சீட்டு எடுக்க, அருளன் தான் வைத்திருக்கும் ஒரு நாள் பஸ் பாஸ் காட்டினான் கண்டக்டரிடம்.

சரண்யா பயணச் சீட்டு எடுத்ததும், "தினம் எத்தனை மணிக்குக் காலேஜ் வர? எத்தனை மணிக்கு வீட்டுக்குப் போய்ச் சேர்வ?" என்று கேட்டாள்.

"காலையில் 11 மணிக்குள் காலேஜ் வந்து நூலகம் உள்ளே போய்டுவேன். அப்புறம் ஒரு மணி வரை அங்கே புக் படிச்சிட்டு, கேன்டீன் போய்ச் சாப்பிட்டுக் கிளாஸ் வருவேன். அப்புறம் காலேஜ் நேரம் முடிந்ததும், பல பஸ் பிடிச்சு.. வீட்டுக்குப் போய்ச் சேர ஒன்பது மணியாகும். அவ்வளவுதான்." என்றான் அருளன் முடிந்தவரை தன்னை உற்று பார்க்கும் சரண்யாவின் கண்ணைப் பார்க்காது.

"தினம் சீக்கிரம் வரியா? ஏன் அப்படி?"

"சும்மாதான்."

"ஹே.. பொய் சொல்லாதப்பா! எதோ இருக்கு!"

"அதான் சொன்னேன் ல.. நூலகம் போய்ப் படிப்பேன்.. அப்புறம் கேன்டீன்.. கிளாஸ்."

"நான் நம்ப மாட்டேன்!"

"நீங்க நம்பனும் நினைச்சு நான் ஒன்னும் சொல்லல. ஸோ, உங்க நம்பிக்கை வச்சு நான் என்ன பண்ண போறேன்?"

"ஹே.. அப்படியில்ல! தினம் நூலகத்தில் படிப்பேன் சொல்ற.. அவ்வளவு பெரிய படிப்பாளியா நீ..?"

"படிப்பாளி இல்லன்னு சொல்ல முடியாது. ஆனா, நான் அதிகம் அங்கே படிப்பது கதை புக்ஸ் தான். கதை படிப்பது என்னோட பொழுதுபோக்கு."

"ஓ! அப்போ நம்ம சப்ஜெக்ட் புக்ஸ் படிக்கல?"

"அதையும் படிப்பேன்.. கதையாக."

"எப்படி?"

"அதெல்லாம் அப்படித்தான்."

"எது எப்படி?"

"அதெல்லாம் சொன்னா உங்களுக்குப் புரியாது, சரண்யா."

சரண்யா பிடிவாதமாய் அவனைச் சொல்ல சொல்லி கட்டாயப்படுத்த, அதே நேரத்தில் கோயம்பேடு பேருந்து நிலையத்திற்குள் அந்தப் பேருந்து நுழைந்து, அதற்கான இடத்தில் நின்றது.

அருளன் அமைதியாகப் பேருந்து விட்டு இறங்க, சரண்யாவும் அவனோடு சேர்ந்து இறங்கி தான் பிடிவாத கேள்வியைத் தொடர்ந்தாள்.

அவள் தோழியாக இருக்கும் எண்ணத்தில் தான் அவனைத் தொல்லை செய்து பேச வைக்க நினைத்தாள். ஆனால் அவனுக்குள் இருக்கும் சாத்தான் சும்மா இல்லாது அவனின் மூளையைக் குழப்ப, அந்த நொடியில் 'தன் கற்பனை தோழி பற்றிக் கதைவிட இதே சரியான நேரம்!' என நினைத்து,

"என் ஃப்ரெண்ட் திவ்யதர்ஷினி. அவ சொன்னது. அவ தான் கதையா சப்ஜெக்ட் எல்லாம் படிப்பது எப்படின்னு சொல்லி தந்தா." என்றான் அவ்வளவு நேரம் இல்லாத கனிவான குரலில். அவனின் கண்ணில் அந்தக் கற்பனை தோழிக்கு உருவமாகச் சில மாதத்திற்கு முன்பு அவன் ஃபேஸ்புக்கில் பேசிய பெண்ணின் முகத்தைக் கொடுத்தான்.

"அவ..? அப்போ பொண்ணு! ஓ! பெயர் திவ்யதர்ஷினியா? நல்ல பெயர்."

"ம்ம்.. நல்ல பெயர் தான். ஆனா, நான் அவளைத் திவி என்றுதான் கூப்பிடுவேன்."

"திவி? செல்ல பெயர் வைத்து கூப்பிடும் அளவுக்கு நெருக்கமா?"

"பின்ன.. நாலு வயசு ல இருந்து ஃப்ரெண்ட் ல?"

"என்னது நாலு வயசா..?" என்று அதிர்ச்சி அடைந்தாள் சரண்யா.

"யெஸ்!" என்று கூறி ஆமோதித்தான் அருளன்.

"உன்னை அவ எப்படிக் கூப்பிடுவ?"

அருளன் என்ன பதில் சொல்வது எனத் தெரியாது சில நொடிகள் முழித்தவன், "இருளா.. இருள்.. இருளன்." என்றான்.

அந்த நொடி இருளன் அவனுள் இருந்து வெளியே வந்து, "என்னது..? ஏண்டா ஏன்? நான் பாட்டுக்கு சிவனேனு தான்டா தூங்கிட்டுக் கிடந்தேன்! என்னை ஏன்டா வம்புக்கு இழுக்கிற?" என்றான். அருளன் முகத்தில் அந்த நொடி கேலி சிரிப்பு தோன்றி மறைந்தது. ஆதவனும் கற்பனையாக வெளியே வந்து நடக்கும் கூத்தை வேடிக்கை பார்த்தான்.

"இருளன்..? ஏன் இந்தப் பெயர்?"

"அதுவா.. அவ என்னை முதல்முறை பார்த்தது இரவு நேரத்தில். அன்னிக்கு என் பெயர் அருளன் சொல்ல.. அவ கிண்டலா இருளன் சொல்லி.. இன்று வரை அப்படித்தான் கூப்பிடுறா."

"நல்ல விளக்கம்."

"நன்றி."

தாம்பரம் செல்லும் பேருந்து வர, அதில் ஏறினர்.

சரண்யா அருளன் அருகே இருந்த இருக்கையில் அமர்ந்தாள். அருளன் உடலில் சிறு நடுக்கம் தோன்றி மறைந்தது. அவள் பெரிய அழகி இல்லையென்றாலும், அவன் மனம் தடுமாறியது.

அவன் தன் மனதை கட்டுப்படுத்த, ஜன்னல் வழியே வேடிக்கை பார்த்தான். சரண்யா அவனின் நிலை புரியாது இன்னும் அவனை இடித்தது போல் அமர்ந்தாள்.

'அட கருமம் பிடிச்சவளே!' என்று மனதிற்குள் அவளைத் திட்டியவன், தன் கை நடுக்கம் காட்டாதவாறு மனதை கண்ணை மூடி ஒருநிலைப்படுத்த பார்த்தான்.

"அருளா, அந்தத் திவி என்ன பண்றா.. ஐ மீன்.. என்ன படிக்கிறா?" என்று கேட்டாள் சரண்யா.

"+2"

"ஸ்கூலா?"

"+2 ன்னா.. ஸ்கூல் படிப்பு தானே?"

"ஆமா."

"அப்போ ஸ்கூல் தான்."

"உன்னை விட ஒரு வயசு சின்னப் பொண்ணா?"

"இல்ல.. மூணு மாசம் தான்."

"ஸ்கூல் சேர லேட்டா அவ?"

"இல்ல, என்னைச் சீக்கிரம் சேர்த்துட்டாங்க."

"அப்போ.. நீ.. நம்ம கிளாஸ் ல.."

"ம்ம்.. எல்லார் விடச் சின்னவன். உங்களையும் சேர்த்து."

"ஓ!"

"என்ன..?"

"ஒன்னும் இல்ல." என்ற சரண்யா பெருமூச்சு விட்டாள்.

அவளின் பெருமூச்சு பார்த்து ஆதவன், "பாவம் பொண்ணு ரொம்ப ஃபீல் பண்ணுது. பட், எங்க அருளன் அழகுக்கு நீ சரிப்பட்டு வர மாட்ட!" என்றான் கற்பனையாக.

"அப்படி இங்க என்ன அழகு வாழுது சொல்லி இவனை அழகன் சொல்ற? லேசா தட்டினாலே எலும்பு உடையும் அளவுக்கு உடம்பு! இதுல ஐயாவுக்கு இன்னும் மீசை கூடச் சரியா முழைக்கல! இவன் அழகா..?"

"கான்ஃபிடன்ஸ்! கான்ஃபிடன்ஸ் முக்கியம் மச்சி! நம்மை நாமளே பெருமையா நினைச்சா தான் எதையும் சாதிக்க முடியும்!"

"ஓவர் பெருமை எருமைக்குச் சமம்! தற்பெருமை உன்னைச் சீரழித்து விடும்!"

"இருளா, நம்ம அருளனை நாம தானே நல்லதா சொல்லி தன்னம்பிக்கை கொடுக்க முடியும்?"

"கொடுத்து..? அப்படிக் கொடுத்து இவனை இத்துப்போன காதலில் விழ வைக்கச் சொல்றியா? இன்னும் சில வருடத்தில் சாகத் திட்டம் போட்டவனுக்குக் காதல் கண்றாவி தேவையா? சாகும் நொடியில் யாரையும் நினைச்சு வருந்தும் நிலை வேணாம் தானே சொல்றேன். அப்படி வருந்தி செத்ததும் யாரு நம்ம கூட வர போறாங்க? அவனவன் செத்ததும் கொஞ்ச நாள் அவனை நினைச்சு அடுத்தவர்கள் அழுவாங்க. அப்புறம் தன்னோட வாழ்க்கை பார்த்திட்டு போய்டுவாங்க. இதான் நிதர்சனம்.

இதுல காதல்.. கனவு.. வாழ்க்கை.. தேவையா? சாவு தான்டா நிரந்தரம், வாழ்க்கை எதோ ஆசைகளில் நடைபாதை. எதுக்கு இருக்குன்னு தெரியாத குறிக்கோள் வச்சுட்டு.. அது இல்லன்னா வாழ்க்கை முடிந்தது நினைத்து.. ஓடி.. முடிவில் கிடைக்காமல் அழுது.. கதறனும். மனித வாழ்க்கையை மொத்தம் பொய்யான தேடல் தானே?"

"சரிங்க.. ஞானி அவர்களே!" என்ற ஆதவன் சிரிக்க, இருளன் கோபத்தில் அவனை அடிக்கச் சென்றான் கற்பனையாக.

அருளன் கற்பனை செய்யும் வேலையில் இருந்ததால் சரண்யா பேசியதை கேட்கவில்லை.

"என்னடா நான் சொன்னது சரி தானே?" என்று அவள் கேட்க, ஏதோ யோசனையில் அருளன், "ஆமா." என்றான்.

"ஓ!" என்ற சரண்யா வடபழனி நிறுத்தம் வர, "பை! நாளைக்குப் பார்க்கலாம்." என்று சோகமான குரலில் சொல்லிவிட்டு சென்று விட்டாள்.

அவளின் சோக குரலை கண்டுகொள்ளாத அருளன், காதில் ஹெட் செட் மாட்டி தன் கைபேசியில் எப்எம் கேட்க ஆரம்பித்தான். அவன் மூளையோ தன் கற்பனை தோழி பற்றி வேற என்ன கதையெல்லாம் பரப்புவது என யோசித்தது.

வடபழனி நிறுத்தத்தில் இறங்கிய சரண்யா, தன் தோழி ஒருத்திக்கு கைபேசி அழைப்பு விடுத்து, "அவன் மனசுல யாரோ ஒரு பொண்ணு இருக்கா. அவ பெயர் திவ்யதர்ஷினி. சின்ன வயசு ஃப்ரெண்ட் எனச் சொல்றான். அவளைப் பற்றிப் பேசும் போது மட்டும் அவன் முகம் அப்படி ஒரு பிரகாசம் விசுது! உண்மையா ஒரு பொண்ணை விரும்பும் பசங்களால் இன்னொரு பொண்ணு கிட்ட சகஜமாகக் கூடப் பேச முடியாது. அதான் நம்ம கிளாஸ்ல அவன் எந்தப் பொண்ணு கூடவும் பேசுவதில்ல.

'நானும் உன் ஃப்ரெண்ட் தான்டா.. என்னையும் வா.. போ.. போலப் பேச மாட்டியா?' எனக் கேட்டேன். அவன் பதில் சொல்லல. அந்தத் திவியைத் தவிர வேற எந்தப் பொண்ணையும் மரியாதை பேச்சு விட்டு 'வா.. போ..' என்றெல்லாம் பேச மாட்டியா? என்று கேட்டேன். அதுக்கும் பதில் சொல்லல. கடைசியா.. அவளை அந்த அளவுக்குப் பிடிக்குமா? வருங்காலத்தில் காதலி வந்தா கூட.. திவிக்குத் தான் முன்னுரிமை தருவியா? இல்ல, அவளையே லவ் பண்ற திட்டமா? எனக் கேட்டேன். அதுக்கு 'ஆமா' மட்டும் பதில் சொன்னான். எந்தக் கேள்விக்கு அந்த 'ஆமா' தான் தெரியல." என்றாள்.

சரண்யா எதனை மனதில் வைத்து பேசுகிறாள் எனப் பேசும் அவளுக்கு மட்டுமே தெரியும். காரணம், ஒரு பெண்ணின் மனதை ஒரு பெண்ணால் தான் உணர முடியும். அதானே உலக வழக்கம்?

அடுத்த நாள் மதியம் அருளன் வகுப்புக்குள் நுழைந்த போது, அவனைப் பல கண்கள் உற்று நோக்கினர்.

"என்னடா இது... இத்தனை நாள் இல்லாத அதிசயமா இதுங்க நம்மள பார்க்குதுங்க! என்ன விஷயமா இருக்கும்?" என்று கேட்டான் ஆதவன் கற்பனையாக.

"ஒருவேளை மீசை நல்லா வளர இன்னிக்கு பார்த்து அருளன் இருந்த கொஞ்ச மீசையும் வழித்துக் கொண்டு வந்ததால் இருக்குமோ?" என்றான் இருளன் கற்பனையாக.

அருளன் அதெல்லாம் கண்டு கொள்ளாது தன் தோல் பையைத் தன் இடத்தில் வைத்துவிட்டு, "இன்று என்னென்ன வகுப்புகள் உள்ளனர்?" என ஸ்டாப் அறையில் காண சென்றான். அவன் திரும்பி வந்த

போதும் அவனை உற்று பார்க்கும் கண்களில் எண்ணிக்கை அதிகரித்து இருந்தது.

"ஏதோ சரியில்ல!" என்ற ஆதவன், "அருளா, என்னன்னு நீயே யாரையாவது பிடிச்சு கேளு." என்றான்.

அதன்படி அவனும் அங்கிருந்த கூட்டத்தில் ஒருவனைத் தேர்ந்தெடுத்து, "என்னாச்சு..? என்னை ஏன் இப்படிப் பார்க்கிறீங்க?" எனக் கேட்டான்.

"உன் திவி பற்றி எங்களுக்குத் தெரிஞ்சு போச்சு!" என்றான் அவன் வெடி சிரிப்பில்.

"ஓ!" என்ற அருளன், ஒரு நொடி திரும்பி சரண்யாவை பார்த்தவன், அவள் அவனைப் பார்க்காது முகத்தை மூடி திருப்பிக் கொள்வதைக் கண்டு, "நல்லது." என்றவன், அந்த நபர் பக்கம் திரும்பி, "பேசுங்க. ஆனா அவ என்னோட ஃப்ரெண்ட் மட்டும்தான்... இப்போதைக்கு. உங்க கற்பனை குதிரை ஓட்டம் சீராக வாழ்த்துகள்." என்று கூறி தன் இடத்தில் போய் அமர்ந்து கொண்டான்.

அவன் மனம்,

"சூப்பர்! இனி இதே கதையை டெவலப் பண்ணி எல்லாரையும் என்னைப் போல் அரைப் பைத்தியமா சுற்ற வைக்க வேண்டியது தான்." என்றது. ஆதவன் மற்றும் இருளன் ஒருவரை ஒருவர் பார்த்துக் கொண்டு, "நாசமா போன திட்டம்!" என்றனர்.

அதே நேரத்தில் அந்த அறைக்குள் அர்ஜூன் வந்தான் தன் நண்பன் சிவாவுடன். அந்த அறையில் இருந்த அதிகப்படியான மேசையைச் சரண்யாவிடம் சொல்லிவிட்டு எடுத்துச் சென்றான்.

அப்படிச் சென்றவன் கண்கள் அருளனை ஒரு நொடி பார்த்துவிட்டுச் சிமிட்டியது. ஏதேச்சையாக நடந்த நிகழ்வு தான். அதில் காரணம் கற்பிக்க ஒன்றும் இல்லை தான். ஆனால் அருளன் மனம் அதனை ஏற்காது சந்தேகம் கொண்டது.

"உண்மையில் நீ யாருடா..? உன்னை ஏன் அடிக்கடி எங்கேயோ பார்த்த மாதிரி தோணுது?" எனக் கேட்டான் அருளன் தனக்குத்தானே.

அந்த விடை என்னவாக இருக்குமோ?

காதல் கனவு நிறைவேறுமா?

10

கனவு *10*

அன்றைய நாள் முழுவதும் இதுவரை அவனிடம் பேசிறாத பலர் வந்து பேசினர்.

"திவ்யதர்ஷினி.. திவி.. உண்மையில் உனக்கு யாரு? ஃப்ரெண்ட்? லவ்வர்? இல்ல, கதை கட்டி விடுறியா?" என்று கேட்டனர்.

அருளன் அவர்களின் கேள்விகளுக்குப் பதில் சொல்லாது, தன் வேலையில் கவனமாக இருப்பது போல் நடித்தான். சஞ்சய்யும் தன்னால் முடிந்த வரை அவனைத் தனியே அழைத்து அதே கேள்விகளைக் கேட்டான்.

"திவி பத்தி எதுக்கு இப்ப பேச்சு? நம்ம கிளாஸ்ல பலருக்கு கேர்ள் ஃப்ரெண்ட்ஸ் இல்லயா? இன்னும் சிலருக்கு காதல் கூட இருக்கு! ஸ்கூல் படிக்கும் போதே காதல் வந்ததா சொல்றாங்க. அவங்களை விட்டுட்டு, 'நான் உண்டு என் வேலை உண்டு!' என்று இருக்கேன். யாரோட தனிப்பட்ட வாழ்க்கை பற்றி நான் எதாவது பேசுறேனா? பின்ன, என்னைப் பத்தி என்ன பேச்சு?" என்று கேட்டான்.

அவனுக்குத் தெரியும் சஞ்சய் தான் இப்போது பேசியதை கண்டிப்பாக அடுத்தவர்களிடம் சொல்ல மாட்டான் என. சரண்யா போல் சஞ்சய் அல்ல, நம்பி ஒன்று சொன்னால் அதனை அடுத்தவர்களிடம் புறம் பேச மாட்டான். அந்தக் குணம் உண்மையில் அருளனை கவர்ந்தது. ஆனால் என்ன.. ஒன்று சொன்னால் அதைப் பற்றி அந்த நபரிடமே கேட்டுக் கொண்டே இருப்பான்!

"கேட்காதே! அதைப் பற்றி மட்டும் பேச்சு வேண்டாம்!" என்றாலும் கேட்காது கேள்வி கணைகள் தொடுப்பான்.

என்றும் போல் இன்றும் சஞ்சய் கல்லூரி நேரம் முடிந்ததும் வேகமாகக் கிளம்பியவன், இந்த முறை அருளனின் கையைப் பிடித்து இழுத்துக் கொண்டே, "சீக்கிரம் அட்டனன்ஸ் ஸ்லீப் ஸ்டாப் ரூம் ல கொடுத்துட்டுப் பஸ் புடிச்சுச் சீக்கிரம் கோயம்பேடு போயிடலாம். இந்தச் சரண்யா பொண்ணு திரும்பி உன் கூட வரேன் சொல்லி.. உன்னைப் பேச வச்சு.. அதையே கிளாஸ்ல சொல்லி.. இன்னொரு பிரச்சனை பண்ணி விடப் போகுது!" என்றான்.

அருளன் லேசான சிரிப்புடன், "ம்ம்.. போலாம்." என்றவன், சஞ்சய் ஓடத்தில் ஓட, அவனுக்குச் சமமான வேக நடையில் அருளன் தன் தின கடமையை முடித்துவிட்டு பேருந்து நிறுத்தம் சென்றான். அங்கே அவர்களுக்கு முன்பே சரண்யா வந்து காத்திருந்தாள்.

அவள் அருளனை பார்த்ததும் அவனோடு பேச முயல, அந்த நேரத்தில் கோயம்பேடு செல்லும் பேருந்தும் வர, சஞ்சய் ஒரே பிடியாக அருளனை பிடித்துக் கொண்டு அந்தப் பேருந்தில் பெரும் கூட்டத்தோடு போராடி ஏற்றினான். சரண்யாவும் அந்தப் பேருந்தில் எப்படியோ ஏறி அருளன் பக்கத்தில் வந்து நின்று விட்டாள்.

சஞ்சய் அவனை முறைக்க, அருளன் கற்பனையாகத் தன்னைப் பார்த்துக் கேலியாகச் சிரிக்கும் தன் கற்பனை நண்பர்களை ஒரு பார்வை பார்த்துக் கொண்டே சரண்யாவிடம், "சொல்லுங்க, சரண்யா. என்கிட்ட என்ன பேச நினைக்கிறீங்க? என்னைப் பற்றி இன்னும் வேற எதாவது கேட்டறிந்து கிளாஸ்ல சொல்லனுமா? ம்ம்.. கேளுங்க. என் வாழ்க்கையில் சொல்லக்கூடாத ரகசியம் பெருசா இல்ல. கேளுங்க, சொல்றேன். நாளைக்கு அதையும் கிளாஸ்ல சொல்லி சிரிக்க வைங்க." என்றான் பொறுமையான குரலில்.

"ஹே.. அப்படியில்ல! நான் நம்ம கிளாஸ் பூரணி கிட்ட மட்டும் தான் சொன்னேன். அவ தான் எல்லார் கிட்டயும் சொன்னா! என் தப்பு எதுவும் இல்ல! இல்ல!" என்றாள் சரண்யா கெஞ்சல் குரலில்.

"அவங்க கிட்ட சொன்னதுல மட்டும் உங்க தப்பு இல்லையா, சரண்யா? நான் உங்களை நம்பி சாதாரணமா சொன்னதையே அடுத்தவர்கள் கிட்ட சொல்றீங்க என்றால்.. அப்போ எதாவது இன்னும் பெர்சனல் விஷயம் சொன்னா.. அதையும் சொல்வீர்களா?"

"ச்சே! அப்படி இல்ல, அருளா.. நீ அதிகம் கிளாஸ் ல யாருகூடவும் பேசுவது இல்லையா.. அதான் என்ன காரணம் தெரிஞ்சுக்கச் சொல்லி கேட்டாங்க."

"யாரு கேட்டாங்க..?"

"நம்ம கிளாஸ்ல பலரும்."

"ஓ! சரி, பதில் கிடைத்ததா?"

"இன்னும் முழுசா கிடைக்கல."

"என்னங்க முழுசா கிடைக்கல? நான்தான் நேத்தே சொன்னேன் ல.. எனக்குப் பேச காரணம் இல்லாதப்ப சும்மா எதையாவது பேச வராது. நீங்க பேசுங்க.. கேட்பேன். ஆனா, எனக்குப் பேச எந்த விஷயமும் இல்ல! இல்ல! அப்படியே நான் பேச நினைச்சாலும்.. எனக்குப் பிடிச்ச விஷயங்கள் அடுத்தவர்களுக்குப் பிடிக்காதது தான்."

"ஓகே! சாரி! ஃப்ரெண்ட்ஸ்?" என்று கேட்டு கைநீட்டினாள் அவள்.

"கைகொடுத்தால் தான் ஃப்ரெண்ட்ஸா? சாரி, எனக்கு ஃப்ரெண்ட் சொன்னாலே ஃப்ரெண்ட் தான்!" என்றவன், மற்ற நாட்களை விட இன்று சீக்கிரம் கோயம்பேடு பேருந்து நிலையம் வர, சீக்கிரம் இறங்கினான். சஞ்சய் அவ்வளவு நேரம் வேடிக்கை பார்த்த தன் வேலையை நிறுத்திவிட்டு ஓடி சென்று தான் போக வேண்டிய இடத்தின் பேருந்தில் போய் ஏறினான். அவனுக்கு அன்று சீக்கிரம் போக மனது வரவில்லை தான். அருளனுடன் தனித்துச் சிலது பேச நினைத்தான்.

ஆனால் சரண்யா பக்கத்தில் இருந்ததால் அவ்வாறு பேச முடியவில்லை. சரண்யா அருளனுடனே நடந்து வந்தவள், "என்னிக்கு டச் ஃபோன் வாங்க போற?" என்று கேட்டாள்.

"இந்த வாரம்.. இல்லன்னா, அடுத்த வாரத்தில் திவி கூடப் போய் வாங்க போறேன். அவ பார்த்து சொல்லும் ஃபோன்.. காசு இருந்தா வாங்குவேன்." என்றான் அருளன்.

"அவளோட இருக்கும் நட்பு உன் வீட்டு ஆட்களுக்குத் தெரியுமா?"

"தெரியும்."

"அவங்க ஒன்னும் சொல்லல?"

"என்ன சொல்லணும்?"

"அவன் கூட நட்பு வேணாம் என்று."

"இதுவரை சொல்லல. சொன்னாலும் கேட்க கூடிய பொண்ணு அவ இல்ல. சரியான காரணம் இல்லாமல் சொல்லப்படும் விஷயத்தை அவ

கேட்க மாட்டா!"

"ஒருவேளை கேட்டால்? உன்னோட நட்பு வேணாம் சொன்னால்?"

"இட்ஸ் ஓகே சொல்வேன்."

"ஏன் கஷ்டமா இருக்காத உனக்கு?"

"இருக்கலாம். ஆனா, கொஞ்ச நாளில் மறந்து போயிடும். அடுத்து வாழ்க்கையில் என்னன்னு பார்ப்பேன். அதெல்லாம் இப்ப என்ன? அவ எதோ பண்ணட்டும்! எனக்குக் கவலையில்ல!" என்றான், 'என் கற்பனை என்னை மீறி செல்லுமா?' என்ற கோபத்தை மனதில் வைத்து.

"அவ கூட ஃபோனில் பேசுவ?"

"ம்ம்.. அடிக்கடி. அவளோட அம்மா கூடவும் அடிக்கடி ஃபோன்ல பேசுவேன். அவங்க வீட்டுல நான் செல்ல பிள்ளை மாதிரி தான். நான் கிண்டி போனாலே அவங்க வீட்டுல ஒரு மணி நேரமாவது இருப்பேன். எனக்குப் பிடிச்சது எல்லாம் செஞ்சு தருவாங்க."

"ஓ! அந்த அளவுக்கு நெருக்கமா?"

"யாரோட?"

"அவளோட குடும்பத்துடன்."

"யெஸ்."

"கிண்டியில் உன் பெரியப்பா ஃபேமிலி தானே இருக்கு சொன்ன?"

"ஆமா."

"அவங்களுக்கு எத்தனை பசங்க? பொண்ணுங்க?"

"ரெண்டே ரெண்டு பொண்ணு. அதுல மூத்த பொண்ணு திவி கூட க்ளோஸ்! ஆனா, திவி விட ஸ்கூல் ல ஒரு வருசம் ஜூனியர்."

"ஒரே ஸ்கூல்?"

"ம்ம்.. ஆமா."

"ஸ்கூல் பெயர்?"

"நினைவில்ல. ஆனா, அங்க பொண்ணுங்க தினம் ரெட் சாரி கட்டனும். பசங்க வெள்ளை சட்டை வெள்ளை வேட்டியை கட்டிட்டு வரணும்னு சொல்லுவாங்க."

"ஹே.. எனக்குத் தெரிஞ்சு போச்சு! அட கொடுமையே.. நானும் அதே ஸ்கூல் தான் படிச்சேன்." என்றாள் சரண்யா குதூகல குரலில்.

அவ்வளவுதான் அருளனுக்குத் தலையே வலிப்பது போலானது. 'கற்பனைக்கு வந்தது எல்லாம் சொல்லி கொண்டே போனதில், சரண்யா படித்த பள்ளியில் தான் தன் கற்பனை தோழி படிப்பதாகச் சொன்னது

தவறோ?' என நினைத்துப் பயம் கொண்டான். ஆனால் நல்லவேளை திவ்யதர்ஷினி பெயர் கொண்ட பெண்கள் பலர் அங்கே படிப்பதாகச் சரண்யா நினைவு கூர்ந்து, "புது ஃபோன் வாங்கியதும் அவளோட ஃபோட்டோ ஒரு நாள் காட்டு. அவ முகம் நினைவு வருதா பார்க்கி-றேன்." என்றாள்.

"கண்டிப்பா." என்ற அருளன் தாம்பரம் பேருந்து வருவதைப் பார்த்து, சரண்யாவுடன் ஏறினான். இந்த முறை பெண்கள் பக்கத்தில் இடம் இருக்க, அவளை மட்டும் அமர சொன்னவன், தனியே கூட்-டத்தோடு கூட்டமாக அவளின் கண்ணில் தெரியாத இடத்தில் நின்று கொண்டான். அவனுக்கு இந்த முறை உண்மையிலேயே தலை வலித்-தது. தற்போது தான் சொன்ன கற்பனை கதையும் தன் வகுப்புக்கு சரண்யா மூலம் செல்லும் என அவனுக்குத் தெரியும். இனி பார்த்து யோசித்துத் தான் பேச வேண்டும் என உணர்ந்து கொண்டான் அவன்.

இனி சொல்ல போகிற கற்பனை தோழியின் கதையைத் தானே நம்-பும் அளவுக்குத் தன் சிறு வயதில் நடந்த பல நிகழ்வுகளை அவனின் கற்பனை தோழி நினைத்து எழுதி வைக்கும் முடிவிற்கு வந்தான். அதற்கு நாவல் வடிவம் கொடுத்து, நாவல் கதை போல் திட்டமிட வேண்டும் என முடிவெடுத்தான். அதன்படி ஆதவன் உதவியை நாடி-னான். அவன் மூலம் எப்படிப்பட்ட கதையை மாட்டாதவாறு சொல்ல-லாம் எனக் கலந்துரையாடல் செய்தான். கண்டிப்பாக இருளன் இதற்கு உதவ மாட்டான் என நினைத்தான் அவன்.

வடபழனி வந்ததும் சரண்யா இறங்கி விட, அருளன் ஆண்கள் பக்-கத்தில் இடம் கிடைத்தும், கதை இயற்றும் எண்ணத்தில் இருந்ததால் அவன் அதனைக் கண்டுகொள்ளாது, எஃப்எம்-ல் இசை கேட்டுக் கொண்டே நிஜத்தையும் கற்பனை பெண்ணையும் இணைக்கும் கதை-யைத் தயார் செய்தான்.

அடுத்தச் சில நாட்கள் இப்படியே ஓட, ஒரு நாள் ஞாயிற்றுக்கிழமை அன்று அருளனின் அப்பா கிருபாகரன் அவனைத் தங்களின் சொந்த வீட்டில் வாடகைக்கு ஆள் ஒருவர் பார்க்க வருவதால் சென்று பார்த்து வர சொன்னார்.

"ஓகே." என்றவன் கிளம்ப, அவனை ஒரு நொடி காத்திருக்கச் சொன்னவர், "நீ போய்ட்டு வந்ததும் ஃபோன் வாங்க போலாம். என்ன ஃபோன் வாங்க போற முடிவு பண்ணி வை." என்றார்.

அவர் சொன்னதற்குச் சரியென்று தலையாட்டி விட்டு திருவேற்காடு அருகே வாங்கிய புதிய வீட்டிற்குப் பேருந்து பிடித்து அடுத்த இரண்டு மணி நேரத்திற்குள் சென்றான். அந்த வீடு பெயருக்கு தான் திரு-வேற்காடு அருகே இருப்பதாகச் சொல்லப்பட்டது. ஆனால் பூந்தமல்லி, ஆவடி மற்றும் திருவேற்காடு மூன்றுக்கும் இடைப்பட்ட இடத்தில் இருந்-தது.

நெருங்கிய பேருந்து நிறுத்தம் ஒன்றில் இறங்கி, முப்பது நிமிட நடை-யில் அந்த வீட்டிற்குச் சென்றான். மொத்த பயண நேரம் தான் இரண்டு மணி நேரம். அவன் வந்த அடுத்தப் பத்து நிமிடத்தில் வீட்டை பார்க்க ஆள் வர, வந்தவர் பத்து நிமிடம் வீட்டை சுற்றி பார்த்துவிட்டு, "புது வீடு சொல்றீங்க. ஆனா, நீங்க முதலில் குடி வராமல் எதுக்கு வாட-கைக்கு விடுறீங்க?" என்று கேட்டார்.

"தம்பிக்கு ஸ்கூல் இப்ப இருக்குற இடத்தில் பழகி போச்சு. எங்-களுக்கும் பல வருசம் பழகிய இடத்தை விட்டு வர மனசு இல்ல. அதான்." என்ற அருளன் தன் அப்பா தன்னிடம் சொன்ன வாடகை பண விவரம் சேர்த்துச் சொன்னான்.

"வாடகை ரொம்ப அதிகம்!" என்றார் அவர்.

"இங்க எல்லாரும் சொல்ற வாடகை தான் நாங்களும் சொல்றோம். உங்களுக்குச் சந்தேகம் என்றால் விசாரித்துப் பாருங்க. என் அப்பா சொல்ல சொன்னதைச் சொல்லிட்டேன். வீட்டையும் காட்டிட்டேன். மற்ற விவரம் அப்பா கிட்ட பேசிக்கோங்க." என்றவன் அவரை வழியனுப்பி விட்டு, தன் நண்பன் சஞ்சய்க்கு கைபேசி அழைப்பு விடுத்தான்.

"சொல்லுடா, அருளா. ஃபோன் வாங்கிட்டியா?" என்று கேட்டான் சஞ்சய்.

"இன்னும் இல்ல. நைட் திவி கூடப் போய் வாங்க போறேன்."

"சரி."

"இப்ப புது வீட்டுக்கு வாடகை பார்க்க வந்தவர்களுக்கு வீட்டை காட்ட வந்தேன். அப்படியே உங்களைப் பார்க்கலாமா கேட்க தான் ஃபோன் பண்ணேன். இங்கிருந்து உங்களுக்கும் எனக்கும் பத்து கிலோ-மீட்டர் தான் வித்தியாசம்."

"ஆமாம். ஆனா, நேரடியா பஸ் பிடிச்சா இன்னும் தூரம். குறுக்கு வழியா பார்த்தால் தான் நீ சொல்ற தூரம். அதோட இப்ப பார்ப்பது கஷ்டம். நான் என் ஆள் பெமினா ஜோஸ் கூடத் திருட்டுத் தனமா படம் பார்க்கும் திட்டத்தில் இருக்கேன்."

"ஓ! ஓகே. நல்லது." என்று பாதிக் கோபத்திலும் மீதி பொறாமையிலும் சொன்ன அருளன், "என்ன ஃபோன் வாங்கலாம் மட்டும் யோசனை சொல்லுங்க." என்றான்.

சஞ்சய் அவனின் மாமா வைத்திருக்கும் கைபேசியின் பெயரையும் அதனின் பயனையும் சில நிமிடம் சொன்னவன் கைபேசி இணைப்பைத் துண்டித்தான். அருளன் பெருமூச்சு ஒன்றை விட்டு அடுத்த அரை மணி நேரம் அந்த வீட்டின் ஜன்னல், கதவு எல்லாம் மூடி விட்டு சிறிது நேரம் தன் கைபேசியில் எப்எம்'ல் பாட்டு ஒன்றை போட்டு சில நிமிடம் ஆடினான். அவனோடு அவனின் கற்பனை நண்பன் ஆதவனும் ஆடினான். இருளன் அவர்களின் ஆட்டத்தை வேடிக்கை மட்டும் பார்த்தான்.

யாருமற்ற வீட்டில் அதுவும் சொந்த வீட்டில் ஆடும் சுகம் தனி அல்லவா? அந்தச் சுகம் தன் அப்பாவுக்குப் பதில் அவன் அனுபவித்தான்.

பின்னர் அந்த வீட்டை விட்டுக் கிளம்பினான் நேரமாக. அப்படிக் கிளம்பியவன் சாயங்காலம் ஆறு மணிக்கு தான் தற்போது குடியிருக்கும் வீட்டிற்குச் சென்றடைந்தான்.

அவன் வந்ததும் அவனுக்குக் காப்பிப் போட்டு கொடுத்த அவனின் அப்பா கிருபாகரன் வீட்டின் விபரம் எல்லாம் அவன் மூலம் கேட்டறிந்து விட்டு, "போற போக்கை பார்த்தால், நாம தான் குடி போகணும் போல. இட்ஸ் ஓகே! இங்க தண்டத்துக்கு வீட்டு வாடகை கொடுக்கறதுக்குப் பதிலா நம்ம சொந்த வீட்டுக்கு போனாலாவது.. இங்க கொடுக்கும் வாடகை காசு சேர்த்து பேங்க்ல இன்னும் எக்ஸ்ட்ரா காசு போட முடியும். வீட்டுக் கடனையும் சீக்கிரம் அடைக்க முடியும்." என்றார்.

"ஆனா, நமக்கு இங்க தான் பழக்கம். புது இடத்திற்குப் போனால்.. அம்மாவை பார்த்துக் கொள்வது, தேவைக்கு ஹாஸ்பிடல், மளிகை பொருட்கள் வாங்குவது எல்லாமே கஷ்டம்! தம்பிக்கு ஸ்கூல் வேற பார்க்கணும். அந்த இடம் பற்றி அதிகம் நமக்குத் தெரியாது. நமக்குத் தெரிந்த ஆட்கள் கூட அங்க இல்ல." என்றவன், "அப்பா, நான் வேணும்னா அங்க ஒரு வாரம் தங்கி இருந்து நமக்கு அந்த வீடு செட் ஆகுமா இல்லையான்னு பார்க்கவா? எனக்குக் காலேஜ், தம்பிக்கு

ஸ்கூல், பஸ் வந்து போகும் நேரம், அம்மாவுக்குத் தேவையான அமைதி எல்லாம் இருக்கா பார்க்கிறேன்." என்றான்.

"முடியுமா? ஒரு வாரம் தனியா இருக்க உன்னால் முடியுமா?"

"கண்டிப்பா முடியும், அப்பா. நம்மளோட கனவு வீடு! அதுல யாரோ ஒருத்தரை தங்க வைக்காம நாமே முதலில் போவது நல்லது தானே? அப்போ தானே புது வீட்டுக்குள் அதுவும்.. சொந்த வீட்டுக்குள் போன சந்தோஷம் கிடைக்கும்?" என்றவன் மனதில் ஒருவாரம் யாரின் தொல்லையும் இல்லாமல் தன் கற்பனை உலகில் கழிக்கப் போகிய நாட்கள் பற்றிய கனவுகள் அப்போதே அவன் மனதில் மிதந்தது.

அவனின் மனதில் ஓடும் விஷயங்களை அறியாத அவனின் அப்பா கிருபாகரன், "பொறுப்பான பையன் என்று அடிக்கடி நிரூபிக்கிற! குட்! குட்!" என்றார்.

அவர் சொன்னதைக் கேட்டு அவனின் கற்பனை நண்பர்கள் கற்பனையாக ஓங்கி சிரித்தனர். அன்று இரவு அருளன் தான் சேர்த்த பணம் 2500 மற்றும் அவன் அப்பாவிடம் 1500 பணம் வைத்து தொடுதிரை கைப்பேசி ஒன்றை வாங்கினான். மொத்தம் 4000 ரூபாய்க்கு வாங்கிய அவனின் முதல் தொடுதிரை கைபேசி, அவன் வாழ்க்கையில் அடுத்த ஒரு வருட காலத்தில் பல ரகளைச் செய்யக் காத்திருந்தது. அவனின் கற்பனை தோழியைக் கதையை.. கற்பனை காதலியாக மாற்றிய பெருமையும் பெற திட்டம் போட்டது.

அந்தத் திட்டத்தில் அருளன் தன்னையே அறியாது தன் தொலைபேசி எண்ணுக்கு இணைய இணைப்புக்கான பணம் செலுத்தி, ஃபேஸ்புக் செயலியை அதில் ஏற்றி, அந்த ஃபேஸ்புக் பெண்ணின் இரண்டு புகைப்படங்களைத் தன் கைபேசியில் சேமித்தான். பின்னர்த் தன் அம்மாவின் எண்ணை, "திவி (Divi)" என்கிற பெயரில் சேமித்தான். தினம் தன் அம்மாவுக்குப் பேசும் கைபேசி அழைப்புகளை எல்லாம் அவனின் தோழியிடம் பேசுவது போல் தன் வகுப்பினரிடம் முன்பு நடித்துக் காட்டவும் திட்டமிட்டான்.

அவனின் திட்டம் நினைத்தபடி செயல்படுமா?

காதல் கனவு நிறைவேறுமா?

11

கனவு *11*

அருளன் அந்த ஃபேஸ்புக் பெண்ணின் புகைப்படத்தைச் சரண்யாவிடம் அடுத்த நாள் மாலை கோயம்பேடு பேருந்து நிலையத்தை அடைந்ததும் காட்டினான்.

"ஹே.. ரொம்ப அழகா இருக்கா! உண்மையில் இவ உன் ஃப்ரெண்ட் தானா? இல்ல, காதலிக்கும் பெண்ணை ஃப்ரெண்ட் என்று சொல்லி ஏமாற்றியா?" என்று கேட்டாள் அவள்.

அருளன் சில நொடிகள் அமைதியாக இருந்துவிட்டு, "என்ன பதில் சொல்லணும் எதிர்பார்க்கிறீங்க, சரண்யா?" என்று கேட்டான்.

"உண்மையைச் சொல்லலாம்."

"இதுவரை காதல் எண்ணம் இல்ல. இப்பவரை அவ என் ஃப்ரெண்ட் தான்."

"குழப்பிப் பதில் வேணாம். நேரா.. தெளிவா.. சொல்லு!"

"எதுக்குக் கிளாஸ் முழுக்கச் சொல்வதற்கா?"

"இல்ல! இல்ல! சொல்ல மாட்டேன்!" என்றாள் அவள் சத்தியமே செய்துவிடும் வேகத்தில்.

அப்போது தாம்பரம் செல்லும் பேருந்து வர, அதில் அவளோடு ஏறியவன், அவள் பெண்களின் இருக்கையில் அமர்ந்ததும், "சரண்யா, இவளை கண்டிப்பா நீங்க படிச்ச ஸ்கூல் ல பார்த்திருக்கீங்க தானே?" என்று கேட்டான்.

"தெரியல. பார்த்த முகம் மாதிரியும் இருக்கு.. பார்க்காத முகம் மாதிரியும் இருக்கு." என்றாள் லேசாகத் தன் தலையைச் சொறிந்து.

'நல்லவேளை!' என்று நிம்மதி பெருமூச்சு விட்டான் அவன்.

"ஜஸ்ட் மிஸ் டா, அருளா!" என்றான் ஆதவன் கற்பனையாக.

"இன்னிக்கு மாட்ட வேண்டியது. இட்ஸ் ஓகே! உன் பொய் கதையின் ஆயுள் இன்னும் எத்தனை நாளென்று பார்க்கலாம்." என்றான் இருளன் அவனும் கற்பனையாக.

அருளன் தன் மனதில் எழுந்த நிம்மதியை முகத்தில் காட்டாது, "நல்லது." என்றான் சரண்யாவிடம்.

"இன்னும் நான் கேட்ட கேள்விக்குப் பதில் நீ சொல்லல." என்றாள் அவள் சிறு பிடிவாதத்தில்.

"அதான் சொன்னேன் ல? காதல் எண்ணம் இதுவரை இல்ல. இனியும் வருமா தெரியல. ஆனா, அவளுக்கு இன்றுவரை நான் நல்ல நண்பன் மட்டும்தான்."

"ஹே.. அப்போ லவ் பண்ற ஐடியா ல இருக்கத்தான் சொல்ற?"

"இன்னும் அந்த ஐடியா இல்ல! இல்ல! இல்ல!"

"இதுவரை இல்லன்னா, இனி வரும் தானே அர்த்தம்?"

"வராமல் போகவும் வாய்ப்பு இருக்கு."

"பார்க்கலாம்."

"நீங்க என் விஷயத்தைப் பார்ப்பது அப்புறம் இருக்கட்டும். முதல்ல வடபழனி ஸ்டாப் வர போகுது. அதைப் பாருங்க.. ரெடி ஆகுங்க." என்ற அருளன், சரண்யா பேருந்தில் இருந்து கூட்டத்தைக் கிழித்துக் கொண்டு இறங்க உதவி செய்தான்.

"பை! பை!" என்று சொல்லிக்கொண்டே இறங்கி சென்று விட்டாள் அவள்.

அவள் சென்றதும் தன் கற்பனை நண்பர்களுடன் தனக்குப் பிடித்த பாட்டுகளைத் தன் புதிய கைபேசியில் கேட்டுக் கொண்டே வந்தான்.

அன்று இரவு தன் வீட்டை நெருங்கியதும், அருளனை கண்ட அவனின் அம்மா, "எனக்குப் பழைய பாட்டு யூடியூப் ல போட்டு காட்டு! எனக்கு அதைப் பார்த்துக் கொண்டே சாப்பாடு சாப்பிடணும்!" என்றார்.

"ஃபோன் ல சார்ஜ் கம்மியா இருக்கு, அம்மா. அரை மணிநேரம் வெயிட் பண்ணு. சார்ஜ் ஏறியதும் போட்டு காட்டுறேன்." என்றவன் தன் ஃபோனை சார்ஜில் வைத்து விட்டு இரவு உணவை தவிர்த்து பால் மட்டும் குடித்தான்.

அவனின் அம்மா அடுத்த அரைமணிநேரம் தொலைகாட்சியில் அழுகாச்சி நாடகம் பார்த்தார். அவனின் தம்பி அன்றைய நாள் வீட்டுப் பாடத்தைப் படித்துக் கொண்டிருந்தான். அருளன் தான் சாப்பிடவில்லை என்றாலும், தன் தம்பியையும் தன் அம்மாவையும் சாப்பிட சொன்னான்.

தன் அம்மாவிற்கு யூடியூப்பில் பழைய பாட்டு போட்டு அவரின் கையில் கொடுத்தவன், அவருக்குச் சாப்பாடும் தன் தம்பிக்கும் சாப்பாடு தந்தான்.

அவர்கள் ஒரு பக்கம் சாப்பிட்டுக் கொண்டிருக்க, அவனோ தொலைகாட்சியில் கார்ட்டூன் பார்த்தான். "சின்சன் (Shinchan)" என்கிற பெயர் கொண்ட அந்தக் கார்ட்டூன் அவனுக்கு மிகவும் பிடிக்கும். அதைப் பார்க்கும் போது மட்டும் அவன் மனம் எப்போதும் இல்லாத நிம்மதி பெறும். வாழ்க்கையில் தன் தேடல் ஏதோ ஒன்று முடிந்தது போல் உணர்வான்.

அதனைப் பார்க்கும் நேரத்தில் அவனின் கற்பனை கதாபாத்திரங்கள் அவன் முன்னே வராது! அதனைப் பார்க்கும் போது தானே அதில் வாழ்வது போல் உணர்வான்! அதனைப் பார்க்கும் போது அவனையே அறியாது சில கருப்பு வெள்ளை படங்கள் அவன் கண் முன்னே தோன்றி மறையும்! அந்தக் கார்ட்டூன் அவனைப் பொறுத்தவரை அவனே மறந்த அவனின் வாழ்க்கை நிகழ்வு! ஒவ்வொரு நொடியில் தான் வாழ்ந்து இழந்த இனிய நினைவு! அதனைப் பார்க்கும் போது ஐந்து வயது குழந்தையாய், குறும்பின் சக்கரவர்த்தியாய், கதைக்கட்டும் மன்னனாய் உணர்வான்! ஆமாம் அப்படியே உணர்வான்!

இங்கே இன்னொரு விசித்திரம் கூட நடக்கும். அவனோடு சேர்த்து அவனின் தம்பி, அம்மாவும் அந்தக் கார்ட்டூனை பார்ப்பனர். அவன் அளவுக்கு இல்லையென்றாலும் அவர்கள் மிகவும் ஆர்வத்துடன் பார்ப்பனர்.

சஞ்சய் அந்த வார கடைசியில் தன் காஞ்சிபுரம் வீட்டுக்கு போயிட்டு வந்ததிலிருந்து சோகத்தில் இருந்தான்.

அவனின் சோகத்தின் காரணத்தை அறிய அருளன் பிடியப்படவில்லை என்றாலும், இருளன் அதிசயமாகச் சஞ்சய்யின் சோகத்தின் காரணத்தை அறிய நினைத்தான்! அந்தச் சோகத்தைத் தீர்க்க நினைத்-

தான்.

ஆதவன் கையில் கற்பனையாகச் சந்தன நிறம் கொண்ட லட்டை வைத்துக் கடித்துக் கொண்டே சஞ்சய்யின் சோகத்தின் காரணத்தைக் கேட்க காத்திருந்தான். அவர்களின் எண்ணத்தைக் கேட்டறிந்த அருளன், "சரி, போய்க் கேட்கிறேன்." என்றவன், இன்டர்வல் நேரத்தில் அவன் அருகே போய் நின்று, "மிஸ்டர் சஞ்சய், வாங்களேன் ஒரு சின்ன நடை போய்ட்டு வரலாம்." என்றான்.

சஞ்சய் முதலில் மறுக்க நினைத்தவன் பின்னர், "போலாம்." என அருளனுடன் நடந்தான்.

அவர்கள் அந்தக் கல்லூரியின் நூலகம் அருகே நடந்து வந்து அங்கிருந்த சிமெண்ட் மேசையில் போய் அமர்ந்தனர்.

"சஞ்சய், உங்களுக்கு என்ன பிரச்சினை? ஏன் சோகமா பார்க்கவே கேவலமா இருக்கீங்க?" என்று கேட்டான் அருளன்.

"அப்படியெல்லாம் இல்லயே!" என்று கூறி சஞ்சய் சமாளிக்கப் பார்த்தான்.

"அப்படியா? நல்லது. கிளாஸ் போலாம்." என்று எழுந்து நின்றான் அருளன்.

"அடேய்! ஒன்னும் இல்ல சொன்னா.. அப்படியே விட்டுடுவியா?"

"பின்ன என்ன பண்ணனும் சொல்றீங்க, சஞ்சய்?"

"நீ என் நண்பன் டா!"

"ஓ! ஓகே. அதுக்கு?"

"என் சோகம் உன் சோகம் இல்லையா? என் கஷ்டம் உனக்குக் கஷ்டம் இல்லையா?"

"உங்க சோகம்.. கஷ்டம்.. அதில் எனக்கு என்ன வந்தது?"

"என்னடா பொசுக்குன்னு இப்படிச் சொல்லிட்ட! அப்போ நான் உன் உயிர் நண்பன் இல்லையா? நம்ம கிளாஸ் ல நான் மட்டும் தாண்டா உனக்கு க்ளோஸ்!" என்று சஞ்சய் தன் முன்னால் கஷ்டத்தை மறந்து, தற்போதைய தன் நண்பன் தன்னை யாரோ என்பது போல் ஒதுக்கி பேசுவதைக் கேட்டுப் பரிதவித்தான்.

"மிஸ்டர் சஞ்சய், என்னை எப்போவும் நம்பாதீங்க! நான் யாருக்கும் கடைசிவரை நண்பனா இருக்க மாட்டேன். எனக்கு ஞாபகமறதி அதிகம். தோல் மேல் கைப்போட்டு 'முஸ்தபா! முஸ்தபா!' என்று பாட்டு பாடும் ஆள் நானில்லை. கொஞ்ச நேரத்திற்கு முன்னாடி நீங்க சோகமா

இருந்தீங்க. என்னோட கொள்கையும் மீறி என்ன விஷயம் கேட்டேன். உங்களுக்குச் சொல்ல இஷ்டம் இல்ல. ஸோ, நான் சரின்னு விட்டேன். அவ்வளவுதான்.

சாரி! என்னையும் மீறி உங்க மேல் அக்கறை காட்டிட்டேன். நீங்க வரவர சரியா சாப்பிடுவது இல்ல. அதையும் கவனித்தேன். ஒருவேளை நான் பண்ண மாதிரி ஃபோன் வாங்க பணம் சேர்க்கத்தான் இப்படிப் பண்றீங்க போல. இட்ஸ் ஓகே, அது உங்களோட இஷ்டம். நான் அதுல சொல்ல என்ன இருக்கு?" என்ற அருளன்,

என்ன நினைத்தானோ, "மிஸ்டர் சஞ்சய், என்ன பிரச்சனையாக இருந்தாலும் ஓரமா சுவரை வேடிக்கை பார்ப்பதால் பிரச்சினை தீராது. பாருங்க! பிரச்சனையை உங்க சிரிப்பால் துரத்த பாருங்க. ஒருவேளை பிரச்சினை தீர்க்க வழியில்ல... தெரியல.. என்கிட்ட சொன்னால்.. உங்க மனசு பாரம் குறையும் என்று நீங்க நினைத்தால் சொல்லலாம். நான் யாரிடமும் சொல்ல மாட்டேன். சொல்லவும் உங்களுக்கு இருக்குற அளவுக்குப் பல நண்பர்கள் எனக்கில்ல." என்றான்.

சஞ்சய் சில நொடிகள் அருளனை வெறித்துப் பார்த்தவன், "இன்னிக்குக் காலேஜ் முடிந்ததும் கோயம்பேடு பஸ் ஸ்டாண்ட் போவோம் ல? இன்னிக்கு 6.45 மணி பஸ்ல நான் போகல. 8 மணி பஸ்ல போறேன். அதுவரை என்கூட இருப்பியா? நான் எல்லாம் சொல்றேன்." என்றான்.

அருளன் "முடியாது" என்று சொல்ல வாய் திறந்தவன், இருளன் ஆதவன் கட்டாயத்தில் சரியென்றான்.

இரவு 6.45 மணிக்கு,

கோயம்பேடு பேருந்து நிலையம். சஞ்சய் மற்றும் அருளன் பேருந்துக்காகக் காத்திருக்கும் பயணிகள் அமரும் இரும்பு இருக்கை ஒன்றில் அமர்ந்தனர்.

"ம்ம்.. சொல்லுங்க, சஞ்சய். என்ன சொல்லணும்?" என்று கேட்டான் அருளன்.

"உன் அப்பாவை உனக்கு ரொம்பப் பிடிக்குமா, அருளா?"

"பிடிக்குமே! ஏன்?"

"அவரை ஏன் ரொம்பப் பிடிக்கும்?"

"எல்லாப் பசங்களுக்கும் அப்பாவை பிடிக்கும் தானே? இதுல 'ஏன்' கேள்வி எங்க வந்தது?"

"எனக்கு அப்படி இல்லையே!"

"ஓ! சரி."

"ஏன் கேட்க மாட்டியா?"

"எதுக்குக் கேட்டுட்டு? எல்லார் பக்கத்திலும் அவங்கவங்க நியாயம் இருக்கும். நீங்க காரணம் சொன்னா கேட்பேன். என்னோட கருத்து ஒருவேளை உங்களுக்குச் சாதகமாக இல்லாமல் போகலாம். அதனால் நான் கருத்து எதுவும் சொல்லாமல் கேட்கிறேன். சரியா?"

"ஒரு நண்பனா எனக்குப் பேச்சுக்குக் கூடச் சப்போர்ட் பண்ணி பேச மாட்ட?" என்று கேட்டான் சஞ்சய் குழப்பத்தில்.

அந்த நொடி அருளன் தன்னையே மறந்து சிரித்து விட்டான்.

"ஏண்டா சிரிக்கிற! நான் என்னடா காமெடி பண்ணேன்?"

"மிஸ்டர் சஞ்சய், என்னோட அப்பாவை எனக்கு ஏன் பிடிக்கும் கேட்டிங்க ல? அதுக்கு முதல் காரணம். அவர்கிட்ட என் கஷ்டம் சொன்னா.. மோஸ்லி எனக்குச் சப்போர்ட் பண்ணி பேச மாட்டார். எதிராளியின் நியாயத்தை மட்டுமே முன்னிலைப்படுத்திப் பேசுவார். எனக்குப் பல தடவை அவர் மேல் கோபம் வந்துருக்கு. ஆனா, யோசித்துப் பார்த்தால்.. நாம என்ன பண்ணாலும் 'என் புள்ளை! என் செல்லம்!' என்று அன்பை மட்டும் முன்னிலைப்படுத்தி நமது தவறை சுட்டி பெரிதும் காட்டாத அம்மாவை விட,

'யார் என்ன செஞ்சாலும் என் பையன் ஒழுக்கமானவனாக, அடுத்தவர்கள் முன்பு பெருமையாகச் சொல்ற அளவுக்கு உயர்ந்து இருக்கணும்!' என நினைத்து, நம்மை அளவுக்கு மீறி கண்டித்து, அன்பையும் தன் கண்டிப்பில் காட்டும் அப்பா ஒரு விதத்தில் உயர்ந்தவர் தானே?

அப்படிப்பட்ட என் அப்பாவை பலதடவை அம்மாவை விட அதிகமாக விரும்பும் என் எண்ணம் தப்பு இல்லையே? அவரைப் போல் இருக்க நினைத்து, என் நண்பனா நீங்க இருந்தாலும் உங்களோட எதிராளி பக்க நியாயத்தையும் சொல்லி உங்க பக்கம் இருக்கும் சிறு குறைகளைக் கலைக்க நினைக்கும் என் எண்ணம் தவறா?

நல்ல நண்பன் கூடவே சுற்றி சிரிப்பவன் இல்ல! சில காலம் இருந்தாலும் தப்பு என்றால் தப்பு! சரி என்றால் சரி! என்றெல்லாம் சொல்லும்

ஒருவனா இருக்க நினைக்கிறேன். அதனாலேயே எனக்கு அதிகம் நண்பர்கள் இல்ல. பல காலம் யாரும் நட்பில் நிலைத்தது இல்ல." என்ற அருளன், "வீட்டுல எதாவது பிரச்சனையா? என் அப்பாவை பற்றி நீங்க கேட்டதில் தெரியுது.. பிரச்சனை என நீங்க சோகமாக இருக்கும் காரணம் உங்களின் அப்பாவால் என்று." என்றான் லேசான சிரிப்புடன்.

இதனையும் அருளன் தானாக சொல்லவில்லை, இருளன் சொல்லி சொன்னது. "யாரும் வேண்டாம்!" என அடிக்கடி சொல்லும் இருளனின் கண்ணோட்டத்தில் கிருபாகரன் (அருளனின் அப்பா) உயர்ந்த நிலையில் தான் இருக்கார் என்பதை இந்தப் பேச்சுகள் சிறிது உணர்த்துகின்றன.

"ம்ம்.. என் அப்பாவால் தான் பிரச்சனை. ஆனா, எனக்குன்னு சொல்ல முடியாது. அவருக்கு அவரால் தான் இப்ப பிரச்சனை. டாக்டர் பேச்சுக் கேட்காமல் சிக்கன் ஐட்டம்ஸ் அதிகம் சாப்பிட்டு.. இப்ப இதயப் பிரச்சினை. பைபாஸ் ஆபரேஷன் பண்ண வேண்டிய நிலைமை. எனக்குச் சின்ன வயசுல இருந்து அப்பா கிட்ட அடிக்கடி அடி வாங்கி, மிதி வாங்கி, திட்டு வாங்கி.. முடிவில் அவர் மேல் பாசம் ரொம்ப இல்லாடியும் வெறுப்பு சொல்ற அளவுக்குப் பெருசா இல்ல. ஆனா, தன் உடல் நிலையைக் கூடக் கவனிக்காது.. கல்யாண வயசில் பொண்ணு ஒருத்தி வச்சுட்டு.. வயது பற்றிய எண்ணம் இல்லாது.. ஆசைக்கு இஷ்டம் போல் சாப்பிட்டது தப்பு தானே?

இப்ப ஆபரேஷன் பன்ற நிலைமை! ஒருபக்கம் சொந்தக்காரங்க கிட்ட ஆபரேஷன் செய்யப் பணம் கடனா வாங்குற நிலைமை! இன்னொரு பக்கம் ஆபரேஷன் செய்தால் அவரால் முன்ன மாதிரி டீ கடையை வைக்க முடியாது. அதிக நேரம் ஒரே இடத்தில் நிற்க முடியாது. டீ கடையை விட்டால்.. வேற வேலை அவருக்குச் செய்யவும் தெரியாது. நான் இப்ப தான் காலேஜ் முதல் வருசம். குடும்பத்தைப் பார்த்துக்கும் நிலையில் இப்ப நான் இல்ல. ஆர்ட்ஸ் காலேஜ்ல படிக்கிற! இந்த டிகிரி முடிச்சா கூடப் பெரிய சம்பளம் வாங்க பல வருஷம் ஆகும்.

ஆரம்ப வருமானம் 12 முதல் 15 ஆயிரம் தான் வரும். அதை வச்சுக் குடும்பத்தை ஓட்ட முடியுமா? அதுவும் இந்தக் காலத்தில்? அக்காவுக்குக் கல்யாணம் பண்ணனும், அதுக்குக் காசு கொஞ்சமாவது கையில் வைத்திருக்கணும். அவளை நம்பி வருங்காலத்தில் குடும்பம் இல்ல.

பொண்ணுங்களுக்குக் குறிப்பிட்ட வயசு வந்தா அவ படிப்பு முடிந்ததா இல்லையா என்றெல்லாம் பார்க்காமல் கல்யாணம், குடும்பம் போய்டும். ஆனா, பசங்களுக்கு அப்படி இல்லையே! பசங்களா பிறந்தாலே படிச்சு, முடிச்சு, நல்ல கைநிறைய சம்பளம் வாங்கும் வேலைக்குப் போய், சொந்தமா வீடு காரு என்றெல்லாம் வாங்கியதும்.. கிட்டத்தட்ட தல சொட்டையாகும் வயதில் தான் கல்யாணம் பற்றியே பேச முடியும்! இப்ப ஏண்டா இந்த யோசனை என நீ கேட்கலாம், அருளா. ஆனா, இப்பவே நான் யோசித்தால் தான் வருங்காலத்தில் என்ன பண்ண போறேன் எனத் தீர்மானம் பண்ண முடியும்.

இதனைக் காலமாக வருங்காலத் திட்டம் எதுவும் வைக்காமல் இருந்தேன். ஆனா, அப்பாவுக்கு இந்த நிலை வந்ததும் என்னையும் மீறி என் மூளை யோசித்துக் கொண்டே இருக்கு! பயமா இருக்கு! படிப்பு விட்டு எதாவது மூட்டை தூக்கியாவது வீட்டிற்குத் தேவையான செலவை பார்க்கலாமா போல இருக்கு! எனக்கு என் அப்பா மேல் பல கோபம் இருக்கு! அவர் பண்ணது யோசிச்சா.. எரிச்சல் அப்போ அப்போ வரும் தான். ஆனா, அவருக்கு ஆபரேஷன் செய்யணும் என்றதும் என்னை மீறி கண்ணுல தண்ணீர் வந்துடுச்சு!" என்றான் சஞ்சய் கிட்டத்தட்ட அருளனின் மடியில் தலை சாய்ந்து அழுது. அந்த நொடி தான் இருளனின் பேச்சை தவிர்த்து ஆதவனின் பேச்சை கேட்டு பேச ஆரம்பித்தான் அருளன்.

"தண்ணீர்.. கண்ணீர் கண்ணுல வராமல் எப்படி? தான் ஆடாவிட்டாலும் தன் தசை ஆடும் சொல்வது இயல்பு தானே? எப்படிப்பட்ட கொடூர அப்பாவா இருந்தாலும் அவருக்கு ஒரு கஷ்டம்னா நமக்குக் கண்ணீர் வராமல் இருந்தால் தான் தப்பு! உங்களுக்குக் கண்ணீர் வந்தால்.. நல்லாவே அழலாம். ஆனா, படிப்பு விட்டு போற எண்ணம் தான் தவறான செயல்! வருங்காலம் எப்படியோ போகட்டும்! ஆனா, இந்த நொடி நாம என்ன பண்ணப் போறோம் தான் விஷயம்!

நாம காலேஜ் படிக்கிற சின்னப் பசங்க தான்! நம்ம ஆபரேஷன் தேவையான காசு பற்றி யோசிக்கக்கூட முடியாது! கூடாது! அதே நேரத்தில் நம்மால் முடிந்தது எல்லாம் அப்பா உடல்நிலை நினைச்சு அங்குக் காஞ்சிபுரத்தில் அம்மா கிட்ட பேசி ஆறுதல் சொல்வது. இந்த நேரத்தில் அம்மாவுக்கு உங்களால் தர முடிந்தது எல்லாம் 'நான் இருக்கேன்!' என்கிற நம்பிக்கைதான்! பொய்யான நம்பிக்கையாய் இருந்தாலும்

அந்த வார்த்தை உங்களால் கேட்கும் போது அவங்களுக்கு யானையைத் தூக்கிய பலம் கிடைக்கும்!

அப்பாவுக்கு அடிக்கடி ஃபோன் பண்ணி ஆபரேஷன் பற்றிய பயம் அவருக்கு இருக்கா கேட்டு போக்க பாருங்க. டீக்கடை விட்டால் அதுக்கப்புறம் என்ன செய்யலாம்னு அம்மா மூலமா அப்பா கிட்ட பேச வையுங்க. அக்காவுக்கு உங்களை விட மூணு வயசு தானே அதிகம். கல்யாண செலவு வர இன்னும் சில வருஷம் ஆகலாம். அதைப் பற்றிய தவளையை.. ச்சே! கவலையைத் தற்காலிகமா விட்டுட்டு அக்கா கூடப் பேசி என்ன பண்ணலாம்னு கேளுங்க.

எந்தக் காலமா இருந்தாலும் பசங்கள விடப் பொண்ணுங்களுக்குத் தான் வீட்டுப் பொறுப்பு அதிகம்! ஒரு வீட்ல பெத்தவங்களுக்குப் பையன் பொண்ணு இருந்தா பையனுக்கு வீட்டுப் பொறுப்பு அதிகமா இருக்கலாம். ஆனா, அதே அந்தப் பெத்தவங்களுக்குப் பொண்ணுங்க மட்டும் தான் இருந்தால்? அப்ப கல்யாணத்திற்குப் பிறகு அப்பா அம்மாவை நடுரோட்டில் விட்டுட்டா போவாங்க?

அவங்களுக்குத் தேவையான பணத்தை அவங்களோட கடைசிக் காலம் வரை மாதா மாதம் தர தன்னைக் கல்யாணம் செய்தவர், இல்லன்னா செய்யப் போறவர் கிட்ட சொல்லி ஏற்பாடு செய்வாங்க. காலம் அப்படித்தான் போகுது. அந்த மாதிரி கூட உங்க அக்காவுக்கு உடனே கல்யாணம் செய்ய நினைத்தால் இந்த யோசனை ஃபாலோ பண்ணலாம். அதுவும் சில காலத்துக்கு.. நீங்க வேலைக்குப் போகும்வரை.

காலேஜ் ஃபீஸ் பிராப்ளம் என்றால்.. கல்வி கடன் பேங்கில் அப்ளை பண்ணலாம். படிப்பு நிற்க தேவையில்ல. எனக்குத் தோன்றியது சொல்லிட்டேன். யோசிச்சு உங்களுக்குப் பிடிச்சது செய்யுங்க. என்னை விட நல்ல யோசனை வேற யாராவது சொன்னா கூடக் கேளுங்க... நடங்க. நான் தப்பா நினைக்க மாட்டேன்." என்றான்.

அருளன் சொன்னதில் சிலது சஞ்சய்க்கு மாற்று கருத்து இருந்தபோதிலும் அதனை அப்போதே சொல்லாது, "யோசிக்கிற." என்றான். அந்த நேரத்தில் அவன் மாமாவின் வீட்டுப் பக்கம் செல்லும் பேருந்து வந்துவிட, 8 மணி ஆகி விட, "நாளைக்குப் பேசலாம்." எனக் கூறி கிளம்பி விட்டான். அருளன் என்றும் இல்லாத மன நிம்மதியுடன் தன் கற்பனை நண்பர்களுடன் தாம்பரம் பேருந்து பிடிக்க ஓடினான்.

இந்த நொடியில் தான் தன்னையே அறியாது தன் பேச்சின் மூலம் மற்றவரின் வாழ்க்கையை மாற்றும் வரம் பெற்றான்.

காதல் கனவு நிறைவேறுமா?

12

கனவு 12

அடுத்தநாள் மதியம் ஒரு மணி.

அருளன் நூலகத்தில் இருந்து வெளியே வந்த நொடியில் அவனுக்-குக் கைபேசி அழைப்புச் சஞ்சய்யிடம் இருந்து வந்தது.

"சொல்லுங்க, சஞ்சய்." என்று வந்த அழைப்பை ஏற்றுக் கேட்டான் அருளன்.

"எங்க இருக்க, அருளா?" என்று கேட்டான் சஞ்சய்.

"இப்ப தான் நூலகம் விட்டு வெளியே வந்தேன். என்ன விஷயம்?"

"நான் காலேஜ் வாசலில் தான் இருக்கேன். கேன்டீன் வரியா? பார்க்கலாம்."

"ம்ம்.. சரி."

அருளன் தன் கைபேசியைத் தன் பேண்ட் பாக்கெட்டில் வைத்து-விட்டு, தன் கற்பனை நண்பர்கள் பக்கம் திரும்பி, "வாங்க, போலாம். இன்னிக்கு என்ன சோக கீதம் வாசிக்கப் போறான் பார்ப்போம்." என்-றான்.

"எதுக்கும் பஞ்சு ஒன்னு வாங்கிக் காதுல வச்சுட்டு போவோமா?" என்று கேட்டான் ஆதவன்.

"எதுக்கு? அதெல்லாம் வேணாம்! நாம போலாம்." என்ற அருளன் கேண்டீன் பக்கமாக நடக்க, இருளன் எதுவும் பேசாது கருப்புப் புகை சூழ பின் தொடர்ந்தான். ஆதவன் ஸ்கெட் ஃபோர்ட் ஒன்றில் நின்று

பின் தொடர்ந்தான்.

அருளனின் கற்பனை நாட்கள் செல்ல வேடிக்கையாகிறது. உண்மை தானே?

****

கேன்டீன்.

சஞ்சய் ஒரு மேசையில் அமர்ந்திருக்க, அருளன் அங்கே வந்ததும் தன் அருகே கையசைத்து அழைத்தான்.

"அருளா.. இங்க வா!" என்றான் அவன். அருளன் அவனைப் பார்த்ததும் அவனின் எதிர் பக்க இருக்கையில் அமர்ந்தான்.

"அருளா, நேத்து நீ சொன்னபடி அம்மா கிட்ட பேசினேன். அம்மா-வுக்கு ஆறுதல் சொன்னேன். அவங்களுக்கு என்கூடப் பேசியதும் தான் மனசு தெளிவு ஆச்சு சொன்னாங்க. தேங்க்ஸ் டா! முதல்ல உன்னோட யோசனைகள் சரிப்பட்டு வருமா நினைச்சேன். ஆனா, அதைச் செயல்-படுத்திப் பார்க்கும் போது பெரிய மாற்றம் இல்லையென்றாலும், சிறு மாற்றத்தை பார்க்கும் போது கொஞ்சமாவது எனக்கு நிம்மதி தருது.

நீ சொன்னது உண்மை தான்! ஒரு நல்ல நண்பன் எப்பவும் தன் நண்பனின் நல்ல குணத்தையும் கெட்ட குணத்தையும் பிரிச்சு பார்த்து நல்லது கெட்டது மனதில் வைக்காது சொல்லணும். தப்புச் செஞ்சா கண்டிக்கத் தயங்க கூடாது! நம்ம கிளாஸ் ல.. நம்ம காலேஜ் ல எத்தனையோ நண்பர்கள் எனக்கு இருந்தாலும்.. நீ மட்டும்தான் என் முகத்தைப் பார்த்தே என் சோகம் அறிந்து பேசின. எனக்குச் சரியான அறிவுரை சொன்ன.

இதுவரை என் அம்மா அப்பா கிட்ட என் ஃப்ரெண்ட்ஸ் யாரு பற்-றியும் நான் பேசியது இல்ல. ஆனா, நேத்து உன்னைப் பற்றிச் சொன்-னேன். அம்மாவுக்கு உன்கூடப் பேசணும்னு சொன்னாங்க. ஃபோன் போட்டு தரவா?" என்று கேட்டான் சஞ்சய்.

"வேணாம்!" என்றான் அருளன் உடனே.

"ஏண்டா?"

"சொன்னா.. கேளுங்க.. வேணாம்!"

"அதான் ஏன்? என் அம்மா தானே? அவங்க கிட்ட பேச ஏன் வேணாம் சொல்ற?"

"சொன்னா கேளுங்க, சஞ்சய். எனக்குப் புது ஆட்கள் கூட ஃபோன் பேச்சு வாரது! வாய் திக்கும்! நாக்கு குழறும்! வேணாமே.. பிளீஸ்!"

என்ற அருளன் அதோடு பேச்சு முடிந்தது என்பது போல், "எனக்குப் பசிக்குது. நான் சாப்பிட வாங்க போறேன். நீங்க சாப்பிட்டாசா?" என்று கேட்டான்.

"ம்ம்.. சாப்பிட்டேன்." என்ற சஞ்சயை சில நொடிகள் பார்த்த அருளன், "நல்லது." என்று சொல்லிவிட்டு ஒரு செட் பரோட்டா வாங்க சென்றான். அப்படி வாங்கி வந்தவன்,

"இதுல ரெண்டு பரோட்டா இருக்கு. ஒன்னை நீங்க சாப்பிடுங்க. சாப்பிட்டேன்னு பொய் சொல்ல வேணாம்." என்றான் கண்டிப்பான குரலில்.

தான் பல தடவை சாப்பிடாது இருந்தாலும், தனக்கு முன்னால் இருப்பவர் பசியுடன் இருப்பதை அருளன் என்றும் விரும்பியது இல்லை! அவர்களைச் சாப்பிட சொல்லி இதுவரை அவன் கட்டாயப்படுத்தியது தன் குடும்பத்தினரிடம் மட்டும் தான்.

ஆனால் இதான் முதல் முறை தன் உணவை தன் குடும்பத்தினர் தாண்டிய இன்னொரு நபருடன் அவன் பகிர்ந்து கொள்ள முன் வருவது. இன்றுவரை தன் பொருட்களில் அவன் சுயநலத்தோடு தான் இருந்திருக்கிறான். தன் பொருட்களை அவ்வளவு சீக்கிரம் மற்றவரிடம் தந்து விட மாட்டான்.

அப்படிப்பட்டவன் இப்போது தன் உணவை தருவது அதிசயமே! ஆனால் இந்த விவரம் அறியாத சஞ்சய், "நண்பா! என் கண்ணைப் பார்த்தே என் பசியை உணர்ந்த நீ அல்லவா உண்மை நண்பன்! எனக்கு நீ நண்பனா கிடைச்சதுக்கு நான் எத்தனை ஜென்ம புண்ணியம் பண்ணி இருக்கணும்!" என்றான் உணர்ச்சிவசப்பட்டு.

அப்படிச் சொல்லிய போதிலும் அவ்வளவு சீக்கிரம் அந்தப் பரோட்டாவை அவன் எடுக்கத் துணியவில்லை. அவனின் தன்மானம் சிறிது நேரம் அவனைத் தயங்க வைத்தது.

"சீக்கிரம் எடுத்து சாப்பிடுங்க, சஞ்சய். அப்புறம் கிடைக்காது! நானும் தர மாட்டேன்! அந்த அளவுக்கு நான் பயங்கரச் சுயநலக்காரன்!" என்றான் அருளன் கேலி சிரிப்பில்.

"பொறுத்தது போதும்! பொங்கி எழு!" என்ற சஞ்சய் பரோட்டா ஒன்றில் கை வைத்து, பத்து நொடிகளில் உண்டு முடித்தான். அவனின் வேகமே சொன்னது அவனின் பசியில் அளவை.

அருளன் அடுத்த மூன்று நிமிடத்தில் தன் பங்கை உண்டு முடித்தவன், "கை கழுவ போலாம்." என்றவன், கை கழுவியதும், தன் தோல் பையில் இருந்து தண்ணீர் பாட்டில் எடுத்து சிறிது குடித்தவன் சஞ்சயிக்கும் தந்தான்.

சஞ்சய் தண்ணீர் குடித்து முடித்ததும், "அப்புறம்..?" என்று கேட்டான்.

"அப்புறமென்ன.. கிளாஸ் போக வேண்டியது தான். இப்பவே நேரம் 1.40 ஆச்சு." என்றான் அருளன்.

அவர்கள் தங்களின் வகுப்புப் பக்கம் நடக்க, அந்த நேரத்தில் தான் அர்ஜுன் அவர்களைத் தாண்டி நடந்து சென்றான் தன் கையில் பிஸ்கட் பாக்கெட் வைத்து சாப்பிட்டுக் கொண்டே.

அவனைப் பார்த்த அந்த நொடியில் அருளன் மனதில் ஒரு யோசனை தோன்றி மறைந்தது. அந்த யோசனைப்படி அன்று முதல் ஒரு நாள் விட்டு ஒரு நாள் தனக்கும் சஞ்சய்க்கும் மதிய உணவாகப் பிஸ்கட் வாங்கி உண்டு, மிச்சம் இன்னும் பணம் இருந்தால், அதில் பெப்சி அல்லது கோக்கை குடித்துப் பசியைத் தீர்த்துக் கொள்வது என முடிவெடுத்தான்.

அதனை அவன் சஞ்சய் இடத்தில் சொன்ன போது, சஞ்சய் முதலில் மறுத்த போதிலும் பிறகு சரி என்றான். அதற்குக் காரணம் உண்டு.

உறவினர்கள் வீட்டில் தங்கி படித்தால் மானம் காக்க அடிக்கடி உணவை தியாகம் செய்யும் நிலை வரும். அந்த நிலையில் தான் சஞ்சய் தற்போது இருந்தான். தினம் ஒருவேளை உணவை மட்டும் உண்டு கல்லூரி வந்த சஞ்சய், மற்ற இரு வேளையும் தண்ணீர் குடித்து வாழ தான் ஏற்கனவே முடிவெடுத்திருந்தான்.

ஆனால் அருளன் கண்டித்துக் கூறியதால் அவனின் யோசனைக்குச் சரி என்றான் சஞ்சய், தன் நண்பனை பெருமையாக நினைத்து. அந்த நண்பனோ தன் கற்பனை நண்பர்களைப் பார்த்து ஸ்டைலாகத் தலை கோதி கொண்டான், "நான் நல்லவன்டா!" என்று பெருமை பீத்தி கொள்ள.

அவனின் கற்பனை நண்பர்கள் அவன் மேல் கற்பனையாகக் காரி உமிழ்ந்தனர். அதையும் அருளன் கற்பனையாகத் துடைத்துக் கொண்டான்.

அடுத்தச் சில நாட்கள் மெல்லமாகச் செல்ல, தொடர்ந்து இரண்டு நாட்கள் அருளன் கல்லூரிக்கு வரவில்லை. சரியான தகவலும் இல்லை. என்னவென்று தெரியாது சஞ்சய் கவலை கொண்டான். அருளனுக்கு அவன் கைபேசி அழைப்பு விடுத்தும் அடுத்தப் பக்கம் அருளன் எடுத்த பாடு இல்லை.

மூன்றாவது நாள் அருளன் கல்லூரி முதல் வகுப்புக்கே தாமதமாக உள்ளே நுழைந்தான். வரும்போது வகுப்பு ஆசிரியரிடம் சென்று தான் இரண்டு நாள் விடுப்பு எடுத்த காரணத்தையும் சொல்லிவிட்டே வந்தான்.

அவன் இரண்டு நாட்கள் வராதது பற்றிக் கேட்க மொத்தம் வகுப்பே கிட்டத்தட்ட ஆவலாக இருந்தது. இடைவேளை நேரத்தில் அவனை அந்தக் கூட்டம் சூழ முயல, அதற்குள் சஞ்சய் அவனைக் கைபிடித்து இழுத்துக் கொண்டு வெளியே சென்றான்.

அப்போது அவர்கள் காதில்,

"இதோ புருசனும் பொண்டாட்டியும் திரும்பி ரொமான்ஸ் பண்ண போய்ட்டாங்க!" என்று கூறிச் சிரிப்பது கேட்டது.

எப்போதும் போல் நூலகம் எதிரில் இருக்கும் சிமெண்ட் மேசையில் போய் அமர்ந்தனர்.

"அருளா, என்னடா ஆச்சு? ஏன் ரெண்டு நாளா வரல? ஃபோன் பண்ணாலும் எடுக்கல?" என்று கேட்டான் சஞ்சய்.

அருளன் கிட்டதட்ட உடலில் தெம்பே இல்லாது போல், "தலைவலி! சரியா தூக்கம் இல்ல! ரொம்பத் தூரம் வந்து போவதால் ரொம்பச் சோர்வு ஆகுது." என்றான்.

"இந்த மூணு மாசமா காலேஜிக்கு அப்படித் தானே வந்து போற? தலைவலி வந்தா மாத்திரை போட்டால் அரை நாளில் தீர போகுது. தூக்கம் இல்லன்னா, புக் படி.. வாக்கிங் போ.. சரியா சாப்பிடு. அதை-விட்டு ஃபோன் கூட எடுக்காத அளவுக்கு என்ன பிரச்சினை?" எனச் சஞ்சய் விடாது கேட்டான்.

அருளன் சில நொடிகள் சஞ்சயை உற்று பார்த்துவிட்டு, "கிளாஸ் போலாமா? இல்லன்னா, முன்னாடி திட்டம் போட்ட மாதிரி பிஸ்கட் வாங்கிச் சாப்பிட்டுக் கிளாஸ் போலாமா? மதியம் சாப்பிட்டு தானே காலேஜ் வந்தீங்க?" எனக் கேட்டான் முகத்தில் எந்த உணர்வும் காட்-டாது.

அவன் குரலில் அளவுக்கு மீறிய வெறுமை தெரிந்தது. அவன் கண்ணில் அளவுக்கு மீறிய சோகமும், வாழ்க்கை மீதிருந்த வெறுப்பும் தெரிந்தது. அவனின் கற்பனை கதாபாத்திரங்கள் இருக்கும் சுவடே தெரியாது இருந்தனர்.

"அருளா, முதல்ல நான் கேட்டதுக்குப் பதில் சொல்லிட்டு மத்தத பேசு! உனக்கு என்னதான் பிரச்சினை?" எனக் கேட்டான் சஞ்சய் இந்த முறை அருளனின் இடது கரத்தை கெட்டியாகப் பிடித்துக் கொண்டு.

"மிஸ்டர் சஞ்சய், என்னோட கஷ்டம் என்னன்னு எனக்கே தெரியல. பின்ன எப்படி உங்க கிட்ட சொல்றது?" என்று கேட்ட அருளன் அங்கிருந்து சென்று விட்டான் பிடிவாதமாய்.

அன்று கல்லு முடிந்த போது மற்றவர்களை விட அருளன் வேகமாக அங்கிருந்து மறைந்து விட்டான். இதே கதை அடுத்த ஒரு வாரமும் தொடர்ந்தது. நூலகத்திற்கும் செல்லாது கல்லூரிக்கே தாமதமாக அவன் வருவதும், கல்லூரி முடிந்ததும் எல்லோரையும் விட வேகமா சென்று விடுவதுமாக இருந்தான்.

சில முயற்சியில் அவன் வகுப்பினர் அவனிடம் கேள்வி கேட்பதை நிறுத்திய போதும் சஞ்சயால் நிறுத்த முடியவில்லை. மிரட்டி பார்த்தான், திட்டி பார்த்தான், கெஞ்சி பார்த்தான். ஆனால் அருளன் வாயால் உண்மையை வர வைக்க முடியவில்லை.

ஒரு கட்டத்தில் திவ்யதர்ஷினி பற்றிப் பேச்சை அவன் எடுக்க, அப்போது அருளன், "அவளுக்கு என்ன?" என்று கேட்டான்.

"உண்மையைச் சொல்லு அவளை லவ் பண்ற தானே? அவளைப் பற்றிப் பேசினா மட்டும் உன் முகத்துல ஒளி அப்படி வீசுது! என்னமோ இருக்கு.. அதுவும் மர்மமாக இருக்கு! நீயே வாய் திறந்து ஆமாம் சொல்ல மாட்டுற! அவளுக்கு எப்படித் தான் தெரியல. உன் ஆள் மாதிரி என் ஆள் இல்ல. என் ஆள் தினம் எனக்குப் பறக்கும் முத்தம் தராது ஸ்கூல் போக மாட்டா! என் கூட ஒரு நாள் கூடப் பேசாது அவ தூங்குவது இல்ல! இல்ல!" என்றான்.

தன் கவனத்தைத் திசை திருப்பித் தன் வாயால் உண்மையைத் திரட்ட முயலும் சஞ்சய்யின் யுக்தியை அருளன் அறிந்தே இருந்தான்.

தன் மன சோகத்தையும் மீறி அருளன் கதைக்கட்ட ஆரம்பித்தான்.

"திவியை லவ் பண்ற தகுதி யாருக்கும் இல்ல, சஞ்சய். அவ யாருக்கும் அவ்வளவு சீக்கிரம் கிடைக்காத பொக்கிஷம்! 'அவளை மாதிரி ஒரு

பொண்ணு தன் வாழ்க்கையில் வர எத்தனை சிவன் எத்தனை விஷ்ணு எத்தனை பிரம்மாவிடம் தவம் கிடக்கணுமோ!' என்றெல்லாம் யோசிக்க வைக்கும் குணம் உடையவள்.

அவளுக்கு இதுவரை எத்தனை பசங்க லவ் லெட்டர் கொடுத்து இருக்காங்கன்னு எண்ணினால் 10 அட்டைப்பெட்டியை தாண்டும்! அந்த அளவுக்கு அவ பின்னாடி சுற்றும் பசங்க எண்ணிக்கை அதிகம்! இதென்ன என்கிட்டேயே பலபேர் லவ் லெட்டர் குடுத்து அவ கிட்ட கொடுக்கச் சொல்லி இருக்காங்க! அவ கூட நண்பனா இருக்கேன் என்கிற ஒரே காரணத்தால் பல பசங்க என்னை அடிக்கவே வந்திருக்காங்க! என்னை அவளோட லவ்வர் நினைச்சு அடிக்க வந்த அடிகள் அதெல்லாம்.

அவ ஆளுக்குத் தகுந்தவாறு பேசுவதில் கில்லாடி! அவ கிளாஸ் ல எப்பவும் முதல் மதிப்பெண் அவளுக்குத் தான்! பேச்சுப்போட்டி.. எழுத்துப்போட்டி.. கவிதை.. கட்டுரை.. என்று எல்லாவற்றிலும் முதல் பரிசு வாங்குவா! அவ இங்கிலீஷ் பேசினால் வெளிநாட்டுக்காரன் தோற்றுப் போவான்! அந்த அளவுக்குப் பேசுவா! அடிதடி வந்தால் பொம்பளை ரவுடி தான்! பாக்ஸிங் கிளாஸ் எல்லாம் போயிட்டு வந்திருக்கா!

அவளுக்குக் கோவம் வந்தா அவளோட பாக்ஸிங் பேக்கா என்னைதான் யூஸ் பண்ணுவா. அவளை மாதிரி ஒரு பொண்ணைப் போய் நான் லவ் பண்ணலாமா? அப்படிப் பன்ற தகுதி எனக்கு இருக்கா? அவ அளவுக்கு நான் எதிலும் சிறந்தவன் இல்ல! படத்தில் கூடப் பசங்களைக் கெத்தா காட்டிட்டுப் பொண்ணுங்களைப் பசங்களின் துணையின்றி இருப்பது கஷ்டம் மாதிரி தான் காட்டுவாங்க.

ஹீரோ தான் எப்பவும் ஹீரோயினைக் காப்பாத்தணும். ஹீரோயின் ஹீரோ வந்து காப்பாற்றுவான் என நம்பி கண்ணீர் மல்க காத்திருக்கணும். 'இதான் நிஜம் வாழ்க்கையில் நடக்கிறது!' என்பார்கள். அப்படிப் பார்த்தால் அவளுக்கு அவளை விட மேலான ஒருத்தன் தான் சரி. அதனால் தான் சொல்றேன். அவ எப்பவும் என் தோழியா இருப்பது தான் எங்க ரெண்டு பேருக்குமே நல்லது! நல்லது!" என்றான்.

இடைவெளி நேரம் முடிவடைய இருப்பதால் அவர்கள் வகுப்புக்கு சென்றனர். ஆனால் திவ்யதர்ஷினி பற்றிய கதை கட்டும் தன் கற்பனையை அருளன் தொடர்ந்து கொண்டே தான் இருந்தான்.

அவனின் கற்பனையைத் தடை செய்யவே அன்று ஒரு சம்பவம் நடந்தது. அவன் இரண்டு நாட்கள் கல்லூரி வராத உண்மை காரணம் தெரிய வந்தது, அவனின் கைபேசி மூலம்.

காதல் கனவு நிறைவேறுமா?

13

கனவு 13

மாலை 6.30 மணிக்கு.

"இன்று இவனை விட்டால் உண்மையை அறிய முடியாது!" என்று உணர்ந்த சஞ்சய், அருளனின் கையை அப்போதே பிடித்துக் கொண்டே தன்னுடன் கோயம்பேடு பேருந்தில் ஏறினான்.

பேருந்து நிலையம் அடையும் வரை அவனைப் பேச கூடாது சொன்ன சஞ்சய், பேருந்து நிலையம் அடைந்ததும் அவனைப் பயணி-கள் அமரும் இருக்கை ஒன்றில் அமர சொன்னவன், தானும் அவனோடு அமர்ந்தான்.

"உனக்கு என்னடா பிரச்சினை? எதுக்கு ஓடி ஒளியுற? ஒழுங்கா பேச மாட்டுற? காலேஜுக்கு கூட லேட்டா தான் வர? அப்படி என்ன பிரச்சினை சொன்னின்னா, என்னால் முடிந்த உதவி செய்வேன்! ஒரு நண்பனா என்னை நினைத்தால் சொல்லு! இல்ல, இன்னிக்கே நம்ம-ளோட பேச்சு வார்த்தை நிறுத்திக்கலாம்! நீ யாரோ நான் யாரோ!" என்-றான் சஞ்சய் கோபத்துடன்.

அருளன் அதெல்லாம் கேட்காது தன் கைகடிகாரம் மற்றும் தன் கைபேசியை மாற்றி மாற்றிப் பார்த்தான். அவனின் கை கால்கள் நேரம் செல்ல செல்ல நடுக்கம் கொண்டது. அவனின் நிலையைப் பார்த்த சஞ்-சய், அருளனின் தோளில் கைவைத்து,

"அருளா, ஆர் யூ ஆல்ரைட்?" என்று கேட்க, அருளன் மூச்சு விடவே கஷ்டம் கொண்டு, "யெ..ஸ்ஸ்.. ஐம் ஆல்.. ஆ.. ல்..ரைட்! நா.. நான்.. சீக்..கி..ரம் போகணும்." என்றான் நன்றாகத் திக்கி கொண்டே.

அருளனின் நடவடிக்கை மற்றும் பேசும் முறை பார்த்து சஞ்சய் மனம் வலி கொண்டது.

"நண்பா, ப்ளீஸ்.. என்னாச்சு சொல்லு! எதுவா இருந்தாலும் சொல்லு! நான் கண்டிப்பா யாருகிட்டயும் சொல்ல மாட்டேன்! மாட்-டேன்!" என்றான் கிட்டத்தட்ட கெஞ்சும் குரலில்.

"நா.. நா.. அப்..புறம் சொல்றேன். கண்..டிப்பா.. சொல்றேன். உங்-களோட பஸ் கிள..ம்பப் போகுது, சஞ்..சய். போங்க, போய் ஏறு..ங்க." என்றான் வாய்யே கோணல் ஆகும் அளவுக்குத் திக்கி கொண்டு. அவன் பேச பேச திக்கும் அளவுக்குக் கூடுவதைப் பார்த்து, "நாளைக்-குச் சீக்கிரம் காலேஜ் வந்திடு, அருளா. பேசலாம். ஆனா, திரும்பி சொல்றேன். எதுவா இருந்தாலும் ஒரு நண்பனா உனக்கு நான் துணை இருப்பேன்." என்று அருளனின் தோளை அழுத்தி பிடித்து ஆறுதல் சொல்லிவிட்டு கிளம்பி விட்டான் சஞ்சய்.

அருளன் சில நிமிடங்கள் தன்னை ஆசுவாசப்படுத்திக் கொண்டு, தாம்பரம் பேருந்து வரும் இடத்திற்குப் போய் நின்றவன், பேருந்து வந்-ததும் ஜன்னல் ஓர இருக்கையில் இடம் பிடித்து அமர்ந்தான்.

அவன் மனம் தன் பிரச்சனையைப் பற்றி அசை போட்டது. அந்தப் பிரச்சினை என்னவென்றால், அவனின் அம்மாவுக்குத் திரும்பி மன பிரச்சினை. வீட்டின் தனிமையில் தனக்குத் தானே பேசிக் கொண்டு, சாமி ஆடி பெரிய ரகளையே செய்து விட்டிருந்தார். அவருடன் சில நாட்கள் இருந்து, அவருடன் பேசி அவரின் மனநிலையை மாற்றி விட்டு, திரும்பி கல்லூரி வரவே இரண்டு நாட்கள் ஆகி விட்டது.

அம்மாவின் தனிமை தான் பிரச்சினை என்று உணர்ந்து, தனக்குப் பிடித்த நூலகம் செல்லும் பழக்கத்தை விட்டு முடிந்தவரை அம்மாவுடன் நேரம் செலவு செய்து, தாமதமாகக் கல்லூரி வருகிறான் சில நாட்களாக. அதே போல் சீக்கிரம் வீட்டிற்குச் சென்று அம்மாவின் தனிமையைப் போக்கவும் பார்க்கிறான்.

என்னதான் இரண்டாம் மகன் (அருளனின் தம்பி) ஒருவன் இருந்-தாலும் அருளனின் அருகாமையே அவனின் அம்மா பெரிந்தும் விரும்-

பினார். அதன் காரணமாகவே அருளன் ஓடுகிறான் வீட்டிற்கு.

அவனின் கற்பனை கதாபாத்திரங்களும் அந்த இரண்டு நாட்கள் அவன் முன்னால் வரவில்லை. அவர்களுடன் பேசாத ஒன்றால் தான் தற்போது அருளன் கை நடுக்கம், பேச்சு குலறல் வருகிறது. உலகில் இருக்கும் அனைவரும் அவனைப் பார்த்துச் சிரிப்பது போல் அவனுக்கு ஒவ்வொரு நொடியும் தோன்றுகிறது.

தன் அம்மா கற்பனை செய்து பேசுவது பிரச்சினை என்றால், தன்னுடைய கற்பனை பேச்சு நிறுத்தம் மற்றொரு பிரச்சனையாக அவன் கருதுகிறான். தன் மனதில் இருக்கும் பல தரப்பட்ட உணர்வை வெளிபடுத்த அவன் கண்டுபிடித்த ஒன்றே தற்போது அவனால் உபயோகிக்க முடியாத சூழ்நிலை.

அடுத்தநாள் பல தொடர் கைபேசி அழைப்பால் அருளன் சஞ்சயைப் பார்க்க கல்லூரிக்கு வந்தான். அப்படி வந்தவன் கல்லூரியில் பலநாள் உபயோகம் செய்யப்படாத கட்டிடம் ஒன்றுக்கு சென்று சஞ்சயைப் போய்ச் சந்தித்தான்.

"வாடா, நல்லவனே! உன்னைச் சீக்கிரம் வர வைக்க ஃபோன் பலன்ஸ் போகிற வரை ஃபோன் பேச வச்சிட்ட! இட்ஸ் ஓகே, சொல்லு.. உனக்கு என்னதான் பிரச்சனை எல்லாம் சொல்லு!" என்று கேட்டான் பிடிவாதமாய்.

அருளன் சில நொடிகள் கண்ணை மூடி திறந்தவன், "மிஸ்டர் சஞ்சய், எ.. என்.. என்கிட்ட எதுவும் கேட்.. கேட்காதீங்க! நா.. நான் என் பிரச்ச..னைகள் அடு.. அடுத்த..வர்.. வர்கள் கிட்ட சொ.. சொல்லி அனு.. அனு.. அனுதாபம் பெற வி.. விரு.. விரும்புவது இல்ல!" என்றான்.

அருளன் பேச்சு முன்னை விட அதிகம் திக்குவது பார்த்து சஞ்சய் இன்னும் கவலை கொண்டு, "பிளீஸ்.. பிளீஸ்.. பிளீஸ்.. டா.. என்னாச்சு சொல்லுடா! ஏதோ பெரிய பிரச்சனையில் இருக்க மட்டும் புரியுது. என்னால் எதாவது உதவ முடியுமா பார்க்கிறேன்! பிளீஸ் சொல்லு! சொல்லு!" என்றான்.

தன் நண்பனின் நிலையைப் பார்த்து சஞ்சய் கண்கள் கலங்கும் நிலையில் இருந்தது.

"அருளா, உன்னோட பேச்சுப் போகப் போக ரொம்பத் திக்குது. இப்படியே போனால் உனக்குத் தான் ஆபத்து. என்ன பிரச்சனையா இருந்தாலும் அதற்கான தீர்வு உட்கார்ந்து பேசினால் தெரிய வரும். ஸோ, என்னன்னு சொல்லு." என்று விடாது கேட்டான் சஞ்சய்.

அருளன் கை நடுக்கம் இன்னும் ஏற, வாய் தந்தி அடிக்க, பொறுமையாகப் பேச முயன்றான்.

அவனைப் பேச விடாது ஒரு நொடி தடுத்த சஞ்சய், "இந்தத் தண்ணீர் முதல்ல குடிச்சுட்டு பேசு. எதுவா இருந்தாலும் பொறுமையா நிறுத்தி நிதானமா சொல்லு. நமக்குக் கிளாஸ் ஸ்டார்ட் ஆக இன்னும் மூணு மணி நேரம் இருக்கு." என்றான்.

அருளன் இந்த முறை தண்ணீர் குடித்ததும் ஓர் அளவுக்குத் திக்கல் விட்டு பேச ஆரம்பித்தான். சஞ்சய் அவனைத் தடை செய்யாது பொறுமையாகக் கவனமாக அவன் பேசுவதைக் கேட்க ஆரம்பித்தான்.

"இதுவரை எ.. என் பிரச்சினை பற்றி என.. எனக்கு நானே தான் பேசி தீர்த்து இரு.. இருக்கேன். இதான் முதல் முறை இன்னொரு ஆள் கிட்ட சொல்றது. ம்ம்.. என் பிரச்சனைகளுக்குக் காரணம் என் அம்மாவின் மனநிலை பிரச்சினை தான். இல்ல! இல்ல! என.. என்னோட மன.. மனநிலை பிரச்சினை தா.. தான்.

வெயிட்! வெயிட்! நான் முதல்ல இருந்து தெளிவா சொல்றேன்! என் அம்மா பெயர் சரண்யா. யெஸ், நம்ம கிளாஸ் ல படிக்கிற அதே பெண்.. ணின் பெயர். என் அம்மா பற்றிச் சொல்லணும் என்றால்.. குழந்தை தனத்தின் ராணி! ஆமா.. ராணி! சின்ன வயசுல அவங்க செய்.. யாத வாலு தனமே இல்லைன்னு சொல்லலாம்.

அவங்களோட அம்மா பெயர் சுந்தரி. என் பாட்டி. அவங்க ரொம்பக் கண்டிப்பான பெண்மணி. என் அம்மாவின் அஞ்சு வயசு வரை அம்மா பன்ற எல்லா வாலு தனத்து.. துக்கும் ஏகப்பட்ட தண்டனை கொடுத்தவங்க. அம்மாவை அடிக்கடி இருட்டு ரூமுக்குள்ள உட்கார வைத்து மிரட்டி தண்டனை கொடு.. த்து கூட இருக்காங்க. என் அம்மாவுக்கு அவங்க மேல் அப்பலாம் செம்ம கோபம்! ஆமா, கோபம்! இப்படிப்பட்ட அம்மாவே வேணாம் நினைக்.. கிற அளவுக்குக் கோபம். அவங்க நினைப்பு தான் என்னவோ அவங்க ஒரு தீ விபத்தில் இறந்து போனாங்க.. சரியா, என் அம்.. அம்மா.. வின் கண் முன்னாடி.

அப்போ அம்மாவுக்கு அஞ்சு வயசு தான். சின்னக் குழந்தை. தன் அம்மா தனக்கு முன்னாடி தீயில் கதறி உடல் நெருப்பில் எரிய இறப்பது பார்த்து எப்படி இருந்திருக்கும் அவங்களுக்கு? கொடி.. டிய வலி! வாழ்க்கை மொத்தம் மறக்க முடியாத வலி! என் பாட்டி கண்டிப்பான ஒருவர் தான். ஆனா, அந்த உடல் எரி.. எரியும் நொடியில் கூடத் தன் பொண்ணு தன் பக்கத்தில் வர விடாது தன்னை விட்டுத் தூரம் தள்ளி விட்ட பெண்மணி! பெண் தெய்வம்!" என்ற அருளனின் கண்கள் கலங்கியது.

மனதில் இத்தனை நாள் இருந்த அழுத்தம் வெளியே பேச்சால் பேச அவன் ஆரம்பித்த நொடியில் இவ்வளவு நேரம் இருந்த திக்கல் கூட இல்லாது பேசினான். திரும்பி தண்ணி குடித்துத் தன்னை ஆசுவாசப்படுத்திக் கொண்டவன் தன் பேச்சை தொடர்ந்தான்.

"அவங்க இறந்ததும் என் தாத்தா இன்னொரு கல்யாணம் பண்ணார்.. என் சுந்தரி பாட்டியின் சொந்தக்கார பெண்ணும் மற்றும் சிறுவயது தோழியை. அவங்க பெயர் லக்ஷ்மி. எனக்கு அவங்களை ரொம்பப் பிடிக்கும். அவங்க என் அம்மாவை நல்லா தான் வளர்தாங்க. சுந்தரி பாட்டி மாதிரி லட்சுமி பாட்டி என் அம்மா சரண்யாவின் குறும்புத்தனத்தைக் கண்டித்து வளர்த்தார்களே தவிரத் தண்டனை கொடுத்து கஷ்டப்படுத்தல.

ஆனா, முதல் சில வருஷம் அம்மாவை சுற்றியிருந்த சொந்தக்காரங்க எங்க அம்மா கிட்ட ரகசியமா பேசி சித்தி கொடுமைகள் பல சொல்லி அம்மாவின் மனசுல நஞ்ச விதைச்சாங்க. அதுல பயந்து என் அம்மா லக்ஷ்மி பாட்டி கிட்ட அதிகம் ஒட்டாது ஓடி ஓடி ஒளிவாங்க! அவங்க சாப்பாடு போட்டா சாப்பிட மாதிரி ஆக்ட் பண்ணிட்டு ஜன்னல் ஓரமா கொட்டிடுவாங்க! அப்புறம் எப்படியோ அவங்க அன்பை புரிந்து கொண்டார். என் மாமா நாகேஷ் பிறந்தார். அக்காவா அவருடன் என் அம்மாவின் வாழ்க்கை போச்சு.

ஆனா, லக்ஷ்மி பாட்டிக்கும் என் தாத்தாவுக்கும் சுற்றி இருந்த சொந்தக்காரங்க யாருக்கும் தெரியாத ஒன்று என் அம்மாவின் மனதில் இருந்த பாதிப்பு! தன் சொந்த அம்மா தன் கண் முன்னால் தீயில் கருகி இறந்தது பார்த்த அந்தப் பாதிப்பு! அதோட பாதிப்பை என் அம்மா மற்றவர்கள் முன்னாடி மறைக்கச் சாமி பக்திய வளர்த்துக் கொண்டாங்க. அளவுக்கு மீறி விரதம் இருப்பது, தன்னை அடுத்தவங்க முன்னாடி

கெத்தா போல்டான பெண்ணா காட்டிக்கொள்வதுமா இருந்தாங்க.

அப்பவும் என் அம்மாவின் மனசுக்குள் இருந்த அந்தக் குழந்தைத்தனம் விட்டு போகல. அடிக்கடி அந்தக் குழந்தை வெளியே வந்து எதாவது சுட்டித்தனம் பண்ணிட்டு போகும். அதுல சிலது அதிகமா ஊறுகாய் சாப்பிட்டு அப்பன்டிஸ் ஆபரேஷன் பண்ணிக் கொண்டது, உப்புத் தண்ணி ரொம்பக் குடித்துத் தொண்டை குடல் ஆப்ரேஷன் பண்ணிக் கொண்டது! பத்தாவதுல ஃபெயில் ஆயிட்டோம்னு அவமானத்தில் தற்கொலை பண்ண முயற்சித்தது! இப்படிப் பல பாதிப்பு வந்தது.

ஒரு கட்டத்தில் ஸ்கூல் காலேஜ் போகாம வீட்டுல இருந்து படிக்க ஆரம்பிச்சாங்க. 23 வயசுல தான் பி.காம் முதல் வருஷமே சேர்ந்தாங்க. வயசு ஏறிட்டே போகுதுன்னு எங்க தாத்தா மாப்பிள்ளை தேட, அதே நேரத்தில் என் அப்பாவின் சொந்த அக்கா ஒருமுறை மழை நீரில் ஆட்டம் போட்டுக் கொண்டே ஐஸ்கிரீம் கடைக்கு உள்ளே போகும் என் அம்மாவை பார்த்தாங்க. அப்ப பிடிச்சு போய் அம்மாவை பற்றி விசாரித்து என் அப்பாவுக்குப் பொண்ணு கேட்டாங்க.

ஜாதி மதம் கோத்திரம் எல்லாமே சரிப்பட்டு வர கல்யாணம் முடிவானது. அப்பாவுக்கும் அம்மாவை பிடித்துப் போனது. அம்மாவுக்கும் லஷ்மி பாட்டியின் கெஞ்சலால் கல்யாணத்துக்குச் சரி என்றார். பொண்ணு பார்த்த அடுத்த ஒன்றரை மாசத்துல கல்யாண தேதி முடிவாகி கல்யாணம் முடிந்தது.

அப்பா அந்த நேரத்துல வேலை செய்தது நார்த் இந்தியா பக்கத்தில் இருந்த கிராமம் ஒன்றில் இருக்கும் தொழிற்சாலையில். மேனேஜர் பதவியில். கை நிறையச் சம்பளம் தான். அம்மாவும் அப்பாவும் அங்கே போகும் வரை அதிகம் பேசி கொள்ளல. கணவன் மனைவி உறவை கூட அங்கேயே தொடர்வது மட்டும் தான் பேசிக்கிட்டாங்க.

ஆனா, அங்கே போனதும் அம்மாவின் போல்ட்நஸ் போய்க் குழந்தைத்தனம் தான் அதிகம் வெளியே வந்தது. அப்பாவுக்கு அம்மாவை இன்னும் பிடிக்க அதே இன்னும் காரணம் ஆச்சு. ஏனென்றால் அப்பாவும் சின்ன வயசுல தன் அம்மாவை இழந்த ஒருவர் தான். அப்பாவின் அம்மா கடன் தொல்லை காரணமா தூக்கு போட்டு தற்கொலை செய்து கொண்டவர். தன் வாழ்க்கையில் பெரும் பகுதி ஹாஸ்டல்ல தான் கழித்தவர்.

தன் அம்மாவுக்குப் பிறகு அவர் தாய் அன்பை தன் அக்கா கிட்ட தான் உணர்ந்தவர். அக்காவும் கல்யாணம் ஆகி போனதும் தனக்கு வரப்போற மனைவியை அன்பாகவும் அக்கறையாகவும் பார்த்-துக் கொள்ளணும்னு கனவு கண்டவர். அப்படிப்பட்ட அவருக்கு என் அம்மாவின் குழந்தைத்தனம் பிடித்ததில் ஆச்சரியம் இல்லை தான்.

கல்யாணமான முதல் ஆறு மாசம் என்னோட அம்மாவை குழந்தை போல் அவர் பார்த்துக் கொண்டாரே தவிரக் கணவன் மனைவி உறவை தொடரல. அம்மாவும் அந்த மாதிரி எண்ணம் இல்லாமல் பக்கத்து வீடு எதிர்த்த வீடு குழந்தைகள் கூடப் பல்லாங்குழி விளையாட்டிட்டு இருந்தாங்க. ஒரு கட்டத்தில் என் அப்பாவின் அக்கா.. அதான் என் அத்தை.. ஒருமுறை ஃபோன் பேச்சில் இதைக் கண்டுபிடிச்சு திட்டி விட, அப்புறம் தான் அம்மாவும் அப்பாவும் பேசி கணவன் மனைவி உறவை தொடங்கினாங்க.

அம்மாவுக்கு அந்த ஆறு மாசத்துல அப்பாவை ரொம்பப் பிடிச்சு போச்சு. அந்த ஆறு மாதத்தில் ஒரு தடவை அம்மாவுக்கு உடல் நிலை சரி இல்லாம போன போது, அப்பா அம்மாவுக்கு டிரஸ் மாற்றி விடுவது, சாப்பாடு ஊட்டுவது, வாந்தி எடுத்தால் கையில் தாங்கி சுத்தம் செய்வது வரை செய்தார். அதனாலே அப்பாவோடு மனைவி உறவை ஆரம்பிக்க அம்மாவுக்குத் தயக்கம் இல்லாமல் போச்சு.

அவங்க சேர்ந்த அடுத்த மூணு மாசத்துல ஒரு குழந்தை அம்மாவின் வயிற்றில் உருவானது. ஆனா, அந்தக் குழந்தையும் அம்மா இரவு நேரத்துல வீட்டுக்கு வெளியில் ரெஸ்ட் ரூமுக்கு போன நேரத்துல எதையோ பார்த்து பயந்ததில் கலைஞ்சு போச்சு! அம்மாவுக்கு வாழ்க்-கையில் இன்னொரு பெரிய பாதிப்பு! அப்புறம் திரும்பி கடவுள் பக்தி, விரதம்.. ஆரம்பித்து.. அப்புறம் இரண்டாவது தடவை நான் உருவா-னேன். இந்தத் தடவை அம்மா ரொம்ப ஜாக்கிரதையாக இருந்தாங்க. அப்பாவும் அம்மா கூடவே அதிக நேரம் இருந்து பார்த்துக் கொண்டார். ஆறாவது மாதம் தொடக்கத்தில் சென்னையில் தாத்தா பாட்டி வீட்டில் அம்மாவை விட்டுப் போனார், பிரசவத்திற்கு.

அன்னிக்கு தான் அவங்க ரெண்டு பேரும் உணர்ந்தாங்க ஒருத்த-ருக்கு இன்னொருத்தர் மேல் இருக்கும் அன்பின் அளவை. அப்பாவுக்கு நார்த் இந்தியா போய்ச் சேரும் வரை அடிக்கடி கண்ணீர் வந்தது. அம்-மாவுக்கு அப்பாவை பிரிந்திருக்கும் பாதிப்பு இருந்தபோதிலும், லெட்டர்

மூலம் அவங்க பிரசவ காலம் போனது.

டாக்டர் பிரசவ தேதி குறித்த தகவல் அறிந்ததும் அப்பா குறித்த தேதிக்குள் வர எவ்வளவோ முயற்சித்தார். முடியல. ஆனா, குறித்த தேதி தாண்டி ஒரு வாரத்துக்கு அப்புறம் தான் நான் பொறந்தேன் அதுவும் அப்பா சென்னை வந்து அம்மாவை பார்த்த அன்று இரவே. அப்பாவுக்குச் சொல்ல முடியாத சந்தோஷம்! வாழ்க்கையில் தனிமையில் அதிகம் இருந்து மூலம் அவரால் உதித்த உயிர்! குழந்தை! உலகை வென்ற சந்தோஷம் அன்று!

அம்மாவுக்கு என்னைப் பெற்ற சந்தோஷம் தாண்டி.. குட்டி குழந்தை கூட என்ன பேசுறது, வளர்ப்பது புரியாத பயம்! வளர்ந்த குழந்தைகளோட பேசி பழகி இருந்த என் அம்மாவுக்கு என்னைப் பார்க்க ஒரு குட்டி பொம்மையா தான் தெரிந்தது. அப்பா விடுமுறை முடிந்து நார்த் இந்தியா போக, அடுத்த ரெண்டு மூணு மாசத்துக்கு அப்புறம் தான் தாத்தா பாட்டி அம்மாவ நார்த் இந்தியா அனுப்பி வச்சாங்க. அதுவும் அம்மாவின் பிடிவாதத்தால்.

நார்த் இந்தியா போனதும் அப்பாவின் கொஞ்சலில், அம்மாவின் வெறித்த பார்வையில்தான் மூன்றரை வயது வரை அங்க வளர்ந்தேன். ஒரு குழந்தையின் வளர்ப்பில் அப்பாவின் பங்கை விட அம்மாவின் பங்கு அதிகம். ஆனா, அம்மாவுக்கு என்னைக் கொஞ்ச, அன்பா பேச பயம். காரணம் அவங்களுக்கு எங்க தன் மகனின் அஞ்சு வயசுல தன் அம்மாவை போல் தானும் இறந்து விடுவோமோ காரணமற்ற பயம்! அதுல என்கிட்ட அதிகக் கண்டிப்பு காட்ட பார்த்து அது முடியாமல் ஒதுக்கி நின்னாங்க.

நானோ சிரிப்பு உணர்வு அதிகம் தெரியாது தனிமையிலும் வெறுமையிலும் வளர்ந்தேன். என்னோட பாதிப்பு அம்மாவின் வளர்ப்பில் மற்றும் நான் அவங்க வயித்துல இருந்தபோது அவங்க மனநிலை வச்சு என் குண நலனும் அமைந்துவிட்டது. எதோ நல்லா போன வாழ்க்கையில் அப்புறம் வந்தது தான் துரோகம் அத்தியாயம்!

அப்பா கூட வேலை செய்தவர் பண மோசடி செய்து விட்டு ஓடி விட, அந்தப் பழி அப்பா மேல விழுந்தது. அவர் அப்போ தங்கியது ஒர்க்கர்ஸ் கோட்டர்ஸ். அங்கே இருந்த முக்கால்வாசி வீட்டில் இருப்பவர்கள் அப்பாவுக்குக் கீழே வேலை செய்பவர்கள். அப்பா கண்டிப்பான பேர்வழி என்பதால் அவர் மேல பல காலமாக இருந்த காண்டை அந்த

நேரத்தில் தீர்த்துக் கொண்டாங்க.

அவரைக் கண்டபடி திட்டுவதும் சில பேர் கையில் கிடைத்த பொருட்கள் கொண்டு அவர் மேல் தூக்கி எறிந்து அவமானப்படுத்துவது என்று இருந்தாங்க. அதெல்லாம் பார்த்த எனக்கு அந்த வயசுல எதுவும் தெரியாது. ஆனா, அம்மாவுக்குப் பயங்கரப் பாதிப்பு! தன் வாழ்க்கையில் சந்தித்த ஒட்டுமொத்த பாதிப்பும் கலந்த இந்தப் பாதிப்பால் அவங்களுக்கு மனநலம் பெரிதும் பாதிக்கப்பட்டது!

தன் கணவரை கண்டபடி திட்டும் ஆட்கள் மேலும் மண் அள்ளி போட்டுச் சாபம் விட்டு கத்திய பைத்தியக்கார பெண்மணியா மாறி-னாங்க! எப்படியோ பல போராட்டத்துக்குப் பிறகு கிடைத்த பொருட்-களை வைத்து நானும் அம்மா அப்பாவும் அங்கிருந்து கிளம்பி சென்னை வந்து சேர்ந்தோம். நான் மட்டும் அப்போ கூட இல்லையென்-றால் அவங்க தற்கொலை செய்யும் முடிவுல இருந்தாங்க.

சென்னை வந்தால்.. தாத்தா (அம்மாவின் அப்பா) தயவில் ஒரு வீட்டில் குடி புகுவதும், இங்க அங்க சின்ன வேலை பார்த்து தினம் வரும் காசில் உணவு தேவையை முடிக்கும் அளவுக்கு இருந்தோம். எனக்குத் தோசை இட்லி வாங்கிக் கொடுத்து, அவங்க தண்ணீர் ஊற்றி சாப்பாடு சாப்பிட்டு இருந்தாங்க. ரொம்ப மோசமான நிலை. எனக்கு வேற அப்போ ஹிந்தி தவிரத் தமிழ் பேச வராது. ஏதோ ஒரு சந்தில் இருந்த குட்டி ஸ்கூல்ல சேர்த்து விட்டாங்க. அதுக்கும் தாத்தா தான் பீஸ் கட்டினார்.

பல அவமானம் பார்த்தோம். அம்மாவுக்கு அந்த அவமானமே இன்-னும் பாதிப்பை ஏற்றி விட்டது! அடிக்கடி மனநலம் பாதிக்கப்பட்டுச் சில நாட்கள் புலம்புவதும், வீட்டை விட்டு வெளியே ஓடுவதும் இருந்தாங்க. தாத்தா பாட்டி தான் கூட வந்து பார்த்துப்பாங்க. அப்பாவுக்கு வேலை தேடி ஓடும் கட்டாயம். வாழ்க்கை இப்படிப் போக, ஒரு நாள் எனக்கு ஒரு விபத்து! ரோடு கிராஸ் பண்ணும் போது என் தோள் பை ஓர் ஆட்டோல மாட்டி என்னை அதோட ஒரு கிலோமீட்டர் இழுத்துட்டு போச்சு! கை கால் ல சிராய்ப்பு அடியோட முடிந்தது தான் எல்லாம் நினைச்சாங்க.

ஆனா, நடந்தது வேற! ஆமா.. வேற! நான் விபத்து அதிர்ச்சியில் அன்று வரை இருந்த பல நினைவை மறந்து புதுசா பிறந்தேன். இப்ப நீங்க பார்க்குற உடல் நடுக்கம், திக்கல் பேச்சு பல மடங்கு மோசமா

அப்ப இருந்தது. என் அப்பா அம்மாவை தவிர வேற யாரையும் எனக்கு அடையாளம் தெரியல. அடிக்கடி ஞாபக மறதி வந்தது. அப்போ.. அப்போ.. தான்.. மற்றவர்களோட சேர முடியாத அளவுக்கு என்னைத் தனிமைப்படுத்திக் கொள்ளக் கற்பனை செய்ய ஆரம்பித்தேன்.

அதுல என்னோட பிடிவாதம் ஒரு மனிதனா இருந்தா எப்படி இருக்-கும் நினைச்சு.. கற்பனை செய்து அந்த உருவத்திற்கு நான் வைத்த பெயர் இருளன். அந்தச் சமயத்தில் தான் என்றோ தம்பி பாப்பா வேணும் கேட்ட பிடிவாதத்திற்கு அப்பாவும் அம்மாவும் இணைய.. குழந்தை பெத்துக்கும் எண்ணத்தில் சேர்ந்தாங்க.. என் தம்பி உருவா-னான். அப்போ என்னோட லட்சுமி பாட்டி,

'நீ இருக்குற நிலையில் இன்னொரு குழந்தை அவசியம் தானா?' எனக் கேட்டுக் கர்ப்பத்தைக் கலைக்கும் மாத்திரை தந்தாங்க. அம்மா முடிஞ்ச வரை மாட்டேன்னு சொல்லிட்டு அப்புறம் வேற வழி இல்லாம அந்த மாத்திரை சாப்பிட்டாங்க. ஆனா, குழந்தை கலையல. அடுத்தச் சில மாசத்துல என் தம்பி பிறந்தான். மணிகண்டன். இதான் என் தம்-பியின் பெய்ர்.

நான் பிறந்த போது கொஞ்சாத என் அம்மா.. அவனைக் கொஞ்சி செல்ல பெயர் வைத்து கூப்பிடுவது பார்த்து அப்படியொரு கோபம்.. வெறி எனக்கு!

ஹா.. ஹா.. அவன் பிறந்த முதல் சில நாளில் அவன் மேல் பொறாமபட்டு அவனைக் கொல்ல பல தடவை முயற்சி செய்தேன். ஆனா, என்னால் முடியல. குட்டி பாப்பா... அதுவும் அவ்வளவு கியூட் பாப்பாவை பார்த்து என்னோட கொல்லும் எண்ணம் போய்.. அவனை ரசித்தேன். அந்த நொடி தான் என் கற்பனை இருளன், 'தம்பி பாப்பா கூட அதிகம் நேரம் செலவு பண்ணாத!' எனச் சொன்னான். உலகத்தில் இருக்கும் எல்லாப் பந்ததையும் வெறுக்கும் ஒருவனா அவன் இருந்-தான்.

அவனுக்கு நானும் அவனும் மட்டும் இருந்தா போதும்! வேற யாரும் வேணாம்! வேணாம்! எனக்கும் அதான் சரியாகப்பட்டது. எனக்கு அப்போ தெரியாத ஒரு விஷயம் என்னன்னா என் தம்பி பிறந்த அப்பு-றம்தான் அம்மா என்கிட்ட அன்பா பேச ஆரம்பிச்சாங்க, அவன் பிறந்த அப்புறம் தான் தன் அம்மாவைப் போல் தானும் சீக்கிரம் இறக்க மாட்-டோம் என்கிற நம்பிக்கை அவங்களுக்கு வந்தது.

அவன் பிறந்ததும் தான் என்னையே அறியாமல் எப்படியோ பிடிவாதம் குறைத்துக் கொண்டு பொறுப்பான பையனா அப்பா சொல் பேச்சு கேட்டு நடந்தேன். இருளன் உதவியால் எந்தப் பொருள் மேலும் ஆசைப்படாமல் வாழ்க்கையை ஓட்டினேன். ம்ம்.. எல்லாம் எதோ போகுதே பார்க்கும் போது, தம்பியை பார்த்துக் கொள்ளத் தாத்தா ஒரு லேடியை அனுப்பி வச்சாங்க. அவங்க அம்மாவின் மனநல பாதிப்பையும் குழந்தைத்தனத்தையும் தனக்குச் சாதகமாகப் பயன்படுத்தி அம்மா கிட்ட இருந்து அடிக்கடி நகை, பணத்தைப் பரிச்சாங்க.

என் தம்பியை காட்டியே அம்மாவை மூளை சலவை செய்து தனக்கு வேண்டியதெல்லாம் அம்மா மூலமா வாங்கிக் கொண்டாங்க. இதுல முடிவில் பாதிப்பு அம்மாவை விட எனக்கும் என் தம்பிக்கும் தான். அடிக்கடி தனிமையில் என் தம்பியை என்கிட்ட விட்டுட்டு எங்க அம்மா அவங்களோட வெளியே சுத்த ஆரம்பிச்சாங்க. என் தம்பி பசியில் அழும் போதெல்லாம் எனக்கு என்ன பண்றது தெரியாது! ஒரு கட்டத்தில் அடுப்பு ஏற்றி அவனுக்குப் பால் காய்ச்சி கொடுத்தேன். அதிகச் சூடு காரணமா அவன் இன்னும் அழுவான்! எனக்கு என்ன பண்றது தெரியாது நானும் அழுவேன்!

அவனை மடியில் போட்டுச் சமாதானம் பண்ண முயற்சி செய்வேன்! என.. என்னால் என்ன பண்ண முடியும்? பால் கொடுத்தும் ஏன் அழுறான் எனக்குத் தெரியல. அளவு மீறி சூடான பால் குடித்ததால் வாய்ப்புண்ணால் அவன் அழுறான் எனக்குத் தான் புரியல! அப்புறம் அன்னிக்கு அப்பா கிட்ட இதைச் சொல்ல.. அன்னிக்கு தான் அப்பா அம்மாவை முதல் முறை அடித்தார், என் கண் முன்னால்.

அவரின் கோபம் நியாயமானது என்றாலும் அது அம்மாவுக்குப் புரியல. அவர் எதனால் அப்படி அடிச்சார் எனச் சரியா புரியாது அடுத்த நாள் 'பசங்களே தனியா விட்டுப் போனா தானே பிரச்சனை?' என்று அந்த லேடியின் பையன எங்க துணைக்கு விட்டுட்டு போனாங்க. வாழ்க்கையில் என் இருண்ட பக்கம் அடுத்த மோசமான நிலைக்குச் சென்றது அன்னிக்கு தான்! அன்னிக்கு தான்!

அவன் சும்மா இல்லாமல் எப்டிவி 'FTV' எங்க வீட்டு டிவில பார்த்துட்டு இருப்பான். என்னையும் பார்க்க சொல்லி கட்டாயப்படுத்துவான். கண்ட கண்ட இடத்தில் கை வைத்து எதோ பண்ணுவான்! என்னையும் பண்ண சொல்வான்! எனக்கு ஒரு கட்டத்தில் ரொம்பத் தப்பா எதோ

நடக்குது புரிந்தது. அம்மா அப்பா கிட்ட சொல்லவும் பயம்! ஸோ, இனி அவனை இங்க வர கூடாது சொல்லி துரத்தி விட்டேன். அம்மா திட்டினாலும் பரவால்லன்னு அந்த லேடியை எங்க வீட்டுக்கு வரக்கூடாதுன்னு எங்க தாத்தாவை வச்சே சொல்ல வெச்சேன்!

ஆனா, அவங்க திருட்டுத்தனமா என் அம்மாவை பார்த்துட்டு தான் போவாங்க. அவங்க பொண்ணு திருட்டுத்தனமா யாரோ கூட ஓடி போனதுக்கு அந்தப் பொண்ணுக்கு காசு தர எங்க அம்மாவோட இன்னும் சில நகைகளை வித்துச் சாப்பிட்டாங்க. போலீஸ் கேஸான போது போலீஸ் எங்க அப்பா கிட்ட எல்லாம் கேள்வி கேட்டுட்டு போனாங்க. அப்ப தான் நான் நகை விஷயம் எல்லாம் எங்க தாத்தா பாட்டி கிட்ட சொல்லி அம்மாவோட நகையெல்லாம் வாங்கி வைக்கச் சொன்னேன்.

அன்னிக்கு நான் ஏன் அப்படிச் சொன்னேன் தெரியல. இருளன் கூடவே கற்பனையா சொன்ன யோசனையா நினைவில்ல. அவன் அப்போதெல்லாம் அடிக்கடி வரமாட்டான்.. எப்பயாவது வந்துட்டு போவான் கற்பனையா. அப்பாவின் கண்ணுக்கு நான் பொறுப்பான பையனா வயதுக்கு மீறிய முதிர்ச்சியா தெரிஞ்சேன்.

அந்தப் பார்வை என்னோட 14 வயசு வரை தொடர, அப்புறம் அப்பா கிட்ட தாத்தா பாட்டி எல்லாக் கிட்டயும் பேசி சண்டை போட்டு அம்மாவ மனநல மருத்துவரை பார்க்க வைத்தேன். அம்மாவை சரியானபடி மாத்திரை சாப்பிட வைத்து ஓரளவுக்கு அவங்க பிரச்சனையைக் கட்டுப்படுத்த உதவினேன். இதெல்லாம் அம்மா மேல அன்புல செஞ்சேன்னு ஓரளவுக்கு உண்மை என்றாலும் என்னோட சுயநலமும் இதுல இருக்கு.

அம்மாவுக்கு ஒவ்வொருத்தடவை மனநிலை பாதிப்பு வரும்போது என்னுடைய மனநலமும் பெரிதும் பாதித்தது. அந்த நேரத்துல ஒரு ரத்த வெறி பிடிச்ச மிருகம் மாதிரி என்னை நான் உணர்வேன். இருளனின் கட்டுப்பாடு மட்டும் அப்ப எனக்கு இல்லன்னா என் சொந்த தம்பி, அப்பா அம்மாவையே கொன்றிருப்பேன்! அந்த அளவுக்கு மனநலம் பாதிப்பு அடைந்தது! என்னோட கட்டுப்பாடு என்னோட கற்பனை வைத்து மட்டும்தான் உறுதியா இருந்தது.

அம்மா தனியா பேசுறது அவங்க பிரச்சனை என்றால்.. நான் என்னோட மனதில் இருப்பதைத் தனியா பேசாட்டி பிரச்சனை! தம்பி உடல் நலத்திலும் மனநலத்திலும் வீக்கா இருக்கான். அவன் வயித்துல இருந்த

போது அம்மா சாப்பிட்ட மாத்திரை பாதிப்போ என்னவோ அவன் வெளிப்படையாகவே மூளை வளர்ச்சி இல்லாதவன் மாதிரி தெரிவான்.

என்னக்கோ வயசு ஆக ஆக அந்தச் சின்ன வயசுல பார்த்த காம காட்சிகளின் பாதிப்பு! எந்தப் பொண்ணைப் பார்த்ததும் கண்ணு என்னையும் மீறி அவங்க உடைக்குள் என்ன இருக்குன்னு கற்பனை போகும்! ஆணோ பெண்ணோ யாரு தொட்டாலும் உடம்பு கூசும்! இதெல்லாம் யாருக்கிட்ட நான் சொல்றது? என்னோட பிரச்சினைகளை யாருக்கும் சொல்லாம தீர்க்க நிறையப் புக்ஸ் படிப்பேன்! அதுல வந்தது தான் நாவல்ஸ் படிக்கும் பழக்கம்!

என் கற்பனையே வளர்க்க அதுவும் எனக்குப் பெரிதும் உதவியது. இருளனின் கட்டுப்பாட்டையும் அது வளர்த்தது. ஆனா, சரியா +2 நான் முடிக்கும்போது வந்த ஃபேஸ்புக் பழக்கத்தால்.. ஆதவன் என்கிற ஒருவனைக் கற்பனையா உருவாக்கினேன்! அவன்தான் இன்றைய உலகத்தை எதிர்கொள்ள எனக்கு மற்றொரு புறம் உதவினான். இந்தப் பாதிப்பு பிரச்சனைகளை மத்தவங்களுக்குத் தெரியறதுக்கு முன்னாடி தற்கொலை செய்தாவது செத்துப் போயிடலாம்!' என்று நானும் இருளனும் எடுத்த முடிவை அடிக்கடி மாற்றும் படி பேசுவான்.

என்னோட பிரச்சினை காரணமா ஸ்கூல் லைஃப்ல படிப்பில் கூட என்னால கவனம் செலுத்த முடியல! மதிப்பெண்ணும் பெருசா வரல! ஆனா, ஆதவன் வரவுக்கு அப்பறம் காலேஜ்ல நல்லா படிக்கிறேன் என்று எனக்கே ஃபீல் ஆகுது. என்னோட காம எண்ணங்கள் ஒதுக்கி மற்ற விஷயங்கள் கவனம் செலுத்த உதவினான். இந்த மாதிரி எண்ணம் இயற்கையானது என்பது போல் யோசிக்க வச்சான். இருளன் அறிவுரை சாமியார் மாதிரி முற்றும் துறந்த ஞானி என்றால், ஆதவன் அறிவுரை 'என்ஜாய் தே வாழ்க்கை மச்சி!' என்பது தான்.

இவர்களை விட்டால் என் மனதை கட்டுப்படுத்தி என் சிறு வயது வலிகளை மறக்க செய்யும் மற்றொரு கருவி கார்ட்டூன்! அதிகம் கார்ட்டூன் பார்ப்பேன். அதைப் பார்க்கும் போது சின்னக் குழந்தையா உணர்வேன்! இந்தத் தவறான கற்பனையும் எண்ணமும் என் மனசுல அப்போ இருக்காது. ஆனா, எனக்கு இப்ப வயசு 18. இப்ப நான் கார்ட்டூன் பார்ப்பதை அப்பா விரும்பல. அவரு அடிக்கடி திட்டிக்கிட்டே இருப்பார் அதன் காரணமா.

ரெண்டு நாள் நான் வராத காரணம் அம்மாவின் மனநிலை பிரச்சனை மோசம் ஆச்சு. அவங்க கூட இருக்க வேண்டிய சூழ்நிலை. இருந்தேன். நானும் என் மனதை கட்டுப்படுத்தினேன். அம்மாவுக்குத் தனிமை முன்ன விட மோசம் ஆக, நான் கற்பனை காணும் என் வழக்கத்தை விட்டு, நூலகம் போகும் எண்ணத்தை விட்டு, அம்மாவுக்காக அவங்க கூடவே அதிக நேரம் செலவு செய்கிறேன்.

காலேஜ் தாமதமாக வருவதும், சீக்கிரம் கிளம்பி ஓடுவதும், சில நாட்களாக அதே தொடர்வதும் அதனால் தான். இருளன் ஆதவன் பற்றிய கற்பனை விட்ட நொடியில் இருந்து தான் இந்த உடல் நடுக்கமும் திக்கல் பேச்சும் திரும்பி வந்தது. இனி இதைப் போக்க என்ன பண்றது தெரியல. ஒவ்வொரு நொடியும் சாகனும் மனசு சொல்லுது! காதில் இருளன் ஆதவன் கதறல் சத்தம் கேட்குது! 'என்னை வெளியே விடு! என்னை வெளியே விடு!' என்று எனக்குள் அவங்க கத்தும் சத்தம் கேட்குது!

நான் கொஞ்சம் கொஞ்சமா அரைப் பைத்தியத்திலிருந்து முழுப் பைத்தியம் ஆயிட்டு இருக்க! என் கூட இனி நட்பு உங்களுக்கு வேணாம், சஞ்சய். இந்தப் பைத்தியக்காரன் உங்கள் நண்பனா இருந்தா உங்களுக்குத் தான் கஷ்டம்! எனக்கு என்னை விட யாரு சந்தோஷமா இருந்தாலும் பிடிக்காது! என்னை விட ஒரு சதவீதம் சிறந்து இருந்தாலும் வயிறு பத்திக்கிட்டு எரியும்! எனக்குக் கிடைக்காதது எல்லாம் அடுத்தவர்களுக்குக் கிடைச்சா அதைக் கெடுக்க நினைக்கும் ஒருவனே நான்!

நா.. நான்.. என் தம்பிக்கு நல்ல அண்ணன் இல்லை! அப்பா அம்மாவுக்கு நல்ல மகன் இல்ல! யாருக்கும் நல்ல நண்பன் இல்ல! பெண்களைப் பார்த்தாலே அவங்க உடைக்குள் இருக்கும் அங்கத்தைக் கற்பனை செய்து, தொட்டு பார்க்கவும் ஆவல் கொள்ளும் நானோ நல்லவனும் இல்ல! மொத்தத்தில் உயிர் வாழ தகுதியே இல்லாத காம கொடூரன்! ஆமா.. காம கொடூரன்!

நான் சின்ன வயசில பட்ட எல்லாக் கஷ்டம் விட என் தம்பி படனும் அடிக்கடி எண்ணுகிற சைக்கோ நான்! அவனைத் தினம் தினம் 'பைத்தியம் மூளை வளர்ச்சி இல்லாதவன்!' என்று மற்றவர்கள் சொல்வதைக் கேட்டுக் கோபம் வந்த போதிலும் வேடிக்கை பார்க்கும் நான் நல்ல அண்ணனா? சொல்லுங்க சஞ்சய் நல்ல அண்ணனா நான்?

என் வலிகளை எல்லாம் அப்பா அம்மா கிட்ட இருந்து மறைத்து வாழும் நான் அவங்களுக்கு நல்ல மகனா? என்னோடு நட்பு கொள்ளும் எல்லாரையும் முடிவில் கஷ்டப்படும் அளவுக்கு ஆகி விட்டு ஓடும் நான் நல்ல நண்பனா? எத்தனையோ நாவல் படிச்சு பெண்களின் பெருமையை உணர்ந்தும் அவர்களைப் பார்த்த அடுத்த நொடி மோசமா கற்பனை செய்து அதே கற்பனையில் அவங்களை நாசம் செய்யும் நான் காம கொடூரம் அல்லவா?

வேணாம் சஞ்சய்! வேணாம்! என் நட்பு உங்களுக்கு வேணாம்! இனி உங்க கண்ணுக்கு நான் மோசமான ஒருவனாகத் தான் தெரிவேன்! 'பைத்தியமா இவன்?' என்பது போல் தான் பார்ப்பீங்க! இல்லன்னா, பாவப்பட்டு நண்பனா கூட இருப்பீங்க! அப்படிப்பட்ட ஒரு நட்பு எனக்கு வேணாம்! உங்களுக்கும் வேணாம்! போங்க! போங்க! என்னை விட்டு போங்க!"

என்று சொல்லி கொண்டே வந்த அருளன், ஒரு கட்டத்தில் வெறித்தனமாகச் சிரித்து,

"ஹா.. ஹா.. ஹா.. ஹா.. ஹா.. ஹா.. வாழ்க்கை எவ்வளவு சந்தோஷமானது ல? என்னைப் போல் பைத்தியம் எப்ப யாரை கடிப்பான் தெரியல? ஹா.. ஹா.. ஹா.. இப்ப கூடப் பாருங்க.. இந்த ஓதுக்கப்பட்ட கட்டிடம் பார்த்து என்னை நானே ரத்தக்காட்டேரியா உணர்கிறேன்! உங்க கழுத்தை கடிச்சு இரத்தம் குடிக்க ஆசை வருது! என்ன பண்ணவா? என்ன பண்ணவா?"

என்று சைக்கோ போல் கத்தினான். பின்னர்த் தலைச்சுற்றி மயக்கம் போட்டான்.

இத்தனை வருடம் மனதிற்குள் இருந்த மொத்த வலியும் மூன்றாம் நபர் முன் கொட்டி வைத்த சோர்வில் வந்த மயக்கம் தான்.

இவ்வளவு நேரம் பொறுமையாகக் கண்களில் கண்ணீர் வழிய தன் நண்பனின் வாழ்க்கை வரலாறு கேட்ட சஞ்சய் உடல் தான் தற்போது நடுங்கியது. நாவு வறட்சி கொண்டது.

"சும்மா இருந்தவனைப் பேச சொல்லி கேட்டு மனதின் காயத்தை இன்னும் கீறி விட்டோமோ?" எனக் குற்ற உணர்வு கொண்டான் அவன்.

காதல் கனவு நிறைவேறுமா?

14

கனவு 14

அருளன் முகத்தில் தண்ணீர் தெளித்து எழுப்பிய சஞ்சய், அவன் ஒரு நிலை வந்ததும், "நண்பா, இப்ப மனசு எப்படி இருக்கு? கொஞ்சமாவது ரிலாக்ஸ் ஆச்சா?" என்று கேட்டான்.

அருளன் முதலில் பதில் எதுவும் சொல்லாது, தான் இருக்கும் இடத்தைச் சுற்றி பார்த்துவிட்டு, "இங்க எப்படி நான் வந்தேன்? என்னாச்சு?" என்று கேட்டான் அங்கு வந்தது முதல் நடந்தது எல்லாம் மறந்த நிலையில்.

"உனக்கு உண்மையா எதுவும் நினைவு இல்லையா?"

"இல்ல. ஏன்? எதாவது பிரச்சனையா? நா.. நான் எதாவது தப்பு பண்ண? எத.. எதாவது மனநலம் பாதிக்கப்பட்ட நபர் மாதிரி நடந்தேன்?"

"ம்ம்.. கிட்டதட்ட."

"என்ன..!"

"டென்ஷன் ஆகாத. உன்னோட பல சிறு வயது நினைவுகள் மற்றும் உன்னோட அப்பா அம்மாவின் சிறு வயது அனுபவம் பற்றியும் சொன்ன."

"புரியல. அப்படியென்ன சொன்னேன்?"

"உன்னோட சுந்தரி பாட்டி இறந்த விதம் முதல் இருளன் ஆதவன் கற்பனை வரை. உன்னோட சிறு வயது பாலியல் தொல்லை அனுபவம் முதல் அதனால் இன்றுவரை நீ பெண்கள் கிட்ட பேச முடியாது குற்றவுணர்வில் தவிக்கும் தவிப்பு கூடச் சொன்ன. பெண்களுக்குத் தான்

சிறுவயதில் பாலியல் தொல்லை இருக்கும் நினைச்சேன். ஆனா, உன் கதை கேட்ட பிறகு தான் பசங்களுக்குக் கூட இருக்கும் தெரிந்தது." என்ற சஞ்சய்,

"நண்பா, இத்தனை காலம் நீ தனியா பட்ட கஷ்டம் போதும் டா! இனி எதுவா இருந்தாலும் என்கிட்ட மனம்விட்டு சொல்லு. நீ சொல்றது என்னவா இருந்தாலும் உன்னைப் பற்றி நான் தப்பா நினைக்க மாட்டேன். உனக்குத் துணையா இருந்து உன்னோட மனநல பிரச்சனை தீர்க்க உதவுவேன். போதும் டா! போதும்! இன்று முதல் உனக்குள் இருக்கும் அந்த இருளன் ஆதவனை அடைத்தது போதும்! அவங்களை வெளியே கொண்டு வா! அவங்களால் மட்டும் தான் நீ இழந்த எல்லாச் சந்தோஷத்தையும் திரும்பக் கொண்டு வர முடியும்!" என்றான் புதிராய்.

"அவங்க வெறும் கற்பனை, சஞ்சய். நான் என் தனிமையைப் போக்க அவங்களை உருவாக்கினேன். அவங்களால் எத்தனை நன்மையோ அதே அளவுக்குப் பிரச்சனையும் கூட. உண்மை இல்லாத கற்பனை அவங்க."

"உண்மை இல்லாத கற்பனை? உனக்கு நிஜமா தெரியுமா.. அவங்க உண்மையில் கற்பனை தானா?"

"ஆமா! ஆமா!"

"இல்லன்னு நான் சொல்றேன்."

"எப்படிச் சொல்றீங்க?"

"உனக்கே கொஞ்சம் யோசித்தால் புரியும்."

"இல்ல! புரியல!"

"சரி, உனக்கு அஞ்சு வயசு ஆகும் போது ஒரு விபத்து நடந்தது நீதான் சொன்ன. அந்த விபத்துக்கு முன்னாடி இருந்த அருளன் எப்படிப்பட்ட ஒருவன்? அதைப் பற்றி யாராவது உனக்குச் சொல்லி இருக்காங்களா?"

"ம்ம்.. என் அம்மா அடிக்கடி சொல்வாங்க. செம்ம வாலு! ஓவர் பிடிவாதம்! நாங்க இருந்த இடத்தில் இருந்த குழந்தைகள் விட நான் சீக்கிரம் பேச ஆரம்பிச்சதா சொல்லுவாங்க. அடிக்கடி வீட்டுக்குப் பக்கத்தில் இருக்கும் வயல்வெளிகளில் தனியா நடந்து போய் அங்கே மேயும் மாடுகள் கூட விளையாடிட்டு இருப்பேன் சொல்வாங்க.

என்னோட பொருளை பாதுகாக்க அப்பவே கிரிமினல் அளவுக்கு யோசிச்சு கதை கட்டி நம்ப வைப்பேன் சொல்வாங்க. பேசுவதைத்

தாண்டி எப்ப பார்த்தாலும் யாரு பேசினாலும் பொறுமையாகக் கவனித்து அவங்க வாயை மூடுற மாதிரி கேள்வி மேல் கேள்வி கேட்டு திணற அடிப்பேன் சொல்வாங்க.

ஆனா, சென்னை வந்ததும் சில நாளில் விபத்து அப்புறம் தான் எல்லாம் மாறிப்போச்சு! எங்க வாழ்க்கையே தலைக்கீழா மாறிப்போச்சு! தம்பி பிறந்ததும் தான் ஏதோ எங்களையே அறியாத நம்பிக்கை ஒளி. நார்த் இந்தியா பாதிப்பு மறைக்கிற அளவுக்கு அவனோட சிரிப்புச் சத்-தம் தான் எங்களை மாற்றியது.

நான் பிறக்கும் போது வீட்டில பணக் கஷ்டம் இல்ல. அம்மா எனக்கு நல்ல ஆரோக்கியமான உணவு தருவாங்க. தாய்ப்பால் முதல் சில வாரத்திற்காவது கிடைத்தது. நாலு வயது வரை பொம்மைகள் கேட்டது எல்லாம் கிடைக்கும். ஆனா, என் தம்பி பிறந்தது எங்களின் ஏழ்மை நேரத்தில். அவனுக்குத் தாய் பால் தர கூட அம்மாவுக்குச் சரி-யான சாப்பாடு இல்லாத நேரம். அவனுக்குப் பாக்கெட் பால் வாங்கித் தர கூடக் காசு சரியா இல்ல.

தனக்கு வேண்டியது கேட்க கூட அவனுக்குத் தெரியாது. அவனுக்கு நாம என்ன கொடுத்தாலும் குறை சொல்லாது வாங்கிப்பான். கெட்டு போன உணவு தந்தா கூட அவன் எதுவும் சொல்லாது சாப்பிடும் அளவுக்குச் சகிப்புத்தன்மை உள்ளவன். அவன் பார்க்கத்தான் உருவத்-தில் மனநலம் பாதிக்கப்பட்ட பையன் மாதிரி தெரிவான். ஆனா, அப்ப-டியொரு ஞாபகசக்தி! எங்க வீட்டுல எது எங்க இருக்குன்னு கண்ணை மூடி சொல்வான்!

வாங்கும் பொருட்களை நோட் ல எழுதி வைப்பான், அதுவும் ஒரு ரூபாய் சாக்லேட் கணக்கு கூட விடாது சரியாக! அதோடு என்னை விடப் பிடிவாதம் உள்ளவன்! ஒரு வேலை செய்ய ஆரம்பிச்சா அதை முடிக்கும் வரை தூங்க மாட்டான்! அதே பிடிவாதம் படிப்பில் காட்ட தான் தெரியல. அவன் பேசுறது எங்க வீட்டுல எனக்கு மட்டும் தான் சரியா புரியும் என்றால் பாருங்களேன்!" என்று பெருமையாகச் சொல்லி வந்த அருளன்,

"என்னை விடப் பல விதத்தில் அவன் பரவால்ல. என்னை வச்சு அப்பா அவனைக் கம்பேர் பண்ணி திட்டும் போதெல்லாம் பாவமா தான் இருக்கும். 'என்னோட குறைகள் அவருக்குத் தெரிய வரும் போது அவனை விட நான் தான் மோசமா தெரிவேன்!' என்கிற நினைப்பில்

ஒதுங்கி போறேன். நான் செத்தா தான் அவனை ஒழுங்கா பார்ப்பாங்க போல. என்னால் அவனுக்கு எந்தப் பயனும் இல்ல.

அவன் மேல் எனக்கு எந்த அளவுக்கு அன்பு இருக்கு தெரியல. ஆனா, என்னோட பைத்தியக்காரத்தனமான குணம் அவனை அடிக்கடி காயப்படுத்துது! எங்க என்னோட கட்டுப்பாடு மீறி அவன் உயிருக்கே ஆபத்து வரும் அளவுக்குக் காயப்படுத்தி விடவேனோ என்று ஒதுங்கியே இருக்கேன். நான் எப்பவும் நல்ல அண்ணன் கிடையாது தான். ஆனா, மொத்தமா கெட்ட அண்ணன் இல்ல!

'என்னையே மாற்றிக் கொள்ளத் தெரியாத எனக்கு அவனைச் சரி பண்ண என்ன செய்ய முடியும்?' எனச் சில சமயம் யோசிப்பேன். அப்புறம் இருளன் பேச்சைக் கேட்டு ஒதுங்கி போய் விடுவேன்." என்றான்.

அருளன் சொன்னதை இல்ல கேட்ட சஞ்சய், "உன் ஐந்து வயதுக்கு முந்தைய அருளன் உன் கற்பனை இருளன் ஆதவன். அவங்க கற்பனையா இருந்தாலும், உன்னோட பின்பம் தான். நீயே மறந்த உன் நினைவே கற்பனை கதாநாயகர்களாகத் தேவையான நேரத்தில் உன் கண்ணுக்கு தெரியுது. எல்லாருக்கும் இரட்டை மனசாட்சிகள் உண்டு, அருளா.

ஒன்று நம்மை யோசிக்க வைத்து வழிநடத்தும் மனசாட்சி, இன்னொரு மனசாட்சி நமக்குப் பிடித்த ஒன்றை தொடர சொல்லும் மனசாட்சி. மூளை இதயம் போன்ற செயல் அதனை ஒற்றி இருக்கும். உன் தம்பியை வழிநடத்த இருளன் பேச்சை விட, ஆதவன் பேச்சை கேள்! இருளன் ஆதவன் இருவரும் அவங்க வழியில் உன்னை நல்லதுக்கு மட்டும் வழிநடத்த விடு. எது நல்லது முடிவு உன் கையில் எப்போதும் வச்சிக்கோ!

அப்போ தம்பிக்கு நல்ல அண்ணனா, அப்பா அம்மாவுக்கு நல்ல மகனா, உலகத்திற்கு நல்லவனாய், காம உணர்வை கட்டுப்படுத்தும் ஞானியாய் மாற உன் முடிவுகள் உனக்குத் திசை காட்டும்! காட்டும்!" என்றான் வாழ்க்கையில் முதல் முறையாக அடுத்தவர் ஒருவருக்கு நல்ல அறிவுரை சொன்ன மனநிறையுடன்.

பின் மணி 1.30 ஆகச் சஞ்சய் அருளன் வகுப்புக்கு கிளம்பினர்.

என்னதான் தான் சரியான அறிவுரை சொன்ன போதிலும், தன்னைத் தானே "மோசமானவன்!" என நினைக்கும் அருளன் எண்ணத்தைப் பொய்யாக்க, அவனை விட மோசம் நிறைந்த நபர்கள் பற்றிய

செய்திகளைச் சேர்க்கும் திட்டத்திற்கு வந்தான் சஞ்சய்.

"பல வருட காயத்தை ஒரே நாளில் ஆற்ற முடியாது என்பதைச் சஞ்சய் அறிந்தே இருந்தான்!" என்று தான் சொல்ல வேண்டும்.

அதோடு திவ்யதர்ஷினி பற்றிய நிகழ்வுகள் அருளன் முன்னே சொன்னது எல்லாம் பொய் என்பதை அப்போதே சஞ்சய் தெரிந்து கொண்டான். அருளன் உணர்ச்சிவசப்பட்டுப் பேசிய போதே ஒரு வார்த்தை கூட அவளைப் பற்றி அவன் சொல்லவில்லை. அதை வைத்தும் மற்றும் பெண்களைக் கண்டாலே அருளன் மனதில் ஓடும் கற்பனை குதிரை வைத்து பார்த்தும், "கண்டிப்பாகப் பெண் தோழி யாரும் அருளனுக்கு இல்லை!" என்று உணர்ந்தான்.

அவனைப் போல் அருளனும் சில நாட்களுக்கு முன்பு தன்னிடம் சஞ்சய் அவனின் அப்பாவின் உடல் நலம் பற்றிச் சொல்லி அழுத போதே "பெமினா ஜோஸ் (Femina Jos)" என்கிற பெண் பொய் என்றும் தெரிந்து கொண்டான்.

ஒருவர் மற்றொருவர் சொன்ன பொய்யை அறிந்திருந்தும் அதனைக் காட்டிக் கொள்ளாது இருந்தனர்.

அடுத்தச் சில நாட்கள் கழித்து.

அருளன் அவனின் கல்லூரி சார்பாக மற்றொரு கல்லூரியின் புரோகிராமிங் (Programming) போட்டி ஒன்றில் கலந்து கொள்ளச் சென்றான். அவனோடு சஞ்சய் வரவில்லை. தன் வகுப்பில் இன்னும் இரண்டு பேருடன் தான் அருளன் சென்றான்.

அப்படி அவன் செல்லும் போது அர்ஜுன் கூட அந்தக் கல்லூரிக்கு வந்தான் தன் வகுப்பு சார்பாக. இருவரும் ஒரே கல்லூரி சென்றாலும் ஒருவர் மற்றவரிடம் பேசிக்கொள்ளவில்லை. ஆனால் போட்டி ஆரம்பித்த நொடியில் இருவரும் தான் ஜோடி போட்டு அவர்களின் கல்லூரி சார்பாகக் கலந்து கொண்டனர்.

இருவரும் பத்து நிமிட கால நேரம் எடுத்துக் கொண்டு, ஒருவர் மற்றவர்களுக்கு உதவி செய்து 90% சரியாக முடித்தனர். பின்னர் அவர்களுக்குப் பின்னால் முடித்தனர் அதே 90% சரியாக மற்ற கல்லூரி ஜோடி

ஒன்று.

வெற்றி யாருக்கு தருவது என யோசனை எழுந்தது. காரணம் அருளன் மற்றும் அர்ஜூன் கல்லூரி முதலாம் ஆண்டு மாணவர்கள். அவர்களுக்குப் பின்னால் முடித்தவர்கள் மூன்றாம் ஆண்டு மாணவர்கள்.

அருளன் அர்ஜூன் இருவரும் முடித்த புரோகிராமிங் எல்லாம் கொஞ்சம் பழைய முறையாக இருக்க, அதே இன்னொரு ஜோடி முடித்தது நவீன முறையாக இருக்க, இரண்டாம் ஜோடி முதல் வெற்றி ஜோடி என்றும், அருளன் அர்ஜூன் இருவரும் இரண்டாம் இடம் என்றும் அறிவிக்கப்பட்டது.

"சந்தோசம்! வாழ்க்கையில் நான் பெற்ற முதல் வெற்றி. ரொம்பப் பெருமையா இருக்கு! மீ வெரி ஹேப்பி! ஹேப்பி!" என்ற அர்ஜூன், அருளனுடன் இரண்டாம் பரிசை வாங்க மேடை ஏறினான்.

அவர்கள் கல்லூரி சார்பாக வந்த கூட்டமோ 5 பேர் தான். ஆனால் முதல் பரிசு வாங்கிய ஜோடியின் கல்லூரியில் இருந்து சுமார் இருபது பேர் வந்திருந்தனர். அவர்களைக் கைதட்டி பாராட்ட போதுமான கூட்டம் தான்.

போட்டி நேரத்தை தாண்டி அர்ஜூன் அருளன் எதுவும் பேசிக்கொள்ளவில்லை. அருளனின் திக்கும் பிரச்சனையும் இன்னும் சரியாகவில்லை. அவனைப் போல் அர்ஜூன் கூடச் சில நேரம் திக்கினான் அதிகக் கூட்டத்தை எதிர் கொள்ளும் போதெல்லாம்.

பின்னர்த் தனியாள் கலந்து கொள்ளும் போட்டிகள் ஆரம்பித்தனர். பிழை கொண்ட புரோகிராம் ஒன்று கொடுக்கப்பட, அதையும் பத்து நிமிடத்தில் சரியானபடி சரி செய்து வேலை செய்ய வைக்க வேண்டும்.

அதில் அருளன் கலந்து கொள்ளவில்லை. அர்ஜூன் மட்டும் கலந்து கொண்டான். காரணம் "ஒரு கல்லூரியில் ஒருவர் தான் கலந்து கொள்ள வேண்டும்!" என்ற விதிமுறையே!

அர்ஜூன் முதல் ஏழு நிமிடம் திணறிய போதும், கடைசி மூன்று நிமிடம் என நடுவர் சொல்ல, பேய் புகுந்தது போல் வேகமெடுத்து, அந்தப் புரோகிராம் சரியானபடி ஓட வைத்து முதல் பரிசை தட்டி சென்றான்.

அதன் பிறகு நடத்தப்பட்ட எந்தப் போட்டியிலும் அருளனும் அர்ஜூனும் கலந்து கொள்ளவில்லை. அதற்குக் காரணம் மற்றது எல்லாம் படிப்பை தாண்டி தனித் திறமையை வைத்து நடத்தப்பட்ட போட்டிகள்.

அர்ஜுன் காதில் இயர் போன் ஒன்றை மாட்டி பாட்டு கேட்டுக் கொண்டிருக்க, அருளன் பசி எடுக்கத் தனியே சாப்பிட சென்றான். அப்படிச் சென்ற போதே தான் ஒரு போட்டியில் இரண்டாம் பரிசு வென்றதையும் தன் அப்பாவுக்குக் கைபேசி அழைப்பு விடுத்துச் சொன்னான். அர்ஜுன் போன்று இந்த வெற்றி அருளனுக்கும் புதிது.

தான் எதிலும் சிறந்தவன் அல்ல என்கிற உணர்வு அவர்களுக்கு இந்த வெற்றியால் சிறிது மாறியது என்று தான் சொல்ல வேண்டும். அப்போதே முடிவு எடுத்தான், இனி இது போல் போட்டிகள் நடத்தப்பட்டால் தன் வகுப்பு ஆசிரியரிடம் சொல்லி கலந்து கொள்ள வேண்டுமென.

அதே எண்ணத்தில் தான் அர்ஜுன் கூட இருந்தான். அருளனை விட இந்த வெற்றி அவனுக்கு ஒரு வெறியே தந்தது என்றே சொல்ல வேண்டும். அதே வெறியில் அர்ஜுன் தன் உயிர் நண்பன் சிவாவுக்குக் கைபேசியில் தான் வெற்றிப் பெற்றது பற்றிச் சொல்ல, அவனைப் போல் அருளன் தன் நண்பன் சஞ்சய்க்கு கைபேசி அழைப்பில் சொன்னான்.

இருவேறு நபர்கள் வேறு வேறு உயிர் நண்பர்கள் இருந்தும், ஒரே போல் செயலை செய்யும் வினோதம் தான் என்னவோ?

அர்ஜுன் வெற்றி பற்றிய பேச்சு ஒரு பக்கம் என்றால், அருளன் வெற்றி மொத்த வகுப்புக்கும் ஆச்சரியம் தான்.

அருளன் மற்றவர்கள் படும் ஆச்சரியத்தைக் கண்டுகொள்ளாது வகுப்பை கவனிப்பதில் மட்டும் கவனம் செலுத்தினான். கடந்த சில வாரமாக அவனிடம் இருக்கும் மாற்றத்தை தவறாகப் புரிந்து கொண்ட அவனின் வகுப்பு நபர்கள், இடைவேளை நேரத்தில்,

"என்னடா உன் ஃப்ரெண்ட் திவி கிட்ட லவ் சொல்லிட்டியா? அதான் எப்பவும் இல்லாத மாதிரி லேட்டா கிளாஸ் வரியா? அவளோட மோட்டிவேஷன் (Motivation) வச்சு புதுசா வெற்றி எல்லாம் அடைஞ்சுட்ட போல? எல்லாம் காதல் செய்யும் மாயமா?" என்று கேலியாகக் கேட்டு சிரித்தனர்.

அவர்கள் சொன்னதிற்கு மறுப்பு சொல்ல வந்தவன், அவன் வகுப்புப் பெண் சரண்யா அவனின் பதிலை ஆவலாக எதிர்பார்த்து காத்திருப்பதைக் கண்டு, "ஆமா! லவ் பண்றேன். அவகிட்ட சொல்லிட்-

டேன். அவ கூட ஓகே சொல்லிட்டா!" என்றான் முதல்முறை இருளன் ஆதவன் உதவியே இல்லாது கதை கட்ட திட்டம் தீட்டி.

சஞ்சயோ தன் நண்பனை குழப்பத்துடன் பார்த்து, "இதென்ன புதுசா சொல்ற? உயிர் நண்பனுக்குத் தெரியாம எப்போடா சொன்ன?" என்று கேட்டான். காரணம் அவனுக்குத் தான் தெரியுமே திவ்யதர்ஷினி அரு-ளனின் கற்பனை கதாபாத்திரம் என.

இங்கே கதை இப்படிப் போக, அவர்கள் இருந்த வகுப்புக்கு பக்கத்து வகுப்பில் பெரிய சத்தம் கேட்டது. அந்தச் சத்தத்தைக் கேட்டு சிலர் அங்கே போய்ப் பார்த்தால்,

அர்ஜுன் கணக்கு ஆசிரியர் ஒருவருடன் கணக்கு ஒன்றை காட்டி சண்டை போட்டுக் கொண்டிருந்தான். அவன் போட்டது தான் சரி என்று போராட்டமே செய்தான்.

காதல் கனவு நிறைவேறுமா?

15

கனவு 15

அங்கே நடக்கும் சண்டையை வேடிக்கை பார்த்த சிலரில் அருளனும் இருந்தான்.

"சரியான லூசா இருப்பான் போல!" என்று சஞ்சயிடம் சொல்லி-விட்டு தன் வகுப்புக்கு சென்று விட்டான்.

அவன் வகுப்புக்கு வந்ததும் இந்த முறை அவன் வகுப்பு கூட்டம் அவனை சுற்றி நின்று அவன் காதல் சொன்ன கதையை கேட்டனர்.

அருளன் அந்த ஒரு நொடி கண்ணை மூடி திறந்தான். இதத்னை நாள் தனக்குள் அடக்கி வைத்திருந்த ஆதவனை வெளியே வரவைத்து, அவனே கதை சொல்வது போல் சொல்ல ஆரம்பித்தான்.

அவனின் கற்பனை விரிந்து வேறு ஓர் உலகிற்கு அவர்களை அழைத்து சென்றது. பொய்யான கதை என்று தெரிந்தும் அருளனின் கற்பனை கதை ஆர்வத்துடன் சஞ்சய்யும் கேட்க ஆரம்பித்தான்.

திவ்யா தன் வீட்டில் உடல்நிலை சரியில்லாது படுத்திருக்க, அவள் இருந்த ஃபிளாட் கதவை தட்டினான் இருளன் (அருளன்).

தட்டி தடுமாறி கதவை திறந்தாள் இருளனின் திவி. அப்படி கதவு திறந்தவள் அவள் எதிரே கல்லூரிக்கு கூட செல்லாது தன்னை பார்க்க வந்த இருளனை பார்த்ததும்,

"டேய்.. இருளா! காலேஜ் போகாம இங்க என்னடா பன்ற?" என்று கேட்டாள் அவள்.

அவன் பதில் சொல்லாது அவளை தாண்டி வீட்டிற்குள் நுழைந்தவன்,

"மதியம் சாப்பிட்டியா? இல்லயா?" என்று அங்கிருந்த சோஃபா ஒன்றில் அமர்ந்து கொண்டே கேட்டான்.

அவனின் கேள்விக்கு பதில் சொல்லாது, "நீ ஏன் காலேஜ் போகல கேட்டேன்!" என்றாள்.

"நீ சாப்பிட்டியா? இல்லயா? நானும் கேட்டேன். முதல்ல என் கேள்விக்கு பதில் சொல்லுடி!"

"அதெல்லாம் நீதான் முதல்ல பதில் சொல்லணும்!"

"இல்ல! நீதான்!"

"நீதான்!"

"நீதான்!'

"நீதான்"

என மாறி மாறி சண்டை போட்டவர்கள், ஒரு கட்டத்தில் திவி சோர்வு ஆவதை பார்த்த இருளன், அவளின் கையை பிடித்து தன் அருகே அமர வைத்தவன், அவளின் கழுத்தை தொட்டு பார்த்து, "திவி, என்னடி இப்படி உடம்பு சூடுது! மாத்திரை சாப்பிட்டியா? இல்லயா? முதல்ல சாப்பாடு சாப்பிட்டியா? இல்லயா?" என்று அக்கறையுடன் கேட்டான்.

அவள் "இல்லை" என்பது போல் தலையை ஆட்டி, தன் வயிற்றை தடவி கொண்டு, "பசிக்குது டா! எனக்கு அம்மா வெறும் ரசமும் சாதமும் மட்டும்தான் செஞ்சு போய் இருக்காங்க. எனக்கு இட்லி சாப்பிடணும் போல இருக்கு. வீட்டில மாவு இருக்கு. ஆனா, எனக்கு சமைக்க தெரியாதுன்னு உனக்கே தெரியும் ல? என்னை பொறுத்தவரை ரசம் விஷம் தான். எனக்கு பிடிக்காது! பிடிக்காது!" என்றாள்.

"இட்லி தானே நானே செஞ்சு தரேன். அதுவரை பால் குடிக்கிறியா? காய்ச்சி தரவா?" என்று கேட்டவன், அவள் சரியென்று சொல்வதற்குள் சமையல் கட்டுக்குள் சென்று சூடான பாலை காய்ச்சி அவளுக்கு டீ போட்டு தந்தான். அவள் அதை குடித்து கொண்டிருக்கும் நேரத்தில் இட்லி மாவை அதற்கான தட்டில் போட்டு அடுப்பில் ஏற்றினான்.

பின்னர் தேங்காய் துருவி உடனே தேங்காய் சட்னியும் செய்து முடித்தான். திவி டீ குடித்து கொண்டே அவன் செய்வதை சமையல் மேடையில் அமர்ந்து கொண்டே வேடிக்கை பார்த்தாள். அவளின் பார்-

வையில் தெரிந்த ஏதோ ஒன்று அவனின் மனதை தடுமாற செய்ய, "என்னடி அப்படி பார்க்கிற?" என்று கேட்டான்.

"கியூட் பாப்பாவா தெரியுற! அதான் சைட் அடிச்சேன்." என்றாள் சிரித்து கொண்டே.

"என்னை வச்சு காமெடி பண்ணாம ஒழுங்கா ஹாலில் போய் உட்காரு. ஏற்கனவே உடம்பு சரியில்ல இதுல கிச்சன் அனல் காத்துல இன்னும் எதாவது ஆயிட போகுது." என்று அவளின் தோளில் லேசாக தட்டி போக சொல்லி.

அவளும் முகத்தை சுழித்து கொண்டே ஹால் சென்று அமர்ந்தாள். அவனோ இட்லி தயார் ஆனதும் அவளுக்கு மூன்று இட்லி முதலில் தட்டில் வைத்து தேங்காய் சட்னி தொட்டுக்கவும் உற்றி கொண்டு வந்து அவளின் கையில் கொடுத்தான்.

அவள் தட்டையும் அவன் முகத்தை மாறி மாறி பார்த்துவிட்டு, "இருளா, மீ பாவம் ல? ஃபீவர் வந்த பொண்ணு ல? பிளீஸ் டா.. நீயே ஊட்டி விடு!" என்றாள் கண்ணை சிமிட்டி கொண்டு.

என்றும் விட இன்று அவளின் பேச்சில் ஏதோ ஒரு வித்தியாசத்தை உணர்ந்தவன், "கை இருக்குல்ல.. நீயே சாப்பிடு. என்னை கேட்காத." என்றவன், அந்த தட்டை அவள் கையில் கட்டாயப்படுத்தி கொடுத்துவிட்டு அவள் முன்னே இருந்த சோஃபாவில் சாய்ந்து அமர்ந்தான்.

அவள் குழந்தை போல் முகத்தை சுழித்து திரும்பி பிடிவாதம் பிடிக்க, "இப்ப உனக்கு என்னடி பிரச்சினை? ஒழுங்கா சாப்பிட என்ன? அதான் உனக்கு பிடிச்சது செஞ்சு தந்துட்டேன் ல?" என்று பொறுமை இழந்து கத்த, அவளோ இந்த முறை தன் பிடிவாதம் விட்டு, "எனக்கு ஊட்டி விட முடியுமா? முடியாதா?" என்று கோபத்தில் கேட்டாள்.

அவளின் குழந்தை முகத்தையும், பிடிவாத முகத்தையும் பார்த்து மறுத்தவனால், அவளின் கோப முகத்தை பார்த்து மறுக்க முடியவில்லை. அவள் கேட்டது போல் ஊட்டி விட ஆரம்பித்தான்.

அவள் ஒவ்வொரு வாயாக வாங்கி கொண்டே, "இப்ப சொல்லு.. ஏன் காலேஜ் போகல?" என்று கேட்டாள்.

"நீதானே காலையில் ஃபோன் பண்ணி உடம்பு சரியில்ல சொன்ன? 'அம்மாவுக்கு அவங்க வேலை செய்யிற ஸ்கூல் ல இன்னிக்கு ஏகப்பட்ட வேலை.. அவங்களால் லீவ் போட்டு பார்த்துக்க முடியாது சொல்லிட்டாங்க!' என்று சொன்னியே! அதான் கூட இருந்து உன் அம்மா வரும்-

வரை உதவி செய்யலாம் வந்தேன்." என்றான்.

"நிஜமா?"

"ஆமா! ஆமா!"

"என்னை பார்த்துக்க எனக்கு தெரியாதா? நீ ஏன் காலேஜ் லீவு போட்டு வர? அப்படியே என்ன உதவி செஞ்சுட போற?"

"ம்ம்.. இதோ இட்லி செஞ்சு.. சட்னி செஞ்சு.. ஊட்டி வேற விடுற. இதுக்கு மேல வேற உதவி தேவைனா முடியுமா முடியாதா பார்த்து செய்வேன்."

"சமையல் செஞ்சு தருவது ஓர் உதவியா? ஹோட்டல் ல ஆர்டர் பண்ணி கூட எனக்கு இட்லி சாப்பிட தெரியாதா? அதுக்கு நீதான் வரணும்னு இல்லையே!"

"தப்பு தான்! தப்பே தான்! உனக்கு போய் உதவி செய்ய நினைச்சேன் பாரு! அதுவும் காலேஜ் லீவ் போட்டு வந்தேன் பாரு! நான் இப்பவே கிளம்பி போறேன்." என்று உணவு தட்டை அவளிடம் கொடுத்து கிளம்ப எழுதவனை கைபிடித்து உட்கார வைத்த திவி,

"இருளா, உனக்கு இப்பல்லாம் அடிக்கடி கோபம் வருதுடா! நீ முன்ன மாதிரி இல்ல. காலேஜ் போனதில் இருந்து ரொம்ப மாறிட்ட!" என்றாள்.

"அதெல்லாம் இல்ல. நான் எப்பவும் போல் தான் இருக்கேன். உனக்கு தான் அப்படி தெரியுது. முதல்ல ஒரு நல்ல கண் டாக்டரை போய் பார்த்து கண்ணாடி போடு!" என்றான் அவன் திரும்பி அவளுக்கு ஊட்ட ஆரம்பித்து கொண்டு.

"இல்ல, வேற எதோ ஒன்னு இருக்கு. ஒருவேளை லவ் மாதிரி எதாவது போகுதா? யாரையாவது லவ் பன்றியா? ஹே.. அப்படி மட்டும் சொல்லிடாத! எனக்கு சிரிப்பு வந்துட போகுது!" என்றவள் உடனே ஓங்கி சிரித்தாள்.

அவளை முறைத்து பார்த்த இருளன், "எனக்கு படிக்கவே நேரம் இல்ல. இதுல லவ் ஒரு கேடா? ஃபீவர் ல இருக்கியேன்னு பார்க்கிறேன் டி! இல்ல, முக்குல ஒரே பஞ்ச் கொடுத்து சப்பை முக்கி ஆக்கி இருப்பேன்." என்றான் தன் இடது கை விரல்களை முறுக்கி காட்டி.

"கிழிப்ப! எனக்கு பாக்ஸிங் தெரியும்ன்னு உனக்கே தெரியும். அதையும் மீறி உன்னால் ஒரு மண்ணும் பண்ணிட முடியாது!" என்றாள் அவள் திமிராக.

"அதுவும் உண்மைதான். அப்புறம் என் கை உடைப்படவா?" என்று சொன்னவன், "பாவம் தான்!" என்றான் ஏதோ யோசித்து பார்த்து.

"என்ன பாவம்? யாரை சொல்ற?" என்று கேட்டாள் அவள்.

"உன்னை வருங்காலத்தில் கல்யாண பண்ணிக்க போற அந்த பாவப்பட்ட ஜீவனை தான் சொல்றேன். எத்தனை எலும்பு உன்னால் உடைக்கப்பட போகுதோ? பாவம் தான் அவரு!" என்றான் அவன் ஊட்டி முடித்து விட்டு.

திவி சில நொடிகள் எதுவும் பேசாது இருந்தவள், "நீ எதாவது சாப்பிட்டியா? இல்லயா?" என்று கேட்டாள்.

"இனிமேல் தான். உங்க வீட்டு விஷம்.. ச்சே! ரசத்தை சாப்பிடுற. சாப்பிடலாம் தானே?"

"ம்ம்."

அவன் திவி சாப்பிட்ட தட்டை அலம்பி வைக்க, அவள் தன் வாயை துடைத்து விட்டு மீண்டும் சோஃபா ஒன்றில் அமர்ந்தாள். அவன் தனக்கு ரசம் சாதம் பிசைந்து எடுத்து வந்து அதற்கு குட்டி உருளை கிழங்கு கறியை கொஞ்சமாக போட்டு கொண்டு அவள் முன்னே அமர்ந்தான் சாப்பிட.

அப்போது திவி உடனே அவன் அருகே வந்து அவன் கையில் இருக்கும் தட்டை வாங்கி அவனுக்கு ஊட்ட கையை நீட்ட, அவனோ,

"எனக்கு கை இருக்கு.. வாய் இருக்கு.. நானே சாப்பிடுற. உனக்கு உடம்பு சரியில்ல தானே? போய் அமைதியா உட்காரு." என்றான்.

"பிளீஸ் டா.. ஒரே ஒரு வாய்.. நான் ஊட்டி விடுற!" என்றாள்.

"முடியாது! எனக்கு சாப்பிட்ட தெரியும்! புதுசா இந்த பழக்கம் எனக்கு வேணாம்!" என்று பிடிவாதமாய் மறுத்து விட்டான்.

அதற்கு மேல் அவனை அவள் கட்டாயப்படுத்தவில்லை. அவன் முழுவதும் சாப்பிட்டு முடிக்கும் வரை பொறுமையாக அவனோடு அமர்ந்து அவன் படிப்பு சார்ந்த கேள்விகளை மட்டும் கேட்டாள்.

அவனும் எல்லா கேள்விகளுக்கும் பொறுமையாக பதில் அளித்தான். பின்னர் அவன் சாப்பிட்டு முடித்ததும் கை கழுவ சென்று விட, அவள் அவனின் கல்லூரி பையை திறந்து பார்த்தாள். அதில்,

"The Power Of Positive Thinking - Norman Vincent Peale" என்கிற புத்தகம் ஒன்று இருந்தது. அதில் சில பக்கங்களை அவள் படிக்க ஆரம்பித்தாள்.

பின்னர் ஒரு கட்டத்தில் அவள் தலையை தூக்கி பார்க்க அவள் முன்னே இருளன் நின்று கொண்டு, "எப்படித்தான் இங்கிலீஷ் புக் படிக்கிற தெரியல. எனக்கு தமிழ் நாவல் தாண்டி இங்கிலீஷ் நாவல் படிக்க பொறுமையும் அறிவும் இல்ல. ஆனா, நாவல் மட்டும் நூலகத்தில் வாங்கி வந்துட்டேன்!" என்றான் சோகமாய்.

"அதெல்லாம் படிக்க படிக்க செட் ஆகும். உனக்காவது தமிழ் நாவல் படிக்க ஆர்வம் இருக்கு. ஆனா, இந்த காலத்தில் சும்மா புக் படிக்க கூட பலருக்கு ஆர்வம் இல்ல. புக் ரீடிங் ஹாபிட் எல்லாம் தொடர் பழக்கத்தில் தான் வரும். நீயும் இங்கிலீஷ் புக் தினம் மூன்று பக்கம் படிப்பேன் உறுதி எடுத்து படிச்சா போக போக ஆர்வம் வரும். உன்னையே அறியாமல் இங்கிலீஷ் ப்யுவென்சி (English fluency) நல்லா வந்துடும்." என்று கூறி நம்பிக்கை அளித்தாள்.

பின்னால் அவள் படித்து முடித்த சில இங்கிலீஷ் நாவல்ஸ் எடுத்து வந்து காட்டி, "இதெல்லாம் நேரம் கிடைக்கும் போதெல்லாம் நானும் அப்பாவும் போட்டி போட்டு படிப்போம். முதல்ல எனக்கும் புரியல. ஆனா, அடிக்கடி படிக்க படிக்க கொஞ்சம் கொஞ்சமா புரிஞ்சு இப்போ மொத்தமாவே புரியுது. ஒவ்வொரு தடவை படிக்கும் போதும் புதிய இங்கிலீஷ் வார்த்தையை கத்துகிற. அதை நிஜ வாழ்க்கையில் அடிக்கடி பயன்படுத்திட்டும் வரேன். உனக்கு ஓகேன்னா, நாமளும் அடிக்கடி இங்கிலீஷ் பேசி பழகலாம்.

நீயும் இங்கிலீஷ் பேச பயப்படாம நல்லா பேச கத்துப்ப. இன்னும் இரண்டு வருசத்துல காலேஜ் ல வர கேம்பஸ் இன்டர்வியூல பாஸாகவும் உதவியா இருக்கும்." என்றாள்.

"அதெல்லாம் அப்புறமா பார்த்துக்கலாம்." என்றவன், "இப்ப ஃபீவர் எப்படி இருக்கு?" என்று கேட்டான்.

அவள் அவனின் கையை தன் கழுத்தில் வைத்து, "நீயே சொல்லு.. ஃபீவர் தெரியுதா?" என்று கேட்டாள்.

"கொஞ்சம்." என்றவன், "ஒழுங்கா இன்னும் ஒரு நாள் ரெஸ்ட் எடுத்துட்டு ஸ்கூல் போ.. அப்போ தான் கவனமாக படிக்க முடியும்!" என்றான் கண்டிப்பான குரலில்.

"அப்போ நாளைக்கும் லீவ் போட்டு இங்க சீக்கிரம் வா. இன்னிக்கு மாதிரி நாளைக்கும் உதவி பண்ணு. எனக்கு சீக்கிரம் சரியா போய்டும்." என்றாள் அவள்.

அவளின் பேச்சும் நடத்தையும் அதிகம் மாறி இருப்பதை உணர்ந்தவன்,

"திவி, நீ வேணும்னா கொஞ்ச நேரம் போய் தூங்கு. நீ எழுந்து வரும் வரை நான் வெயிட் பண்றேன்." என்றான் அவன்.

ஆனால் அவள் தூக்கம் வரவில்லை என சொல்லிவிட்டு அவன் முன்னே தன் லேப்டாப் எடுத்து வந்து அமர்ந்தாள். அதில் +2 கம்யூட்டர் சயன்ஸ் பாடம் ஒன்றை எடுத்து காட்டி, "இதை பற்றி சொல்லி கொடுடா." என்றாள்.

"எதுக்கு? ரெஸ்ட் விட்டு இப்ப இது தேவையா?"

"எனக்கு தேவைதான். நீயும் நானும் தனியா இருப்பதே கம்மி.. இதால இங்க நீ வந்தாலே நம்ம கூட உன் அருமை தங்கச்சியும் சேர்ந்து ஒருவழி பண்ணிடுவா. எனக்கு உன்கூட சேர்ந்து பேச கூட நேரம் இருக்காது டா. இதை மட்டும் சொல்லிட்டு.. நீயும் நானும் சேர்ந்து எதாவது படம் பார்க்கலாம். உனக்கு ரொம்ப பிடிச்ச கார்ட்டூன் படம் கூட டவுன்லோட் பண்ணி வச்சு இருக்கேன். அதை கூட பார்க்கலாம்."

"சரி. ஆனா, உனக்கு டயர்ட் ஆனால்.. உடனே சொல்லிடு. உன்னை நீயே கஷ்டப்படுத்திகிட்டு படிக்கிறது படம் பாக்குறது எல்லாம் வேணாம்."

"ஓகே. ஐ பிராமிஸ்!" என்றாள்.

அவள் தனக்கு அன்று தெரிந்த பாடத்தை பற்றியே கேள்வி கேட்டு அவனின் அறிவுத்திறனை சோதித்து பார்த்துவிட்டு, அவனோடு ஹிந்தி படம் ஒன்றை பார்த்தாள்.

அதன் பெயர் "ரப் னே பனா டி ஜோடி (rab ne bana di jodi)". ஹிந்தி தெரியவில்லை என்றாலும் அதன் கீழே கொடுக்கப்பட்ட சப்டைட்டில் (Subtitle) மூலம் படத்தை பார்த்தான் அவன்.

சராசரியான வாழ்க்கை, படிப்பு, வேலை என இருக்கும் நபர் தன் கல்லூரி ஆசிரியரின் பெண்ணின் கல்யாணத்தில் கலந்து கொள்ள சென்று, அந்த பெண்ணையே கல்யாணம் செய்து கொள்ளும் சூழ்நிலையும் வந்து, பின்னர் அந்த பெண்ணை கல்யாணம் செய்ததும் அவளுக்கு பிடிக்கும் படி தன்னை மாற்றி கொண்டு, முடிவில் வேறு ஆள் போல் தன்னை காட்டிக்கொண்டு அவளை காதலிக்கவும் வைத்து, முடிவில் பொய்யான காதலன் நடிப்பை விட்டு கணவனாய் அவளின் மனதை வென்ற கதை.

நல்ல படம் தான். ஆனால் அதை பார்க்க பார்க்க அவன் மனம் அந்த படத்தில் தானும் திவியும் வைத்து கற்பனை சென்றது. அதை அவன் அவளிடம் சொல்லவில்லை. தன் தகுதி பற்றி அவனுக்கே தெரி-யும்.

ஆனால் திவி,

"இந்த படம் பத்தாவது தடவை பார்க்கிறேன், இருளா. ஒவ்வொரு தடவையும் ஹீரோ இடத்தில் நீயும் ஹீரோயின் இடத்தில் நானும் தான் தெரியுது. என் மனது அப்படி தான் கற்பனை செய்யுது. ஷாருக்கான் படம் என்றால் எனக்கு எந்த அளவுக்கு பிடிக்கும் என்று உனக்கே தெரியும். ஆனா, இந்த படத்தை பார்க்கும் போது மட்டும் நீதாண்டா அவர் இடத்தில் தெரியுற.

வயசு கோளாறா தெரியல. ஆனா, எனக்கு உன்னை ரொம்ப பிடிக்-கும்! இந்த படத்தில் வரும் ஹீரோ மாதிரி நீயும் எனக்கு எப்பவும் சப்போட்டா இருக்க. சின்ன வயசுல இருந்து என்னை பற்றி எல்லாம் உனக்கு தெரியும்! என்னோட ஒவ்வொரு குணம், செயல், பிடித்தது பிடிக்காதது எல்லாம் உனக்கு தெரியும். அதே மாதிரி எனக்கும் உன்னை பற்றி தெரியும்!

நாம ஏன் லவ் பண்ண கூடாது? கல்யாணம் பண்ணிக்க கூடாது? பொண்ணுங்களுக்கு தன்னை அன்பா பார்த்து கொள்ளும், தன்னை புரிந்து சப்போட் பண்ணும் ஆணை தான் ரொம்ப பிடிக்கும்! அவங்களை தான் முழுசா நம்பி எல்லாம் சொல்வாங்க. பெத்த அம்மா கிட்ட சொல்-லாதது கூட அந்த ஆணை நம்பி சொல்வாங்க. எனக்கு என் அப்-பாவை அடுத்து உன்னை தான் ரொம்ப பிடிக்கும்! உன்கிட்ட தான் என்-னோட எல்லா ரகசியமும் தயக்கமே இல்லாமல் சொல்லி இருக்கேன்.

நான் வயசுக்கு வந்தது கூட உன்கிட்ட தான் என் அம்மாவுக்கு முன்னாடி சொன்னேன். அன்னிக்கு என் டிரஸ் எல்லாம் இரத்தம் ஆகி போன நொடியில் நீதானே எனக்கு துணையா இருந்து, என்னோட வலி புரிந்து என் அம்மா அப்பாவுக்கு தகவல் சொன்ன? பக்கத்து ஃப்ளாட் பாட்டியை அனுப்பி உடை மாற்ற உதவி பண்ண சொன்ன?" என்றவள்,

"ஐ லவ் யூ டா, இருளா. ரியலி ஐ லவ் யூ ஏ லாட்!" என்று கனி-வான குரலில் அதுவரை சொல்லி, பின்னர் மிரட்டல் குரலில்,

"மவனே! உனக்கு பிடிக்குதோ இல்லையோ.. என்னை லவ் பண்ணி ஆகணும்! எனக்கு எதையும் கேட்டு வாங்க பிடிக்காது! அப்படியிருக்க

என் மனசுல இருப்பதை சொல்லிட்டேன்... உனக்கு ஒரு நாள் தான் டைம்.. யோசிக்க இல்ல.. என்கிட்ட காதல் சொல்ல!" என்றாள்.

இருளன் பயத்தில் எச்சிலை விழுங்கினான்.

காதல் கனவு நிறைவேறுமா?

16

கனவு 16

அருளன் தன் கற்பனை கதையை உண்மை போல் சொல்லி முடிக்க, அவனைச் சிலர் நம்பாது பார்த்தனர். அவர்களின் பார்வை அர்த்தத்தை உணர்ந்த அருளன்,

"அவ தன் காதலை சொன்ன நொடி எனக்கு நம்பத் தோணல. என்னை வச்சு காமெடி எதாவது பண்றாளோ கூட நினைச்சேன். ஆனா, அவ காமெடி பண்ணல சொல்லி என் தலையில் நாலு கொட்டு கொட்டினா! அப்பவும் நான் நம்பல.. நம்பவே மாட்டேன் சொன்னேன். அப்புறமா.. அப்புறமா.. தான்.." என்று இழுத்தவன், அந்த நொடி அடுத்த வகுப்பு ஆரம்பிக்கும் நேரம் வந்ததால், அந்த வகுப்பு ஆசிரியர் வந்தார்.

பின்னர் அவன் வகுப்பில் மட்டும் கவனம் செலுத்துவது போல் இருக்க, அவனின் கற்பனை காதல் கதை கேட்க ஆரம்பித்த ஆட்கள் தான் "அடுத்து நடந்ததென்ன?" என அறியாது தவித்தனர். அவன் சொன்னது எல்லாம் பொய் என நன்கு அறிந்திருந்த சஞ்சய் கூடத் தவித்தான், "அடுத்து அருளன் கற்பனையில் நடந்தது என்ன?" என அறிய.

அதற்கான பதில் அன்றே சொல்லாது கடைசியில் ஓடி விட்டான் நமது கற்பனை நாயகன் அருளன்.

அடுத்தநாள் முன்னேயே வகுப்பில் வந்துவிட்டனர் பலர் அருளனின் கற்பனை கதையை அறிய.

ஆனால் அவனோ வகுப்பு ஆரம்பிக்கச் சிறிது நேரம் இருக்கும் நிலையில் தான் வந்தான். அதற்கு முக்கியக் காரணம் பல நாளுக்குப் பிறகு தன் கற்பனை நண்பர்களைப் பார்த்ததும் அவர்களுடன் பேசி கொண்டே தாமதமாக வந்தது தான்.

கற்பனையில் திரும்பி வாழ ஆரம்பித்த அருளன் மீண்டும் அரைப் பைத்தியமாய் மாறி விடுவானோ?

இதோ இடைவேளை வரும்வரை காத்திருந்த அந்தக் கதை கேட்கும் கும்பல் இந்த முறை அவனைச் சுற்றி வளைத்து நின்றது, மொத்த கதையும் அப்போதே கேட்டு விடும் வெறியில்.

அருளன் மனதிற்குள் சிரித்துக் கொண்டவன், பெருமூச்சு விட்டுக் கொண்டே, "போன வருசம் எனக்கு ஃபேஸ்புக் பேக் ஐடி ஒன்றில் மெசேஜ் பண்ணி லவ் சொன்னதே அவ தானு சொல்லி அந்த அக்கவுண்ட் ஓபன் பண்ணி காட்டினா. எனக்கு அப்படி மெசேஜ் பண்ணி என்னை டெஸ்ட் பண்ண சொன்னதே என்னோட பெரியப்பா பொண்ணு தானாம். திவிக்கு என்னை விட அவ தான் க்ளோஸ் எப்பவும். ஸோ, ரெண்டு பேரும் என்னை வச்சு நல்லா விளையாடு இருக்காங்க.

அந்த ஐடி தொல்லை பற்றி அப்போவே அவங்க ரெண்டு பேர்கிட்ட சொல்லி அழுது இருக்கேன். அதெல்லாம் பார்த்தும் ஒன்னும் சொல்லாமல் மறைச்சு என்னை இன்னும் அழ வச்சு வேடிக்கை பார்த்திருக்காங்க. அதைத் திவி என்கிட்ட சொல்லி சாரி கேட்டாள். எனக்குச் செம்ம கோபம்! அந்தக் கோபத்தில் 'போடி டாஷ்! டாஷ்!' என்று திட்டிட்டு வந்துட்டேன்.

அடுத்தநாள் திரும்பி காலேஜ் லீவ் போட்டு போனேன். அவளைப் பார்க்க.. அப்போ.. அப்போ.." என்று சொல்லி தன் கற்பனை உலகிற்கு அவர்களைத் திரும்பி அழைத்துச் சென்றான் அவன்.

இருளன் (அருளன்) திவியின் வீட்டின் கதவை தட்ட, இந்த முறை கதவை திறந்தது அவனின் பெரியப்பாவின் மூத்த பெண் கயல் என்கிற கயல்விழி.

"கயல், நீ ஸ்கூல் போகல?" என்று கேட்டான் அவன்.

"உன் ஆள் மாதிரி எனக்கும் ஜுரம் ஜலதோஷம். இப்பு..! அப்பு..! சொப்பு..!" என வித்தியாசமாக இரும்பி காட்டினாள் கயல்.

"ஓ! நல்லது." என அவளின் நடிப்பை நன்கு உணர்ந்தவன், "திவி, எங்க?" என்று கேட்டான்.

"பெட்ரூம் ல இருக்கா. நீயே போய்ப் பாரு." என்ற கயல் வழிவிட, "நன்றி." எனச் சொல்லிவிட்டு அவனும் மூடியிருந்த அந்த அறை கதவை தட்டிவிட்டு உள்ளே நுழைந்தான்.

திவி படுக்கையில் தன் லேப்டாப் ஒன்றை வைத்துக் கொண்டு அதில் கார் ரேஸ் விளையாட்டு ஒன்றை விளையாடி கொண்டிருந்தாள் ஆர்வமாக.

சில நொடிகள் அவளை அப்படியே நின்று பார்த்தவன், "திவி." என்று அவளை அழைத்தான் கொஞ்சம் குரல் உயர்த்தி.

அவள் அந்த விளையாட்டை "பாஸ் (pause)" செய்துவிட்டு தலையை உயர்த்தி அவனைப் பார்த்தவள், "என்னடா, என் அன்பு காதலா? ஒருநாள் என்னைப் பார்க்காமல் இருக்க முடியல போல? திரும்பி காலேஜ் லீவ் போட்டு வந்திருக்க? நட்பின் பாசமா? காதல் உணர்வா? எது உன்னை இங்க வர வச்சது?" என்று கேட்டாள் கிண்டலான குரலில்.

"நட்பின் பாசம். ஏன் என் உயிர் தோழியை நான் பார்க்க வர கூடாதா? இன்னிக்கும் நீ லீவ் போட போவதா நேற்றே சொன்ன தானே? அதான் உதவ வந்தேன். ஆனா, இங்க வந்து பார்த்தால், என் அன்பு தங்கச்சியே உனக்கு உதவி செய்யப் பொய்யா லீவ் போட்டிருக்கா. குட்! இப்படித்தான் தோழிகள் இருக்கணும்." என்றான்.

"மயிறு! டேய்.. உன்கிட்ட லவ் சொல்லிட்டேன் அவகிட்ட சொன்னேன். அதைக் கேட்டு இன்னிக்கு லீவ் போட்டு ஒரே திட்டு எனக்கு! உன்னை லவ் பண்ணி அவகிட்ட எல்லாம் திட்டு வாங்கணும் எனக்குத் தலையெழுத்தா? இதுல நீ வேற லவ் பண்ண இஷ்டம் இல்லன்னு ஓடி போய்ட்ட!" என்று குற்றம் சாட்டினாள்.

இருளன் திவியின் கோப முகத்தைப் பார்த்தபடி சில நொடிகள் நின்றவன், அவள் அருகே வந்து அவளின் வலது கரத்தை தன் இரு கரங்களால் பிடித்துக் கொண்டு, "திவி, எனக்கு உன்கூட நண்பனா இருக்கவே தகுதி இல்லடி. வசதி, குடும்பம், படிப்பு, திறமை.. இப்படி எதிலும் எனக்குத் தகுதி இல்லடி. உனக்கும் உன் அப்பா அம்மாவுக்கும் மூன்று

வீடு இருக்கு. ஆனா, என் அப்பா இப்ப தான் ஒரு வீட்டை வாங்கி இருக்கார்... அதுவும் பேங்க் லோன் ல.. இன்னும் அதை முடிக்கவே பத்து வருசம் ஆகலாம்.

என் அம்மாவின் மனநிலை, தம்பியின் மனநிலை, நானே சில சமயம் சரியா இல்ல. உன்னை மாதிரி நல்ல படிக்கும் ஆளும் நானில்லை. புது மனிதர்கள், புது ஆட்கள் கூடப் பேசவும் எனக்கு வராது. சில சமயம் தாய்மொழி தமிழில் பேசவே திக்கி பேசும் திக்குவாய் நான். நீயோ தமிழ், இங்கிலீஷ், ஃப்ரெஞ்ச், ஹிந்தி என்று பல மொழி-கள் நன்கு பேசும் அற்புத பெண்! ஏணி வச்சாலும் உன் நண்பனா இருக்கவே தகுதி இல்லாத என்னை நீ லவ் பண்றேன் சொல்றது கேட்-டுச் சிரிப்பு தான் வருது.

உன்னைப் போல் பொண்ணு காதலியா கிடைக்க அந்தப் பையன் கண்டிப்பா கொஞ்சமாவது உனக்கென்றவாறு பல விதத்தில் உயர்ந்து இருக்கணும். நான் அப்படி இல்ல. அதனால் சொல்றேன்... பிளீஸ்! நம்ம எப்பவும் போல் நல்ல ஃப்ரண்ட்ஸா இருக்கலாம், காதல் எல்லாம் வேணாம்!" என்றான் உறுதியாய்.

ஆனால் அவள் கேட்கவில்லை.

"என்னால் உன்னை மாற்ற முடியும் டா! என் காதலால் உன்னை மாற்ற முடியும் டா! அப்பன் சொத்தில் என்ன பெருமை நமக்கு வேண்டி கிடக்கு? அப்பா.. அம்மா.. தம்பி.. பற்றி நீ ஏன் கவலை படுற? அவங்க எனக்கும் சொந்தம் தான். கொஞ்சம் டிங்கரிங் வேலை பார்த்தால், அம்-மாவின் தம்பியின் சிறு சிறு குறையைத் தீர்க்க முடியும். அதெல்லாம் பற்றி யோசிச்சு உன்னை நீயே தாழ்த்தி பேசுவதை இதோடு விடு!

பல மொழி கற்க வைத்தது என் அப்பா அம்மா. உனக்கு அப்படி-யொரு வாய்ப்பு என்னைப் போல் கிடைத்து இருந்தால்.. என்னை விட அதிக மொழி நீயும் கற்று இருப்ப. அதுல எனக்கு எந்தச் சந்தேகமும் இல்ல. இப்பல்லாம் 40.. 50.. வயசுக்கு மேல் எல்லாம் புது மொழி கத்துக்கும் போது... உனக்கு இப்ப தானே 18 ஆகப் போகுது. இன்னும் நேரம் இருக்கு. கத்துக்கலாம். நானே சொல்லி தரேன்.

அடுத்தவர்களுக்கு அருளனாய் அறியப்படும் என் இருளனை எனக்கு எப்பவும் பிடிக்கும். இருட்டில் இருக்க நினைக்கும் என் இரு-ளனை வெளிச்சத்துக்குக் கொண்டு வந்து ஆதவனாய் மாத்த நினைக்கி-றேன். கண்டிப்பா மாத்தியும் காட்டுவேன்! அதுக்கு உன் மனசுலயும் என்

மேல் காதல் வரணும். என்னோட ஒவ்வொரு யோசனையும் நம்பி நீ கடைப்பிடிக்கணும். படிப்பில், உன் தனிப்பட்ட திறமையை வளர்த்துக்க நேரம் ஒதுக்கணும்.

நம்ம மற்ற காதலர்கள் மாதிரி இருக்க வேணாம் டா! 'ஆசை ஆசையாய்' என்கிற பெயரில் சில வருஷத்துக்கு முன்னாடி ஒரு படம் வந்ததுல ஆக்டர் ஜீவா நடிச்சது? அந்தப் படத்தில் சொல்லப்பட்ட கருத்துப்படி நம்ம ஒரு நிலைக்கு வரும் வரை மனதில் மட்டும் காதலை வச்சு நம்ம வாழ்க்கை நிலை உயர்ந்த பார்ப்போம்.

நான் உன்னோட பல வருட காலத் தோழி டா! எனக்கு உன்னைப் பற்றி நல்லா தெரியும். உன்னால் கண்டிப்பா முடியாத எதையும் நான் காதல் பெயரில் செய்யச் சொல்லி கட்டாயப்படுத்த மாட்டேன். அதே மாதிரி உன்னையும் என்னைக் கட்டாயப்படுத்த அனுமதிக்க மாட்டேன்! யூ காட் வாட் ஐம் சேயிங்? (You got what I'm saying?)" என்று கேட்டாள் முடிவில்.

"நீ படத்தையும் நிஜத்தையும் சேர்த்துக் குழப்பிப் பேசாத, திவி. எந்த வித திறமையும் இல்லாத மொக்கை பையன் நான். என்னை லவ் பண்ணா.. கண்டிப்பா சொல்றேன்... இந்தக் காதல் முடிவில் ஜெயிக்-காது. ஸோ, ஜெயிக்காது தெரிஞ்சு ஒரு காதல் தேவையா? அதுவும் என்னை மாதிரி ஒருத்தனை காதலிச்சு முடிவில் அழ போறியா?" என்று கேட்ட இருளன்,

"நான் நேத்து மாதிரி இட்லி செஞ்சு தரேன். சாப்பிடு. தெம்பா இருக்கும். நாளைக்குக் கண்டிப்பா நான் காலேஜ் போயிடுவேன். நீயும் லேப்டாப் ல கேம் விளையாடுவது விட்டுட்டு ஒழுங்கா ரெஸ்ட் எடு. ஸ்கூல் போ நாளைக்கு." என்றான் உணர்வை காட்டாத குரலில்.

"இட்லி ஆல்ரெடி கயல் செஞ்சு தந்துட்டா. நீ ஒன்னும் செய்ய வேணாம். பசிச்சா போய்ச் சாப்பிடு. நானும் பத்து நிமிடத்தில் வரேன், சாப்பிட." என்றாள் பகுத்தறி முடியாத குரலில்.

அவன் கிட்சனில் நான்கு இட்லி தட்டில் போட்டு கொண்டவன், கயல் அமர்ந்திருந்த சோஃபாவின் பக்கத்தில் அமர்ந்து பொறுமையாகச் சாப்பிட ஆரம்பித்தான்.

கயல் தன் அண்ணனை சில நொடிகள் பார்த்தவள், "உன்னை ஒருத்தி லவ் பண்ணுவதே உலக அதிசயம். இதுல நீ அவ லவ்வே வேணாம் சொல்ற. நீ லைஃப் லாங் சிங்கிள் தான்டா!" என்றாள்.

"நல்லது." என்ற அருளன், "இப்ப நீ சொன்னதே வச்சு யோசி திவிக்கு நான் தகுதியான ஒருவனா? என்னிக்கு கொஞ்சமாவது எனக்கு என் மேலயே நம்பிக்கை வருதோ.. அப்பவும் திவிக்கு என் மேல் காதல் இருந்தா பார்த்துக்கலாம்." என்றான்.

கயல் அதற்குமேல் அவனிடம் பேசவில்லை. கிடைத்த ஒரே நல்ல வாய்ப்பை இழந்துவிட்டதாக நினைத்தாள். திவி அப்போது அந்த அறையில் இருந்து வெளியே வந்து, சமையல் அறைக்குள் சென்று, நான்கு இட்லி எடுத்து வந்து அவனுக்கு முன் அமர்ந்தாள்.

அவனோ சீக்கிரம் சாப்பிட்டு விட்டு வந்து, அவள் முன்னே வந்து, அமர்ந்து, அவள் சாப்பிடுவதை வேடிக்கை பார்த்தான். அவளோ முந்தாநாள் அவன் ஊட்டி விட்ட நினைவில் விருப்பமே இல்லாது பசிக்கு ஏனோதானோ எனச் சாப்பிட்டாள்.

அவளின் எண்ணம் புரிந்தவனோ, "என்ன நேத்து மாதிரி ஊட்டி விடணுமா?" என்று கேட்டான்.

"மூடிட்டு போ!" என்றாள் அவள் கோபத்தில்.

அவனோ கயல் பக்கம் திரும்பி, "அன்புள்ள தங்கச்சி, உங்களோட அருமை தோழிக்கு ஊட்டி விடுக்க.. பாவம் புள்ள ஆசைப்படுது." என்றவன், இன்னும் சிறிது நேரத்தில் கண்டிப்பாக இரண்டு பெண்களின் கையில் தான் அடி வாங்க வாய்ப்புள்ளது என ஓடி சென்று விட்டான்.

அவன் ஓடுவதைப் பார்த்த அந்த இரண்டு பெண்கள் ஓங்கி சிரிக்கும் சத்தமே ஓடும் அவனின் காதில் கேட்டது.

அருளனின் கற்பனை கதையை அந்த நொடி பொய் என நினைத்த சிலரும் உண்மை தானோ என நம்பினர்.

"இதெல்லாம் நடந்ததும் தான் நீ இன்னும் பேச்செல்லாம் கம்மி பண்ணி படிப்பில் மட்டும் கவனம் செலுத்திக்கிட்டு இருக்கியா? கொஞ்ச நாள் முன்னாடி வேற காலேஜ் போய் நம்ம காலேஜ் சார்பா போட்டியை ஜெயிச்சுட்டு வந்தியா?" என்று கேட்டனர்.

"அப்படியா? கேட்க நல்லா இருக்கே!" என்று அந்த நொடி அருளனை மீறி வெளியே வந்த ஆதவன் கேட்டு சிரிக்க, "இதெல்லாம் ஒரு கதை.. இதைக் கேட்டு இந்த முட்டாள்களும் நம்புதுங்க!" என்றான் இருளனும் கற்பனையாக.

தன் கற்பனை கதையை இன்னும் வளர்க்க கிடைத்த வாய்ப்பை சரியாகப் பயன்படுத்த நினைத்த அருளன், "ஆமா, உண்மைதான். என்னையும் மதிச்சு காதல் சொன்ன அவளுக்கு ஏத்தவனா மாற முடியுமா முயற்சி பண்றேன். 'இதெல்லாம் பண்றது அவளுக்காக மட்டும் தான்!' எனப் பொய் சொல்ல மாட்டேன். என்னோட சுயநலமும் இதுல இருக்கு. அவளை மாதிரி ஒரு பொண்ணை இழக்க எந்த மடையனும் நினைக்க மாட்டான். நான் மடையன் இல்லை அவளை இழக்க." என்று சொல்லிவிட்டு,

"இப்பயாவது ஒதுங்கிப் போங்கடா! எவ்வளவு நேரம்தான் அவசரத்தை அடக்கி வைப்பது?" என்று அவர்களே நகர்த்தி விட்டு ஓடினான் கழிவறை நோக்கி.

அவன் சொன்னதெல்லாம் பொய் எனத் தெரிந்திருந்தும் சஞ்சய், "இதல்லவோ உண்மையான காதல் கதை!" என்றான் தன் நண்பனின் கற்பனை கதையும் நிஜத்தில் நடந்தால் எப்படி இருக்கும் எனத் தன் சொந்த கற்பனையில்.

அப்படியொரு காதல் கதை அவனுக்கும் கிடைக்கும். ஆனால் அதை நிலைக்க விடாது செய்பவனும் அருளனே! பொறாமையில் சொந்த நண்பனுக்குத் துரோகம் செய்யும் அருளனை தண்டிப்பானா சஞ்சய்?

அருளனின் கற்பனை காதலி விட அதிக ஆதரவு தரும் ஒரு பெண் வரும் நேரத்தில் அதனை ஏற்கும் தகுதியில் அருளன் இருப்பானா? இல்லையா?

அருளனின் மொத்த வாழ்க்கை கதை தெரிந்தும் வரப்போகும் அந்தப் பெண் அவனை ஏற்பாளா? இல்லையென்றால் ஒதுக்கி தள்ளுவாளா?

காதல் கனவு நிறைவேறுமா?

17

கனவு 17

அருளன் நாளுக்கு நாள் தன் கற்பனை காதலியின் கதையைப் பல வண்ணத்தில் சொல்லி கொண்டே இருந்தான்.

அதே போல் தன் கற்பனை நண்பர்களுடனும் அவன் தன் தனிமையில் கற்பனையாகப் பேசுவதை முன்பை விட அதிகம் செய்தான்.

சஞ்சயுடன் தன் அருகில் இருக்கும் சமயத்தில் மட்டும் கற்பனை நண்பர்களை வேடிக்கை மட்டும் பார்க்க செய்வானே தவிரப் பேச மாட்டான்.

அப்படியொரு நாள் சஞ்சய்யே அவனிடம்,

"மச்சி, அதெப்படி டா பொய்யான கதையை வாய் கூச்சமே இல்லாமல் சொல்ற? எப்படித்தான் உன்னால் முடியுதோ போ! திவ்யதர்ஷினி என்கிற ஒருத்தி இல்லன்னு தெரிந்தும் நீ கதை சொல்லும் போது என்னால் நம்பாமல் இருக்க முடியல." என்றான்.

"நீங்க பெமினா ஜோஸ் பற்றிய கதை சொன்னது விட ரொம்ப இல்ல. ஆனா, போகப் போக நான் சொல்ற கதையே பொய்யா உண்மையா தெரியாத அளவுக்குப் பைத்தியம் ஆகுற. எனக்கே தெரியுது நான் சொல்றது சுத்த பொய்னு. ஆனா, நிஜம் கற்பனை புரியாத நிலைக்குப் போறேன், சஞ்சய். போற போக்கை பார்த்தால் நானும் அம்மாவை மாதிரி டாக்டரைப் போய்ப் பார்க்கணும் போல. வீட்டுக்கு தெரியாம பார்க்கவா யோசிக்கிற." என்ற அருளன், தலையில் கை வைத்துக் கொண்டு,

"வர வர அடிக்கடி தலைவலி வருது. மோஷன் பிரச்சனை வேற. வீட்டு சாப்பாடு சாப்பிட்டது வரை பிரச்சனை தெரியல. இங்க காலேஜ் கேண்டின் சாப்பிட்டு அடிக்கடி சாப்பிடுற.. அதனால் செட் ஆகாம பிரச்சினை ஆகுது. இதுக்கும் சேர்த்து டாக்டரை பார்க்கணும். அப்பப்போ கையில் கிடைக்கும் பணத்தை வைத்து ஆயிரம் ரூபாய் சேர்த்திருக்கேன். அதை வச்சு ரகசியமா பார்க்க போறேன்." என்றவன், தன் பையில் இருந்து தலைவலி மாத்திரை ஒன்றை எடுத்து போட்டான்.

"என்னடா இந்த வாரத்தில் மூன்றாவது தடவை மாத்திரை சாப்பிடுற." என்று சொல்லி கொண்ட சஞ்சய், "உன்னோட மூளை ரொம்பக் கற்பனை செய்யுது. முதல்ல நீ கற்பனை செய்வதால் உன் மனசு கட்டுப்பாட்டுல இருக்குன்னு நினைச்சேன். ஆனா, அதனால் வேற சில பிரச்சினைகள் எல்லாம் வருது. இதுக்கு முதல்ல ஒரு வழி பண்ணுடா." என்றான்.

"ம்ம்.. பண்றேன்."

"சரி, புது வீட்டுக்குக் கிரகப்பிரவேசம் எப்போ? தேதி முடிவு பண்ணியாச்சா?"

"கிரகப்பிரவேசம் வைக்கப் போவதில்லை. நேரா பால் காய்ச்சி குடி போகப் போறோம்."

"ஏன்?"

"கிரகப்பிரவேசம் பன்ற அளவுக்குக் காசு இல்ல. அதோட வீட்டுச் செலவு வேற பார்க்கணும். ம்ம்.. கடவுள் விட்ட வழி! புது வீடு கட்டி கிரகப்பிரவேசம் கூடப் பண்ண முடியாமல் போகணும்னு விதி!" என்றான் அருளன் சோகமாய்.

"உனக்குத் தான் கடவுள் நம்பிக்கை இல்லயே! பின்ன என்ன கவலை?"

"எனக்கு இல்லதான். ஆனா, அப்பா அம்மாவுக்கு? அதோட அப்பாக்குச் சொந்தங்களைக் கூப்பிட்டுக் கிரகப்பிரவேசம் பண்ணனும்னு ஆசையாம். ப்ச்... முடியாம போச்சுன்னு என்னை விட அவர் தான் சோகமா இருக்கார்."

"மிடில் கிளாஸா பிறந்தாலே கஷ்டம் தான். ம்ம்.. அடுத்த வாரம் செமஸ்டர் எக்ஸாம் ஆரம்பிக்கப் போகுது. நோட்ஸ் எல்லாம் எழுதப் போறேன் சொன்னியே.. எழுதி முடிச்சிட்டியா? எனக்கு எப்போ அதோட ஜெராக்ஸ் தரப்போற? இப்பவே சொல்லிட்டேன் டா.. ஜெராக்ஸ் போட

கூட என்கிட்ட காசு இல்ல, நீ தான் போடணும். காசு நான் அடுத்த வாரம் எப்படியாவது தந்துடுறேன்." என்றான் சஞ்சய் 'நட்பை பயன்படுத்தி நண்பனிடம் காசு பிடிங்கிறோமோ?' எனக் குற்ற உணர்வில்.

"நோ பிராப்ளம். பார்த்துக்கலாம்." என்ற அருளன் அடுத்த நாளே தான் எழுதிய நோட்ஸ் எல்லாம் ஜெராக்ஸ் போட்டுத் தந்தான் சஞ்சயிடம்.

தேர்வு அன்று காலை 7 மணிக்கே அருளனும் சஞ்சய்யும் கல்லூரிக்கு வந்து விட்டனர்.

காலை 10 மணிக்கு தான் தேர்வு. அவர்கள் இருவரும் எப்போதும் போல் அந்தப் பழைய கட்டிடம் உள்ளே சென்றனர். அங்கிருந்த ஓர் அறையில் இருந்த மேசையில் அமர்ந்தனர். முதலில் அருளன் கழிவறைக்குச் சென்றான் தேர்வு பயத்தில்.

"கழிவு வருதோ இல்லையோ அங்கே சிறிது நேரம் இருந்து விட்டு வந்தால் தான் பயம் தன்னை விட்டு செல்லும்!" என நம்பினான்.

"மேற்கு கழிப்பறை (Western toilet)" மேல் அமர்ந்து கொண்டு வரதா கழிவை வர வைக்க முக்கி கொண்டிந்தான் அவன். அந்த நாற்றம் பிடித்த நிலையிலும் அவன் கற்பனை செய்து தன் கற்பனை நண்பர்களை வரவைத்து பேசிக் கொண்டிருந்தான் கற்பனையில்.

அவனின் கற்பனை நண்பர்களும் நாற்றம் பிடிக்கும் அந்தக் கழிவறையில் மூக்கை பிடித்துக் கொண்டே அவனிடம் பேசிக் கொண்டிருந்தனர்.

அவனின் தேர்வு பயத்தைப் போக்க ஆதவன் அவனுக்கு ஆதரவாகப் பேச, அதே நேரத்தில் இருளன்,

"நீ என்ன பண்ணாலும் உன்னால் ஒன்னும் கிழிக்க முடியாது, அருளா. ஸ்கூல் வாழ்க்கையிலேயே உன்னால் பெருசா மார்க் வாங்க முடியல. இங்க மட்டும் பெருசா என்ன வாங்கிட போற?" என்றவன், "உன்னால் முடியாது! உன்னால் முடியாது!" என்றான் கேலியாகச் சிரித்துக் கொண்டு.

"முடியாது சொல்லாத, இருளா! எனக்கு அந்த வார்த்தை பிடிக்காதுன்னு உனக்கே தெரியும்!" என்றான் கோபத்தில் அருளன்.

"உனக்குப் பிடிக்குதோ பிடிக்கலையோ.. அதான் உண்மை, அருளா. நீ தத்தித் தண்டம்! வீணாய் போன முண்டம்!" என்ற இருளன், "முடிஞ்சா இன்னிக்கு நடக்கப் போற எக்ஸாம் ல 80% மேல வாங்குற அளவுக்கு எழுது பார்க்கலாம்." என்று சவால் விட்டான்.

"இந்தச் சவால் எல்லாம் தேவையா? அருளா, உன்னோட வீணாய் போன கற்பனையை நிறுத்தி போய்ப் படிடா! நேரம் இல்ல! போ! போய்ச் சீக்கிரம் நீ எழுதிய நோட்ஸ் எல்லாம் படிச்சு மூடி!" என்ற ஆதவன், இருளனின் கையைப் பிடித்து, "போலாம் டா! நாத்தம் தாங்கல.. கற்பனையா இருந்து கற்பனையாகவே செத்துடுவேன் போல!" என்றவன் மறைந்து போனான் அவன் இருளனுடன்.

அருளன் திரும்பி சஞ்சயைப் பார்க்க வந்தவன், அவனோடு படிக்கத் தொடங்க, சஞ்சயோ தலையில் கைவைத்துக் கொண்டு, "என்னால் முடியல! என்னதான் நீ எழுதிய நோட்ஸ் படிச்சாலும்.. இருக்குற கொஞ்ச நேரத்தில் எதுவும் மூளையில் ஏறாது போல." என்றவன், "இதை இருக்கிற கொஞ்ச நேரத்தில் படிச்சு முடிக்க எதாவது வழி இருக்கா?" என்று கேட்டான்.

"எனக்கு எழுதி படிக்கத் தான் வரும். அதைத் தவிர வேற என்ன தெரியும் நினைக்கிறீங்க?" என்று கேட்ட அருளன், "பொய்யான கதை கட்டி ஏமாற்றுவது தவிர எனக்கு வேற திறமை இல்லயே!" என்றான் தன் கையை விரித்து.

"அதான்! அதே தான் வேணும்! நீ கதையா சொல்லு! எனக்குக் கதையா சொல்லி இதுல நீ எழுதியதை எனக்குப் புரிய வை!"

"கதையா? அதெல்லாம் சாத்தியமா? இதென்ன காதல் கதையா நான் சொல்லி நீங்க ஆர்வமா கேட்க?" என்ற அருளன், தன் நண்பன் தன்னைக் கெஞ்சல் பார்வையில் பார்ப்பதை பார்த்து, "சரி, முயற்சி பண்றேன். ஆனா, இந்த விஷப்பரிச்சை அவசியமா?" என்று கேட்டான்.

"கண்டிப்பா! கண்டிப்பா!" என்றான் சஞ்சய் தன் நண்பன் மேல் இருந்த நம்பிக்கையில்.

அருளன் கண்களை மூடி பெருமூச்சு விட்டவன், தான் எழுதிய நோட்ஸ் எல்லாம் கதை போல் விவரிக்க ஆரம்பித்தான்.

அவனின் கற்பனை வேறு உலகுக்குச் சென்றது இந்த நொடியில் தான். கற்பனை, கனவு காண்பது, தன் கற்பனை உலகிற்கு அடிக்கடி செல்ல அவனைத் தூண்டியது இந்த நொடியில் தான். போதை போல் அவனை விடாது கற்பனை காண வைத்த நொடியும் இதுவே!

அவன் கதையாகச் சொல்ல, அதனை ஆர்வத்துடன் கேட்டுக் கொண்டே இருந்தான் சஞ்சய். அன்று தேர்வு என்றும் இல்லாத அளவுக்கு ஆர்வத்துடன் எழுதினர். தேர்வு பயம் சிறிது ஒரு பக்கம் இருந்த போதிலும், அடுத்து வந்த எல்லாத் தேர்வுகளும் இதே போல் நோட்ஸ் எழுதி வைத்து, அருளன் சஞ்சயிக்குக் கதையாகச் சொல்லி தந்தான்.

இயற்கையாகவே தான் கற்ற ஒன்றை ஒருவர் மற்றவருக்குச் சொல்லி தரும் போது இன்னும் அதில் ஆழ்ந்து தேர்ச்சி பெறுவார் கற்று தந்தவர். அதே கற்று தரும் முறையை ஒவ்வொரு முறை பல விதத்தில் யோசித்துச் சொல்லி தந்தால், அந்தக் கல்வி ஆற்றல் வேறு நிலைக்குச் சென்று விடும்.

அதே கதைதான் அருளன் இடத்திலும் நடந்தது. அன்றைய செமஸ்டர் மதிப்பெண் வந்தபோது, தன் வகுப்பில் அவன் இரண்டாம் இடத்தில் பிடித்திருந்தான்.

இப்படிப்பட்ட வெற்றிக்குக் காரணம் யாரென அவனின் வகுப்பினர் கேட்டபோது, சஞ்சய் பக்கம் கண்ணை ஒரு நிமிசம் சிமிட்டியவன், "என் திவி தான் என்னோட இந்த வெற்றிக்குக் காரணம். ஸ்கூல் வாழ்க்கையில் என்னால் முடியாத ஒன்றை, காலேஜ் வாழ்க்கையில் நடத்தி காட்ட அவளின் காதல் தான் உதவியது. காதல் ஒரு மனிதனை கீழேயும் தள்ளும் மேலயும் ஏற்றி விடும்." என்றான்.

அவன் சொன்னதை எல்லாரும் நம்பினர், அவனின் மதிப்பெண்ணை ஆதாரமாகப் பார்த்து வேறு வழி இல்லாது.

அவனின் இந்தச் சின்ன வெற்றியை பார்த்து அவனின் கற்பனை நண்பர்கள் தனக்குள் சிரித்துக் கொண்டனர்.

அவனைத் தனியே அழைத்துச் சென்ற சஞ்சய், "நண்பா, என்னடா இப்படிக் கதை விடுற? உன் கற்பனை காதலியை எல்லாத்துக்கும் பயன்படுத்தாத! மாட்டிக்குவ!" என்றான்.

"பார்த்துக்கலாம்." என்ற அருளன், தன் நண்பன் தன்னை நினைத்து கவலை கொள்வதைப் பார்த்து, "சஞ்சய், நான் சொல்றது பொய்யான

கதை தான். ஆனா, மொத்தம் பொய் இல்ல. என்னோட வாழ்க்கையில் என்னை உயர்த்த உதவிய எல்லாரையும் ஒரே கதாபாத்திரத்தில் அடக்க நான் பயன்படுத்திய கற்பனை பெண் தான் திவ்யதர்ஷினி. அவளுக்கு நான் பயன்படுத்தும் முகம் தான் அந்த ஃபேஸ்புக் பொண்ணு. நான் பிளான் பண்ணி பார்த்துதான் சொல்றேன். நீ கவலைப்படாத." என்ற அருளன்,

முதல்முறை தன் நண்பனை "வா.. போ.." அளவுக்கு அவன் பேச ஆரம்பித்ததும் இதே இடத்தில் தான். மனதிற்குள் சொன்னது எல்லாம் இந்தக் கணக்கில் சேர்க்கை அல்ல! அல்ல!

****

புது வீட்டிற்குச் சென்றது முதல் அருளன் இன்னும் சீக்கிரம் கல்லூரிக்கு வர ஆரம்பித்தான். முன்னை விடப் பயணம் செய்யும் தூரம் குறைந்தது அதற்குக் காரணம். அதோடு சஞ்சய் தொலைவு குறைந்த காரணத்தால் அவனின் வீட்டிற்கு வர ஆரம்பித்தான்.

அவர்களின் சாப்பிட்டு பிரச்சனையும் குறைய ஆரம்பித்தது. படிக்கும் நேரம் தவிர்த்து குடும்ப விவரமும் அதிகம் பேசினர். அடிக்கடி தங்களின் காலேஜ் சார்பாக மற்ற கல்லூரிக்கும் சென்று வந்தனர்.

அங்கே அர்ஜுனை கண்டாலும் அருளன் "ஹாய்! பாய்!" என்று மட்டும் பேசிவிட்டு ஒதுங்கி விடுவான். ஆனால் சஞ்சய் அர்ஜுன் மற்றும் அர்ஜுனின் உயிர் நண்பன் சிவாவுடன் சிறிது நேரம் பேசி விட்டே வருவான்.

அருளன் சஞ்சய் போல் அர்ஜுன் சிவாவும் பல விதத்தில் ஒரே மாதிரி தான் இருந்தனர். ஆனால் நட்பு காட்டி இரு பக்கமும் பேசி கொண்டது இல்லை.

காலம் ஒரு வருடம் இப்படிச் செல்ல, ஒருநாள் சஞ்சய் அருளனின் ஃபோனில் தன் ஃபேஸ்புக் பக்கம் சென்று ஒரு பெண்ணுடன் குறுந்தகவலில் பேச ஆரம்பித்தான். சாதாரணப் பேசாகச் சென்றாலும், நேரம் போகப் போக அதிகம் ஆவதை பார்த்த அருளன், அந்தப் பெண்ணைப் பேச விடாது தடுக்க, சஞ்சயின் பேஸ்புக் கணக்கிலிருந்து அந்தப் பெண்ணைச் சஞ்சய்க்கே தெரியாமல் பிளாக் செய்தான்.

அதற்கு முன்பு சஞ்சயின் கணக்கிலிருந்து சில பல குழப்பு வார்த்தைகள் பேசி, அவளை நன்கு குழப்பி விட்டான். பின்னர்த் தான் செய்த குறுந்தகவலை அழித்தும் விட்டான். வெற்றிகரமாக அவர்களைப் பேச

விடாது தடுத்தது நினைத்து சந்தோஷமும் கொண்டான்.

தான் செய்த செயல் வரும் காலத்தில் அந்த இருவரும் சாதா நட்பில் விட்டுக் காதலில் விழ காரணமாகும் என நினைத்துக் கூடப் பார்த்திருக்க மாட்டான்.

ஒரு வருடம் என்னவானது தெரியாது சஞ்சய் குழப்பத்தில் இருந்த போதிலும், அடுத்தடுத்து அந்த நேரத்தில் வந்த தன் அக்காவின் கல்யாணம் மற்றும் செமஸ்டர் படிப்பில் கவனம் செலுத்தினான்.

தனிமை நேரத்தில் அந்தப் பெண்ணைப் பற்றி யோசித்துப் பார்த்து, "நான் என்ன பண்ண? அவ ஏன் சொல்லாமல் கொள்ளாமல் என்னைப் பிளாக் பண்ணிட்டு போனா?" என யோசித்துக் கவலை கொண்டான்.

ஆனால் அவனுக்குத் தெரியாதது அவளைத் தான் இவனின் ஃபேஸ்புக் கணக்கு மூலம் அருளன் பிளாக் செய்து இருந்தான் என. பிளாக் பட்டியல் பார்க்க சஞ்சய்க்கு தெரியாததைத் தனக்குச் சாதகமாகப் பயன்படுத்திக் கொண்டான் அவன்.

ஆனால் அவர்களின் இளங்கலை கல்லூரி வாழ்க்கை முடிந்த நேரத்தில் சஞ்சயின் சோகத்தைப் பார்த்து அந்தப் பெண்ணை அன்பிளாக் செய்தான் அருளன்.

பின்னர் அந்தப் பெண்ணுடன் பேசி சஞ்சய் திரும்பி நட்பு கொண்டது வேறு கதை. அந்த நட்பு ஒரு நாள் நடுஇரவில் காதலாய் வளர்ந்தது அந்தப் பெண்ணால். அவளே அவனைக் காதல் செய்வதாய்க் கைபேசியில் அழைப்பில் சொல்லிவிட, அந்த இரவு முழுவதும் என்ன பதில் சொல்வது தெரியாது சஞ்சய் தான் முழிக்க வேண்டியதாய்ப் போனது.

அதனைப் பற்றி யோசிக்க இரண்டு நாள் நேரம் கேட்டவன், அதனைத் தன் ஊரில் இருந்து அருளனுக்குக் கைபேசியில் சொல்ல,

'இதான் விதியா? சும்மா இருந்தவர்களை அப்பவே விட்டு இருந்தா இந்த அளவுக்கு வந்திருக்காது! இப்ப காதல் அளவுக்குப் போச்சு! ம்ம்.. சரி, நம்ம பொறாமையை இதுல காட்ட வேணாம். இவனாவது சந்தோஷமா இருந்து போகட்டும். நமக்கு எப்பவும் கற்பனை காதலி தான் போல!' என்று நினைத்த அருளன், "உனக்கு என்ன தோணுதோ சொல்லு. ஆனா, அடுத்து எம்சிஏ படிக்கப் போற, அதுல கவனம்!" என்று எச்சரிக்கை செய்துவிட்டு ஃபோனை வைத்தான்.

சஞ்சய் காதலை ஏற்றுக் கொண்டு விட, காதல் புறாக்கள் அடுத்து ஒரு வருடம் போனிலேயே காதலைத் தொடர்ந்தன. அந்தப் பெண் தஞ்சாவூரில் இருந்து கொண்டு காஞ்சிபுரத்தில் இருக்கும் இவனுடன் காதலை தொடர்ந்தாள்.

ஆனால் அருளனின் பெயரை கேட்டால் மட்டும் அந்தப் பெண் வெறிபிடித்தது போல் கோபம் கொள்ளவும் செய்தாள். என்ன காரணம் என அந்தப் பெண்ணும் சொல்லவில்லை. அருளனிடம் கேட்டால் எது தெரியாது போல் நடித்தான் அவனும்.

சஞ்சய் தான் நண்பனுக்கும் காதலிக்கும் நடுவில் மாட்டிக்கொண்டு அடிக்கடி தவித்தான்.

அருளன் சென்னையில் மற்றொரு கல்லூரியில் எம்சிஏ டிகிரிக்கு விண்ணப்பித்து, இரண்டு மாதம் பொழுதுபோக்காகச் சென்ற சிறு வேலையில் கிடைத்த பணத்தில் சிறிது பணம் கல்லூரியில் கட்டி, மிச்ச பணத்தைச் சொந்த பந்தங்கள் மூலம் வாங்கினான்.

அடுத்த வருட படிப்புக்கும் கல்வி கடனுக்கு விண்ணப்பித்தான். பிஎஸ்சி கம்ப்யூட்டர் சயின்ஸில் அவனோடு படித்த இருவர் இதே கல்லூரியிலும் அவன் வகுப்பிலேயே சேர்ந்தனர்.

அந்தக் கல்லூரியில் தொடர்ந்த கதையை இங்கேயும் தொடர வேண்டிய சூழ்நிலை வர, தன் கற்பனை காதல் முறிந்தது போல் மற்றொரு கற்பனை கதையும் காட்ட ஆரம்பித்தான்.

அந்தக் கதை...

காதல் கனவு நிறைவேறுமா?

18

கனவு 18

அந்தக் கதை...

அருளன் (இனி அருளனே.. திவியின் இருளன் இல்லை!) திவ்யதர்ஷினியின் அம்மாவின் முன்பு அமர்ந்திருக்க, அவர் அவனைக் கோபத்தில் பார்த்து,

"அருள், இப்பவும் சொல்றேன். என் பொண்ணுக்கு நீ ஒரு நல்லா நண்பனா இருக்கலாம். தப்பில்ல. ஆனா, அவளுக்குக் காதலனா இருக்க நினைக்காத! எங்க குடும்பத்துல மருமகனா நினைக்காத." என்றார்.

அருளன் தள்ளி நின்று தங்களைப் பார்க்கும் திவ்யாவை பார்த்துக் கொண்டே,

"ஆண்ட்டி, என்னைச் சின்ன வயசுல இருந்து பார்த்திட்டு வரிங்க. என்னைப் பற்றி உங்களுக்கு நல்லாவே தெரியும். எனக்குக் கொஞ்ச வருசம் டைம் கொடுங்க. நான் கண்டிப்பா நல்ல வேலைக்குப் போய், ஒரு நிலைக்கு வருவேன். என்னால் முடியும்னு திவி போல் நீங்களும் நம்புங்க. ஒருவேளை என்னால் முடியலனா நீங்க உங்க இஷ்டம்படி என்ன தோணுதோ செய்யுங்க." என்றான்.

"வசனம் என்னமோ பிரமாதமா தான் இருக்கு. ஆனா, ஓவரா சினிமா பார்த்து பேசுற போல. நிஜ வாழ்க்கை வேற சினிமா வேற. அதைப் புரிந்து பேசு. அதோட உன்னை எனக்கு ஒரு பையனா பிடிக்-

கும். அதுக்கு என் பொண்ணு உன்னைக் காதலிப்பது தெரிந்த பிறகு அந்தப் பிடிப்பு கூடப் போய்டுச்சு. என் புருஷனுக்கு இன்னும் உங்க விஷயம் தெரியாது. இனியும் தெரிய வேணாம் நினைக்கிற.

இனி நீயும் என் பொண்ணும் பார்த்துக்க வேணாம். என் பொண்ணோட படிப்பு முடிந்ததும் அவளுக்குக் கல்யாணம் பண்ணி வைக்கப் போறேன். உன் குடும்பத்தில் இருக்கிற மாதிரி பைத்தியங்கள் மாதிரி நான் என் பொண்ணு பார்க்க போற குடும்பத்தில் இருக்க மாட்டாங்க. என் பொண்ணுக்கு எப்பவும் நான் சிறந்தது தான் கொடுத்தேன், இனியும் கொடுப்பேன்!" என்றவர், வீட்டு வாசலை காட்டி, "நீ போலாம், அருளா. இனி என் பொண்ணோட கல்யாணத்துக்கு வந்தா மட்டும் போதும், அதுவும் கல்யாண சாப்பாடு சாப்பிட." என்றார்.

அருளன் தன் குடும்ப நபர்களை "பைத்தியம்" எனச் சொன்னதைக் கேட்டு, உடனே கோபத்தில் அங்கிருந்து சென்று விட்டான். அவர்கள் இருந்த ஃபிளாட் உள்ளே கட்டிருந்த பிள்ளையார் கோவில் வாசலில் போய் அமர்ந்தான். அவன் அமர்ந்த சில நிமிடத்திற்குப் பிறகு வந்தாள் திவி. அவன் அருகே அமர்ந்தவள், "லைட்ஸ் ப்ரேக்கப், அருளா. என் அம்மாவுக்குப் பிடிக்காதது எனக்கும் வேணாம்." என்றாள்.

இத்தனை நாள் "இருளன்" அழைப்பு அவளால் "அருளன்" ஆனதை பார்த்தவன், விரக்தி சிரிப்பு ஒன்றை சிரித்துவிட்டு,

"நானாடி லவ் பண்றேன் சொல்லி வந்தேன். வேணாம் எத்தனை தடவை சொன்னேன்? உன் காலில் கூட விழாத குறையா சொன்னேன் ல? நீதாண்டி 'என் அப்பா அம்மாவை நான் மேனேஜ் பண்ணிக்குற.. எனக்கு நீ வேணும் டா!' என்று சொன்ன. இப்ப நீயே 'லைட்ஸ் ப்ரேக்கப்' சொல்ற. நல்லது! இப்ப நான் என்ன சொல்லணும் சொல்ற? நீ காதல் சொன்ன போது மாட்டேன் சொல்லி ஓடினேன். அப்புறம் உன் பிடிவாதத்தால் சரின்னு சொன்னேன். இப்ப காதல் வேணாம்னு நீ சொல்ற. அதுக்கும் பிடிவாதம் பிடிப்ப. அப்புறம் அதுக்கும் சரின்னு நான் சொல்லணும். இப்பவே சரின்னு சொல்றேன். லைட்ஸ் ப்ரேக்கப்! ப்ரேக்கப்!

உங்க அளவுக்கு எனக்கு வசதி இல்லதான். இப்பதான் ஒரு டிகிரி முடிச்சேன். இன்னொரு டிகிரி பண்ணிட்டு தான் வேலைக்குப் போவேன். உனக்கு உன் அம்மாவின் வார்த்தை முக்கியம். அதுக்கு அவங்க என் குடும்ப நபர்களைப் பைத்தியம் சொல்றது கொஞ்சமாவது நியாயம்

இருக்கா? நான் உன்னை லவ் பண்றது உண்மைதான். அதுக்கு அவங்க என்னைத் திட்டட்டும். அடி கூட அடிக்கட்டும். ஆனா, என் குடும்பத்-தைக் குறை சொல்லலாமா?

என் அம்மா மனநல மருத்துவரை பார்ப்பது சிறு வயதில் அவங்க பார்த்த வலிகளால் கஷ்டங்களால். என் தம்பி என் அம்மாவின் வயித்-துல இருந்த போது அவனைக் கலைக்க அவங்க சாப்பிட்ட மாத்திரை-களால் வந்த பாதிப்பும் அவனின் குழந்தை மாறப் பேச்சும் அவனின் உடல்நல குறைவும்.

இதுவரை ஒரு மகனா அண்ணனா அவங்களுக்கு நான் பெருசா எதுவும் பண்ணல. ஆனா, இனி பண்ண போறேன்! காதல் தோல்வியால் நான் உடைச்சு போக மாட்டேன்! உனக்கு உன் அம்மா முக்கியம்னா, எனக்கு என் குடும்பம் முக்கியம்! நல்லது! நல்லது! இதுவரை என் மரமண்டை புரியாத விஷயத்தை உணர்த்தியதற்கு நல்லது! நன்றி!" என்றவன் உடனே அங்கிருந்து கிளம்பி சென்று விட்டான்.

அவனின் பெரியப்பா பொண்ணுக்கு இதெல்லாம் தெரியாது. அவன் தான் திவியின் காதலை முறித்து விட்டுச் சென்றதாகத் திவி சொல்லி-விட, அதையும் நம்பினாள் கயல்விழி.

அவளின் கல்லூரியில் அவன் எம்சிஏ டிகிரி எடுத்த போதும், அவனைக் கண்டும் காணாது செல்லவும் செய்தாள் அவள்.

அவன் தன் கற்பனை கதையைச் சொல்லி முடிக்க, அதையும் நம்-பினர் அந்தக் கதையைக் கேட்டவர்கள்.

"அப்புறம் அவளைப் போய்ப் பார்க்கல நீ?" என்று ஒருத்தன் கேட்க, "நானா பார்க்கல. ஆனா, அவ இருக்கிற ஃபிளாட் ல தானே என் பெரியப்பா இருக்கார். அவர் வீட்டுக்கு சின்ன வயசுல இருந்து அடிக்கடி போய்ப் பார்த்ததால், திடீர்னு போய்ப் பார்க்க நிறுப்பாட்டினா சந்தேகம் வரும்னு அவரை மட்டும் அப்பப்போ பார்த்துட்டு உடனே வந்துருவேன். அப்ப அவளோட ஃபிளாட் வாசலில் அவ நின்று என்னைப் பார்ப்பாள், நானும் போற போக்குல அவளை ஒரு பார்வை பார்த்திட்டு வந்துடு-வேன்." என்றான் முடிந்தவரை முகத்தில் மாறுதல் காட்டாது.

"அம்மாவுக்கு வயசு ஆச்சு.. அவங்களை மாத்த முடியாது. ஆனா, தம்பி விஷயத்துல என்ன பண்ண போற? அவனை டாக்டர் கிட்ட

கூட்டி போய்க் காட்ட போறியா?"

"ம்ம்.. ஏற்கனவே சில வருடத்துக்கு முன்னாடி அவனை டாக்டர் ஒருத்தர் கிட்ட காட்டினோம். அவரோ அவன் ஐந்து வயது பின்தங்கி மூளை வளர்ச்சியில் இருக்கான்னு சொன்னார். கணக்கு பண்ணுவது தவிர மத்த எல்லாப் பாடத்திலும் எப்படியோ படித்து ஓர் அளவுக்கு மார்க் வாங்கிடுவான். என்ன பொறுமையா எழுதுறான். அதான் இப்ப பிரச்சினை.

ஒன்பதாவது வகுப்பு வரை ஸ்கூல்ல தான் எக்ஸாம் எழுதுவாங்க. அவனுக்காக அதிக நேரம் கூடக் கொடுத்து எழுத வைத்து விடுவாங்க. ஆனா, பத்தாவது முதல் பப்ளிக் எக்ஸாம் ஆச்சே! இங்க அதிக நேரம் வாங்கணும் என்றால், அவனுக்கு எழுதுவதில் பிரச்சனை என்று கவர்ன்-மென்ட் ஹாஸ்பிடலில் அவனுக்குச் சிகிச்சை செய்து சர்டிபிகேட் ஒன்னு வாங்கி வந்து தரணும்னு சொல்றாங்க. கிட்டத்தட்ட மூளை சரியா வளர்ச்சி இல்லாத பையன் சொல்லி தான் தருவாங்க.

அப்படி வாங்கி.. அதை வச்சு எழுதி.. மார்க் வாங்கினா.. அவனோட வருங்காலம் முழுக்க அந்தப் பெயரோடு தான் அவன் வாழனும். அதோட நேரம் ரொம்பக் குறைவா இருக்கு அந்தச் சர்-டிபிகேட் வாங்க. அதனால் தினம் வேகமா எழுத பயிற்சி தந்துட்டு இருக்கேன். அடிக்கடி பழைய கொஸ்டின் பேப்பருக்கு ஆன்சர் எழுத சொல்லி பயிற்சி தரேன். கைடு பார்த்தே ஆன்சர் எழுத தான் சொல்-றேன். முன்ன விடக் கொஞ்சம் வேகம் வருது.

இரண்டரை மணி நேரத்துல 60 மார்க் வரை அவனால் அட்டென்ட் பண்ணி எழுத முடியுது. இன்னும் பயிற்சி கொடுத்தால் 80 மார்க் வரை செய்வான். பார்த்து எழுதும் போது இப்படின்னா, பார்க்காது எழுதினா வேகம் இன்னும் குறைய வாய்ப்பு இருக்கு. பார்க்கணும்." என்றான் அருளன்.

காதல் கதை சொல்வதில் பொய் சொன்ன போதிலும், மற்ற விஷ-யங்களில் தான் செய்யும் முயற்சிகளைச் சரியானபடி தான் சொன்னான்.

பொய் காதலாக இருந்தபோதிலும், அதில் அவன் ஏற்ற சபதத்தை நிஜ வாழ்க்கையிலும் பின் தொடர்கிறான்.

தன் கற்பனை நண்பர்களுடன் பேசுவதைப் போகப் போகக் குறைத்து தன் தம்பியுடன் அதிக நேரம் செலவு செய்கிறான். சஞ்சய்க்கு தன் காதலியிடம் பேசுவதற்கு மட்டும் நேரம் இருக்க, அருளனோடு போகப்

போகப் பேச்சை குறைத்தான். அருளனுக்குத் தன் நண்பன் தன்னுடன் முன்பு போல் பேசவில்லை என்கிற கவலை விட, "கடைசி வரைக்கும் கற்பனையில்தான் தன் காதல் வாழ்க்கை செல்லுமோ?" எனக் கவலையே!

அதனையே 25 வயதில் தற்கொலை செய்யும் முடிவில் இன்னும் மாறாது இருந்தான். "தற்கொலை செய்வதற்கு முன்பு மற்றவர்கள் போல் சாதாரண ஆசைகளையாவது நிறைவேற்றிக் கொள்ளணும்!" என ஏக்கம் கொண்டான்.

ஆதவனின் தூண்டுதலில் வந்த ஏக்கமாக இருந்தாலும், 'பூமியில் பிறந்த எல்லார் போல் ஒரு முறையாவது உண்மையான காதலை உணர்ந்து விட வேண்டும்!' என நினைத்தான். அதே போல் காமம் உணர்வில் தினம் தவித்தான். அந்த உணர்வில் தவிப்பால் முன்னே விடப் பெண்களுடனும் பேசுவதை இன்னும் குறைத்தான்.

"அந்தந்த வயதில் வரக்கூடிய உணர்வு தான்." என்பதை அறிந்தும், அதனைப் பற்றி யாரிடம் பேசி தெளிவு கொள்வது எனத் தெரியாது தவித்தான். சஞ்சய்யிடம் சொல்லலாம் என்றால், அவனோ காதல் உலகில் பறந்து கொண்டிருக்கிறான். அதைப் பார்த்துப் பொறாமை தீ வந்த போதிலும் அருளன் தன்னைப் பெரிதும் கட்டுப்படுத்திக் கொண்டு உலா வந்தான்.

நாட்கள் இப்படியே செல்ல,

ஒரு நாள் அவன் வீட்டிற்கு வந்து கொண்டிருந்த வழியில் 17 வயது பெண்ணிடம் 17 வயது பையன் ஒருவன் ரோட்டில் நின்று சண்டை இட்டு கொண்டிருந்ததைப் பார்த்தான். அந்தப் பெண் அடிக்கடி ஸ்கூட்டி ஒன்றில் அந்த வழியில் போவதை அருளன் பார்த்திருந்த போதிலும், இன்று தான் அவளின் நிலை கண்டு பேச அருகே வந்தான், உதவி செய்ய.

அப்படி வந்தவன் அந்தப் பையனை முதலில் தனியே மிரட்டி அழைத்துச் சென்று பேச, அருளன் என்ன சொன்னானோ அந்தப் பையன் உடனே அந்தப் பெண்ணைச் சில நொடிகள் மட்டும் பார்த்து கையெடுத்து கும்பிட்டு ஓடி விட்டான்.

பின்னர் அருளன் அந்தப் பெண் அருகே சென்று, "ஹலோ! என் பெயர் அருளன். நீங்க?" எனக் கேட்டான்.

அவளோ பயம் சூலும் கண்களோடு, "திவ்.. திவ்யதர்ஷினி." என்றாள்.

அவளின் பெயரை கேட்டவனோ, தன்னையும் மீறி, "என்னது..?" என்று கேட்டுக் கண்கள் விரிய அதிர்ச்சியோடு பார்த்தான்.

காதல் கனவு நிறைவேறுமா?

19

கனவு 19

அந்தப் பெண் தன் பெயரை "திவ்யதர்ஷினி" எனச் சொன்னதைக் கேட்டு, அருளன் "என்னது..?" எனக் கேட்டு அதிர்ச்சியானான்.

அவனை விசித்திரமாகப் பார்த்த அந்தப் பெண், "என் பெயர் கேட்டு எதுக்கு அதிர்ச்சியாகிறீங்க?" என்று கேட்டாள்.

"சும்மா! சும்மா!" எனச் சொல்லி சமாளித்தவன், 'பொய் கதை சொல்லி திரிந்த என் முன்னாடி அதே பெயரில் ஒரு பொண்ணு வந்து நிக்குறா! என்னடா கொடுமை இது?' என நினைத்தான்.

"என்ன யோசிக்கிறீங்க?"

"ஒன்னும் இல்ல." என்றவன், "பாய்! நான் கிளம்புற." என்று கூறி அங்கே பார்க் பண்ணி இருந்த தன் "TVS XL" வண்டியை எடுத்துக் கிளம்பப் பார்க்க, "மிஸ்டர் அருள்! மிஸ்டர் அருள்! நில்லுங்க! நில்லுங்க!" என்று அழைத்து அவனை நிற்க சொன்னவள், "என்னைக் கொஞ்சம் போற வழியில் விட முடியுமா?" என்று கேட்டாள்.

"நான் ரொம்ப உள்ள போகல. வேணும்னா பாதித் தூரத்தில் விடுற. மிச்ச தூரம் நடந்து போங்க." என்றான்.

"ஓகே." என்றாள்.

இருவரின் இடையில் தன் பையை வைத்து வண்டிக்கு பின்னே அமர்ந்தாள் அவள்.

அவன் தன் அம்மாவை தவிர இதுவரை எந்தப் பெண்ணையும் தன் வண்டியில் ஏற்றியது இல்லை. மனதில் ஏதோ பட்டாம்பூச்சி பறக்கும் உணர்வு அவனுக்கு.

"போலாம்." என அவள் சொன்னதும், வண்டியை எடுத்தான்.

அவன் பேசாது வண்டி ஓட்டிய போதிலும், அவளோ பேசிக் கொண்டே இருந்தாள்.

ஒரு தெரு முனையில் அவன் வந்ததும், "நான் இந்த வழியில் போய்டுவ. நீங்க இங்கேயே இறங்குங்க." என்றான்.

அவள் இறங்கி, "தேங்க்ஸ்." என அவள் சொல்லி முடிக்க, "பாய்!" எனக் கூறி முடிந்தவரை வேகமாக வண்டியை எடுத்து கிளம்பி விட்-டான்.

சஞ்சய் மற்றும் அருளன் பல நாட்களுக்குப் பிறகு கைபேசி அழைப்-பில் நெடுநேரம் பேசிக் கொண்டிருந்தனர்.

"என்னடா சொல்ற? அந்தப் பொண்ணு பெயர் திவ்யதர்ஷினியா?"

"யெஸ்."

"அவ உன் வண்டியில் ஏறி உட்கார்ந்தா?"

"யெஸ்."

"அவளுக்குத் தான் ஸ்கூட்டி ஒன்னு இருக்கு சொன்ன ல? அதுக்கு என்னாச்சு?"

"தெரியல. ஒருவேளை ரிப்பயரா இருக்கலாம்."

"ஓகே. அப்புறம் வேற எதுவும் பேசல."

"நான் பேசல. அவ தான் எதோ பேசிட்டே வந்தா."

"அவ பேசியது எதுவும் கவனிக்கல. ஒரு பொண்ணு உன்னை மதிச்சு பேசுது. நீ எதுவும் கவனிக்காது சும்மா வண்டி மட்டும் ஓட்டி இருக்க!"

"யெஸ்."

"அசிங்கமா திட்டிட போறேன்!"

"ஏண்டா?"

"பின்ன? சிங்கிள் டு மிங்கிள் ஆகச் சரியான வாய்ப்பு! அதை விட்-டுட்ட! வாழ்க்கையைத் தொலைச்சிட்டியே!"

"லிஃப்ட் கொடுத்தது எல்லாம் காதலா? இந்த ஏரியாவில் அதிகம் லிஃப்ட் கேட்டு தான் எல்லாரும் போறாங்க. மெயின் ரோடுல இருந்து உள்ளே போக மூணு கிலோமீட்டர்! வண்டி இல்லன்னா கஷ்டம் தான். அதான் உதவி கேட்டு இருப்பாங்க."

"உன் உதவியில் மண்ணைப் போட! அவ வீடு வரை விடாது ஏண்டா நடுவழியில் விட்ட? பொண்ணுங்க உதவி கேட்டால் உப்பு மூட்டை தூக்கிட்டு போயாவது விடனும்! அதைவிட்டு.." என்று கூறி இன்னும் திட்ட,

"என்னால் முடியல... அதான்.." என்றான் அருளன்.

"என்ன முடியல?"

"அடேய்.. ஏற்கனவே 18+ மனசு! இதுல ஒரு பொண்ணு வண்டியில் ஏறினால்.. என் மனசு தாங்குமா? அதான் சீக்கிரம் இறக்கி விட்டு ஓடிட்ட!"

"என்னடா சொல்ற?"

"ஆமா, உன் நண்பன் நல்லவன் இல்லன்னு உனக்குத் தெரியாதா, சஞ்சய்? என்னோட அருவெறுப்பான மனசு தெரிஞ்சுதான் எந்தப் பொண்ணுங்க கிட்டயும் பேசாம ஓடிக்கிட்டே இருக்கேன்!" என்று குற்ற உணர்வில் சொன்னவன்,

"என்னை விடு.. உன் காதல் வாழ்க்கை எப்படிப் போகுது?" எனக் கேட்டான்.

"ம்ம்.. செம்ம ஜாலி! போன வாரம் என்னோட பிறந்தநாளுக்கு அவளோட ஃபிரண்ட்ஸ்க்கு கேக் கொடுத்து கொண்டாடினாள்! அடிக்கடி வீடியோ கால் பேசி முத்த மழைதான்! நீ என்னதான் சொல்லு.. ஒரு பொண்ணு தர மோட்டிவேஷன் வேற எதனாலும் தர முடியாது! அவளோட மோட்டிவேஷன் இல்லன்னா, என்னால் படிக்கவே முடியாது. அவளோட மோட்டிவேஷன் தான் என்னோட தன்னம்பிக்கை! தைரியம்!" என்றான் கனவில் மிதப்பது போல்.

"நல்லது." என்ற அருளன், 'ஏற்கனவே பொறாமை தீயில் வெந்து கொண்டிருக்கேன்! இதுல இவன் வேற!' என நினைத்தவன், இன்னும் பொதுவான பேச்சு பேசிவிட்டு ஃபோனை வைத்தான்.

"கற்பனையில் தான் என் காதல் போல?" எனச் சொன்னவன், இரவு உணவை சாப்பிட சென்றான்.

அடுத்தநாள் மாலை திரும்பி கல்லூரி முடிந்து தன் வண்டியை எடுக்க வந்தவன், தன் வண்டி அருகே தனக்காகக் காத்திருக்கும் திவ்யதர்ஷினியை பார்த்தான்.

'இவ இங்க என்ன பண்றா?' என நினைத்தவன், அவளைக் கண்டுகொள்ளாதது போல் நடித்துக் கொண்டே தன் வண்டியை எடுக்கப் பார்க்க, அவளோ "ஹலோ, அருள்! குட் ஈவினிங்!" என்றாள்.

"குட் ஈவ்னிங்!" என்றவன், "இன்னிக்கும் வண்டி எடுத்து வரலையா?" என்று கேட்டான்.

"ஆமா, வண்டியை அம்மா எடுத்துட்டு போய்ட்டாங்க." என்றவள், "இன்னிக்கும் எனக்கு லிஃப்ட் கொடுக்கிறியா?" என்று கேட்டாள்.

அருளன் என்ன பதில் சொல்வது தெரியாது முழித்தான். அவனின் கற்பனை நண்பர்கள் வேறு வெளியே வராது பிடிவாதம் பிடித்தனர். அந்தப் பெண்ணைப் பார்த்ததும் முதல் அவனின் கற்பனை நண்பர்கள் கற்பனையாக வெளியே வருவது இல்லை.

அவன் என்ன நினைத்தானோ, "வண்டி ஸ்டார்ட் ஆகல. நீங்க வேற யாருகிட்டயாவது லிஃப்ட் கேளுங்க." எனக் கூறி வண்டியை தள்ளி கொண்டு சென்றான்.

அவளோ அவனை விடாது அவன் கூடவே நடந்து வந்து, "நானும் உனக்குக் கம்பெனி தர!" என்றாள்.

"வேணாம்! நீங்க எதுக்கு என் கூடக் கஷ்டப்பட்டு வரணும்?" என்றவன் முடிந்தவரை அவளின் கண்ணைப் பார்க்காது ரோட்டை பார்த்தான்.

அவன் தன்னைத் தவிர்ப்பதே உணர்ந்தும் அந்தப் பெண், "நேத்து அந்தப் பையன் கிட்ட என்ன சொல்லி துரத்தி விட்ட? இன்னிக்கு ஸ்கூல்ல என்னைப் பார்த்தாலே ஓடினான். என் ஃப்ரெண்ட்ஸ் எல்லாம் என்னாச்சு கேட்கிறாங்க. நீயே சொல்லு! அப்படி என்ன சொன்ன?" என அதையே திரும்பி திரும்பி கேட்டாள்.

அவன் ஓர் அளவுக்குப் பொறுத்து பார்த்துவிட்டு, "பெருசா ஒன்னும் இல்ல." என்றான் முகத்தில் சிரிப்பை காட்டாது.

ஆனால் அவள் அவனை விடாது கேட்டுக் கொண்டே இருந்தாள்.

பெருமூச்சு விட்டவன், "அதுவா? 'அந்தப் பொண்ணு சரியான பொம்பளை ரவுடி! எங்க ஏரியால நாலு பேரின் கழுத்தை கடிச்சு துப்பி இருக்கா!' என்றேன். அப்போ தான் நீங்க சரியா வாய் திறந்து கொட்டாவி விட்டிங்க. அதைப் பார்த்து தான் அவன் பயந்து போய் வணக்கம் போட்டு ஓடி போயிட்டான்." என்றான் சிறு சிரிப்புடன்.

"அடப்பாவி! ஏண்டா?"

"சும்மா சொன்னேன். ஆனா, அதையும் நம்பி ஓடினவன் உண்மையில் சரியான முட்டாள் தான். ஒருவேளை ஸ்கூல் ல உண்மையில் நீங்க பொம்பளை ரவுடி தான் போல."

"அதெல்லாம் இல்ல. அப்பப்ப கோபப்படுவ.. அதையும் நேத்து நீ சொன்னதையும் வச்சு ஓடி போய்ட்டான் நினைக்கிற. எதோ ஒன்னு.. தேங்க்ஸ்.. உதவிக்கு."

"ம்ம்." என்று மட்டும் சொன்னவன், அதற்குமேல் பேசவில்லை.

அவள் அதோடு விடுவாள் எனப் பார்த்தாள், இன்னும் விடாது அவனின் குடும்பம் பற்றிக் கேட்டாள். அவனும் பொதுவான சில விஷயங்கள் சொன்னான்.

"அடிக்கடி நைட் உன் அப்பாவை இங்கிருந்து கூட்டி நீ போவதையும் பார்த்திருக்கேன். உன் தம்பிக்கு என்ன பிரச்சனை? அடிக்கடி அவனோடு நீ வண்டியில் போவதை கூடப் பார்த்திருக்கேன். அவனை டாக்டர் கிட்ட கூட்டி போன?" என்று கனிவான குரலில் கேட்க, அவளை ஒரு நொடி திரும்பி பார்த்தவன்,

"ம்ம்.. காட்டினேன். இப்ப இருக்கும் வயசு விட ஐந்து வயசு பின்தங்கி இருக்கான் சொன்னாங்க. ஆனா, கொஞ்ச நாளாகப் பரவால்ல. நல்லா படிக்கிறான். எழுதுவது பிரச்சனையா இருக்கு. பொறுமையா எழுதுறான். அடிக்கடி எழுத பிராக்டிஸ் பண்றான். அடுத்த மாசம் பப்ளிக் எக்ஸாம் வருது. அதுக்குள் நல்லா எழுதினால் சரிதான்." என்றான்.

"ம்ம்.. தம்பி கூட அதிகம் நேரம் செலவு பண்ணு! பத்தாவது பரிச்சை ரொம்ப முக்கியம்! அண்ணனா தம்பிக்கு ஒழுங்கா சொல்லி கொடுத்து மார்க் வாங்க வை!" என்றாள் கட்டளை குரலில்.

"அப்படியா மகாராணி? உங்கள் ஆணை படியே ஆகட்டும்! ஆகட்டும்!" என்றான் பணிவான குரலில்.

அவள் உடனே முத்துக்கள் விழுந்தது போல் சிரித்து விட்டாள்.

அவளின் சிரிப்பை பார்த்தவன், "அப்புறம் உங்க குடும்பம் பற்றிச் சொல்லல?" எனக் கேட்க,

"வீட்டுக்கு ஒரே பொண்ணு... கும்பகோணம் சொந்த ஊரு.. ஐயங்கார் எங்க குலம்.. ஆனா, திருட்டுத்தனமா அசைவம் சாப்பிடுவேன்.. இதான் என்னோட அறிமுகம்." என்றாள்.

'என்ன.. நம்ம கற்பனை காதலி திவ்யதர்ஷினி மாதிரியே சொல்றா! கற்பனை நிஜம் ஆகுதா?' என எண்ணி பார்த்தவன், "நல்லது!" என்றான்.

அதன்பிறகு இன்னும் பேசிக் கொண்டே சென்றனர். அந்த நேரத்தில் தன்னையும் மறந்து, "உங்களுக்கு ஆள் இருக்கா?" எனக் கேட்டான்.

"எனக்கு ஆள் இருந்தா நேத்து அந்தப் பையன் எதுக்கு எனக்கு லவ் சொல்லி தொல்லை பண்ணி இருக்கப் போறான்? இப்போதைக்கு நீதான் என் கூடச் சுத்துற! அப்ப நீதான் என் ஆளு!"

"என்னது..?"

"அட சும்மா விளையாட்டுக்கு சொன்னேன் பா! பதறாத! பதறாத!"

"நல்லது."

"என்ன அடிக்கடி 'நல்லது' சொல்ற? ஏன்?"

"தெரியல. சின்ன வயசு பழக்கம். அதோட நல்ல வார்த்தை தானே? அடிக்கடி சொல்றது தப்பு இல்லயே?"

"தப்பே இல்ல!"

"நல்லது"

"நல்லது"

"ஹம்."

"உனக்கு ஆள் இருக்கு? வெயிட்! வெயிட்! கண்டிப்பா இருக்க வாய்ப்பே இல்ல! உனக்குப் பொண்ணுங்க கூட ஒழுங்கா பேசவே தெரியல. இதுல எங்க ஆள் இருக்கப் போகுது!" என்று கூறி கேலி செய்து சிரித்தாள்.

அவளின் கேலியில் கோபம் கொண்டவன் கல்லூரியில் தான் சொன்ன பொய்யான காதல் கதையைச் சொல்ல ஆரம்பிக்க, அவன் பாதிச் சொல்லும் போதே அவனை நிறுத்த சொன்னவள்,

"கற்பனை பிரமாதம்! ஆனா, எனக்கு முன்னாடி உன் கதை பலிக்காது! வேற கதை நம்புற மாதிரி சொல்லு!" என்றவள், தெரு முனை வர, "நாளைக்குப் பார்க்கலாம். பாய்! பாய்!" என்றவள், சிறிது தூரம் நடந்து சென்றதும்,

"முதல்ல சாவியை வண்டியில் போட்டு ஸ்டார்ட் பண்ணு. வண்டி ஓடும்." என்று சொன்னவள், அவன் இன்னும் அதிர்ச்சி ஆகும் அளவுக்குப் போகும் போது பறக்கும் முத்தம் பல அவனுக்குப் பறக்க விட்டே சென்றாள்.

"கெட்டது! கெட்டது!" என்றான் கைகள் நடுங்க, 18+ எண்ணங்கள் மனதில் பெருக.

அந்த நொடி தான் திரும்பி அவனின் கற்பனை நண்பர்கள் வெளியே வந்தனர், அவனின் மனநிலையை மாற்ற.

காதல் கனவு நிறைவேறுமா?

20

கனவு 20

"இவ்வளவு நேரம் கூப்பிட்டும் வரல. இப்ப மட்டும் என்னடா வந்திங்க? என்ன மண்ணுக்கு இப்ப வந்திங்க?" என்று கத்தினான் அருளன்.

"அடக் கருமம் பிடிச்சவனே! நாங்க வெறும் கற்பனை தான். நீ தான் ரொம்ப ஸ்ட்ராங்கா நினைச்சு எங்களை வர வைக்கணும். என்னமோ நீ கூப்பிட்டும் நாங்க வர மாட்டோம் பிடிவாதம் பிடிச்ச மாதிரி சொல்லிட்ட. இதெல்லாம் ரொம்ப அநியாயம் டா, அருளா! அநியாயம்!" என்றான் ஆதவன்.

"பொம்பளை சொக்கு கேட்குதா, அருளா? இன்னும் சில வருடத்தில் தற்கொலை பண்ணிக்க நினைக்கும் உனக்குப் பொம்பளை சொக்கு கேட்குதா?" என்று கேட்டான் இருளன் முறைப்புடன்.

"ச்சீ! வாயை மூடுங்க! தேவையான நேரத்தில் வெளியே வராமல் சாக்கு போக்க சொல்லிக்கிட்டு! ஐயோ! கற்பனையா கட்டிய கதை நிஜத்தில் நடக்குற மாதிரி இருக்கே! என்னங்கடா நடக்குது என்னைச் சுற்றி? போகிற நேரத்தில் பறக்கும் முத்தம் கொடுத்துட்டு போறா! என்னடா நினைச்சு அவ அப்படிப் பண்ணிட்டு போனா?" என்று கேட்டான் அருளன் தலையில் கைவைத்து நின்று கொண்டு.

அவனைப் பாவமாகப் பார்த்த அவனின் கற்பனை நண்பர்கள் ஏதோ சொல்ல வர, அதற்குள் அவர்கள் இருந்த பக்கம் ஒரு வண்டி வர, அவ்வளவுதான் அந்தக் கற்பனை உருவங்கள் மறைந்து சென்றனர்.

அருளன் தன்னைச் சுற்றி நடப்பது புரியாது, தன் வண்டியில் சாவி போட்டுக் கிளம்பப் பார்க்க, இந்த முறை உண்மையாகவே வண்டி ஸ்டார்ட் ஆகவில்லை.

"நல்லது! நல்லது!" என்று கோபத்தில் சொன்னவன், "எல்லாம் என் நேரம்! சமயம் பார்த்துதான் இந்த வண்டி பழி வாங்கும்!" என்று சொல்லி கொண்டே தன் வீட்டை நோக்கி வண்டியை தள்ளி கொண்டே சென்றான்.

****

"என்னடா சொல்ற? அந்தப் பொண்ணு பறக்கும் முத்தம் கொடுத்தாளா? என் நண்பன் அழகன் தெரியும். ஆனா, ஒரு பெண்ணைப் பார்த்து அடுத்த நாளே பையிங் கிஸ் அனுப்ப வைக்கும் அளவுக்கு அழகனா தெரியமா போச்சே!" என்று ஆச்சரியத்தில் பேசினான் சஞ்சய் ஃபோனில்.

"எனக்கும் அதான் புரியல... அவ ஏன் அப்படிப் பண்ணான்னு! இத்தனைக்கும் நான் அவ்வளவா அவகிட்ட அதிகம் பேசல. எந்த வித ஆர்வமும் கூடக் காட்டல. இத்தனைக்கும் நான் காலேஜ்ல சொன்ன அதே கற்பனை காதல் கதை சொல்லியும் நம்பவே இல்லன்னு சொன்னா! மொத்த காலேஜூம் நம்பிய கதையைக் கேட்டும் இவளுக்கு நம்பிக்கை வரல! அப்போ அவ புத்திசாலின்னு சொல்வதா? இல்ல, நான் சொன்ன கதையைக் கேட்டு இன்றுவரை நம்பும் எல்லாருமே முட்டாள் என்று சொல்வதா?"

"இரண்டையுமே சொல்லலாம்! ஆனா, ஒரே நாளில் இந்த அளவுக்கு உன்னைத் தெரிஞ்ச மாதிரி சொல்றது தான் ஆச்சரியமா இருக்கு. ஒருவேளை உனக்கே தெரியாம உன்னை அடிக்கடி அவ பார்த்து இருக்கலாம். அடுத்தமுறை அவளைப் பார்த்தா தெளிவா பேசிடு. அருளா, உன்னோட 18+ எண்ணம் போகும்வரை காதல் மாதிரி இறங்கிடாத! அப்புறம் காதல் எது? காமம் எது? புரியாத நிலையில் தான் உறவு தொடரும். சொல்லிட்டேன்! சொல்லிட்டேன்!"

"உன் எச்சரிக்கைகளுக்கு மிக்க நன்றி! அதை நீ சொல்லாமலே எனக்குத் தெரியும். காதல் எல்லாம் போக மாட்டேன். அதுக்குத் தகுதி எனக்கு இல்லன்னு எனக்கே தெரியும். சின்னப் பொண்ணு அவ.. புரியாம எதோ பண்றா.. சொன்னா புரிஞ்சுப்பா நம்புற."

"ம்ம்."

"அப்புறம் அடுத்த வாரம் செமஸ்டர் எக்ஸாம். படிக்க ஆரம்பிச்சாச்சா?"

"இல்லை.. எழுத ஆரம்பித்து விட்டேன். என் நண்பனின் பழக்கம் என்னைப் பின்பற்ற சொல்கிறது. எனக்கு எழுதி படிப்பது ஜாலியா இருக்கு. எனக்கு ஏற்ற மாதிரி பல இடத்திலே படித்து நோட்ஸ் எழுதுவது பிடிச்சிருக்கு. இப்பதான் புரியுது.. உனக்கு ஏன் இந்த மாதிரி படிக்கப் பிடிக்குதுன்னு. நிஜமாவே சொல்றேன்.. இப்படிப் படிச்சா தூக்கத்துல எழுப்பிக் கேட்டாலும் மறக்காது! அந்த அளவுக்கு மனசுல பதிஞ்சு போச்சு!" என்றான் சஞ்சய் மனதார.

"நல்லது."

"இதே மாதிரி என் ஆள் கௌசல்யாவையும் படிக்கச் சொல்ற. எக்காரணத்தைக் கொண்டும் இந்த முறை என் நண்பன் கண்டுபிடிச்சான்னு சொல்ல மாட்டேன். அப்படிச் சொன்னா காது ரத்தம் வரும் அளவுக்குப் பச்சை பச்சயா உன்னையும் என்னையும் திட்டுவா! மனுஷன் கேப்பானா அதெல்லாம்? யப்பாடி யப்பா! பார்க்க தான் டீசன்ட்... ஆனா, வாயை திறந்தாலே கலிஜி! குப்பத்து பாஷே எல்லாம் மூச்சு விடாம பேசுறா! எங்கிருந்து இப்படிப் பேச கத்துக்கிட்டாலே தெரியல!" என்றான் சஞ்சய் கிட்டத்தட்ட அழும் குரலில்.

"விடுங்க, சஞ்சய். நமக்குத் தான் அப்படிப் பேச வரல. அவங்களாவது பேசிட்டு போகட்டும். இந்தக் காலத்துல இப்படிப் பேசறது எல்லாம் சகஜம். ஊருடன் ஒற்றி வாழ வேண்டாமா?"

"அதுக்குப் பேசியே என் காதில் ரத்தம் வர வைக்க வேண்டுமா?"

"காதலில் கண்ணில்லை சொல்றது போல.. காது சொல்லாது போனது நினைச்சிக்கோ! சிம்பிள்!"

"அடிங்! போவது என் காதுடா!"

"உங்கள் காதல்! உங்கள் காது! எனக்கு என்ன வந்தது?" என்று கூறி சிரித்த அருளன், "அப்புறம்..?" என்று கேட்க,

"என்னோட ஆளு பேசுற நேரம் ஆச்சு. நான் அப்புறம் கால் பண்றேன். நீ போய்ச் சாப்பிடு. மறக்காம நாளைக்கும் அந்தப் பொண்ண பார்த்தா நான் சொன்னதை எல்லாம் கேட்டு பேசி விடு!" என்று கூறி ஃபோனை வைத்தான் சஞ்சய்.

"நல்லது." என்று கூறி அருளனும் ஃபோனை வைத்து தன் தம்பியுடன் இரவு உணவை சாப்பிட சென்று விட்டான்.

பின்னர் உண்மையான அண்ணனாகத் தன் தம்பியுடன் இரவு பொழுது கழித்து அவனின் எழுத்து வேகத்தை இன்னும் உயர்த்த பயிற்சிகள் பல கொடுத்தான் சிற்பல அடிகளுடன்.

"அடி உதவுவது போல் அண்ணன் தம்பியும் உதவ மாட்டார்கள்!" என்கிற பழமொழி இவனால் தான் எழுதப்பட்டது போல்.

****

அடுத்தநாள் அதே போல் அந்தப் பெண்ணை அவன் மீண்டும் சந்தித்தான்.

பேருந்து நிறுத்தம் அருகே இருந்த பானிபூரி கடை ஒன்றில் பானிபூரி சாப்பிட்டு கொண்டிருந்தவன் கண்ணில், அந்தப் பெண் பேருந்து ஒன்றில் இருந்து இறங்கி செல்வது போல் தெரிய, உடனே பானிபூரி சாப்பிட்டு முடிக்காத வாயுடன் அவள் பின்னையே ஓடினான்.

பேருந்து நிறுத்தத்திற்கும் அவன் தன் வண்டி நிறுத்தி வைத்திருந்த இடத்திற்கும் சுமார் 1/4 கிலோ மீட்டர் தூரம் இருந்தது. பாலம் ஒன்றை தாண்டிய பிறகு தான் அந்த இடம் வரும். அந்தப் பாலத்தில் அப்போது யாரும் நடக்காத காரணத்தால் அவள் பின்னே ஓடி வந்து அவளை அடைந்தான்.

அவள் அருகேயே நடந்து வந்து கொண்டே, "நேத்து ஏன் பறக்கும் முத்தம் கொடுத்தீங்க?" என்று கேட்டான்.

அவள் பதில் சொல்லாது முகத்தில் கேலி சிரிப்புடன் முன்னே நடந்தாள்.

"பதில் சொல்லுங்க!" என விடாது அவளுடனே நடந்து வந்து கேட்டான்.

"என்னவா இருக்கும் நினைக்கிற?" என அவனின் பல முயற்சிக்கு பிறகே வாய் திறந்தாள்.

"நீங்க தான் சொல்லணும்... என்ன காரணம்னு."

"சொல்லாமலே புரிந்துகொள்ளத் தெரியாதா?"

"ஒரு பொண்ணோட மனசை ஒரு பெண்ணால் தான் புரிந்து கொள்ள முடியும்னு சொல்வாங்க. நான் பையன்.. பொண்ணு இல்ல.. ஸோ, புரிந்துகொள்ள முடியல."

"ம்ம்.. சரியாத்தான் சொல்ற." என்றவள், "நா.. அடிக்கடி உன்னை இங்க பார்த்திருக்கேன். தினம் காலையில் உன் அப்பாவை இங்க மெயின் ரோடு கிட்ட விடுவதும்.. இரவு ஆனால்.. இங்க இருந்து

கூட்டி போவது இருப்ப. இரவு பதிரெண்டு மணி ஆனாலும்.. தூக்கத்தை விட்டு நீ நிற்பது கூடப் பார்த்துக்கிறேன். கொசு கடி மீறி நீ நிற்பது பார்த்து எனக்குப் பாவமா இருக்கும். என்ன பண்றது? கடி வாங்கும் நீயே அமைதியா இருக்கும்போது வேடிக்கை பார்க்கும் நான் என்னத்த சொல்றது நினைச்சு போயிடுவேன்." என்றாள்.

"சரி, அதுக்கென்ன?" என அவன் கேட்க,

"சொல்றேன்.. சொல்றேன்..." என்றவள் வண்டி நிற்கும் இடத்திற்கு வந்ததும், "நேத்து மாதிரி வண்டியை தள்ளிக்கிட்டு வா.. பேசிட்டே போலாம்." என்றாள்.

அவனும் பதில் கிடைத்தால் போதும் என்கிற நினைப்பில் அவள் சொன்னதும் போல் வண்டி தள்ளிக்கொண்டு வந்தான்.

"அது மட்டும் இல்ல. நீ இருக்கும் ஃபிளாட் ல என் ஸ்கூல் தோழி ஒருத்தி இருக்கா. அவளைப் பார்க்க அடிக்கடி வருவேன். அப்படிப் பார்க்க வரும் போது உன்னைப் பற்றி விசாரிப்பேன்."

"ம்ம்.. யாருக்கும் தெரிந்து இருக்காதே? எனக்குத் தெரியும்.. ஃபிளாட் வாழ்க்கையே அப்படித்தான்! யாருக்கும் யாரையும் சரியா தெரிந்திருக்காது!"

"இல்ல, பலருக்கு தெரிந்து தான் இருக்கு. உன்னோட அம்மாவை பற்றியும், மாசம் ஒருமுறை அவங்களைக் குரோம்பேட்டை ல இருக்குற மனநல மருத்துவர் பார்க்க அம்மாவை நீ கூட்டிட்டு போவதும் பற்றியும் சொன்னாங்க."

"புறணி பேசுவது விட மாட்டாங்க போல. நல்லது! நாங்க மற்றவர்கள் என்ன செய்யறாங்கன்னு கவனிக்காமல் இருக்கிற மாதிரி மற்றவர்கள் கூட இருப்பாங்கன்னு நினைச்சது எங்க தப்புதான்! அப்புறம்?"

"உன் தம்பி பற்றியும் சொன்னாங்க. பார்க்க தான் குழந்தை மாதிரி இருப்பானாம். ஆனா, என்ன கேள்வி கேட்டாலும் எதிர்த்துப் பேசுவானாம். நீயோ அதிகம் பேசாது அமைதியா போவியாம்."

"ம்ம்.. அப்புறம்?"

"அப்புறமென்ன? இதெல்லாம் கேட்டு எனக்கு உன்மேல கண்ணு.. அடிக்கடி சைட் அடிப்பேன்! உன்கிட்ட பேசி.. உன்னோட நிஜ குணத்தைத் தெரிந்து கொள்ள நினைச்சேன். அதே போல ரெண்டு நாள் முன்னாடி வாய்ப்புக் கிடைக்கப் பேசினேன். பிடிச்சு போச்சு. அதுல ஃபீல் ஆகி பறக்கும் முத்தம் கொடுத்தேன். அவ்வளவுதான்!" என்றாள்.

"ஓ.. நல்லது!" என்றவன் தெரு முனை வந்ததும், "பாய்! நான் போற வழி வந்துவிட்டது. அப்புறம் பார்க்கலாம்." என்றவன் அவளைத் திரும்பிகூடப் பார்க்காது சென்று விட்டான்.

ஒருவேளை திரும்பி பார்த்திருந்தால், "தான் அரைப் பைத்தியம் இல்லை முழுப் பைத்தியம்!" என்பதை உணர்ந்து இருப்பானோ? என்னவோ?

காதல் கனவு நிறைவேறுமா?

21

கனவு 21

"அடேய்.. என்னடா சொல்ற..? உன்னைப் பிடிச்சே இருக்குன்னு சொல்லிட்டாளா?" என்று கேட்டு ஃபோனில் சஞ்சய் அதிர்ச்சி கொள்ள,

"ஆமாம்! ஆமாம்!" என்றான் அருளன் படுத்துக்கொண்டு விட்டத்தில் ஓடும் விசிறியை பார்த்துக் கொண்டு.

"என்ன பதில் சொல்லிட்டு வந்த?"

"அதுவா? 'தெருமுனை வந்து விட்டது. அப்புறம் பார்க்கலாம்.' என்று சொல்லிட்டு வந்துட்டேன்."

"சரி.. மாட்டேன்.. என்று எதுவும் சொல்லல?"

"எதுக்கு அதெல்லாம் சொல்லிட்டு? அவ லூசு மாதிரி எதாவது சொல்லுவா.. நான் அதெல்லாம் கேட்டுட்டு என்னத்த சொல்லணும்னு சொல்ற?"

"நண்பா, இந்தக் காலத்துல லவ் பண்ண பொண்ணு கிடைப்பதே அதிசயம் டா! ஸ்கூல் படிக்கும் போதே எல்லாரும் கமிட் ஆகுறாங்க. இப்படியே போச்சுன்னா... யாருக்குமே கல்யாணம் வயசுல முதல் காதல் கிடைக்காது! கிடைக்காது! எவனோ லவ் பண்ண பொண்ணைத் தான் நீ கல்யாணம் பண்ணிக்க வேண்டியதா இருக்கும். அந்த நிலை வேணுமா? யோசிச்சு இப்பவே சரின்னு சொல்லிடு!"

"யோசிச்சு தான் சொல்றேன். எனக்கு வேணாம்! வேணாம்!"

"ஏண்டா?"

"என்னோட 18+ எண்ணம் உனக்குத் தெரியாதா? எனக்குக் காமம் வருமே தவிரக் காதல் வராது! அப்படியே நானே காதல் வந்து விட்டது

சொன்னாலும் நீயே நம்பக் கூடாது!"

"டேய்.. இந்தக் காலத்தில் எல்லாம் காதல் தான்டா! எவனும் இங்க யோக்கியன் இல்ல! சமயம் கிடைக்கும் வரைதான் நல்லவன் வேடம்! அப்புறம் எல்லாம் அயோக்கியன் வேலைதான்!"

"அப்படின்னா நான் அயோக்கியன் நீ சொல்ற.. அப்படித்தானே?"

"நான் அப்படிச் சொல்லல. ஆனா, இன்னும் அப்படி எந்த வேலை-யும் இதுவரை நீ பண்ணல தான் சொல்றேன்."

"நல்லது! இனியும் பண்ண போவதும் இல்ல! சரியா 25 வயசு ஆனதும் நான் தற்கொலை பண்ணிக்கப் போறேன்! அப்புறம் இந்த அரைப் பைத்தியம் தொல்லை யாருக்கும் இல்லவே இல்ல! இல்ல!"

"நண்பா, இந்த விபரீத எண்ணம் தேவைதானா? உலகத்தில் எத்-தனையோ பேர் உன்னைவிடக் கஷ்டத்தில் இருக்க நீ இந்த மாதிரி திட்டம் போடலாமா? எனக்கு இருக்குற ஒரே உண்மை நண்பன் நீ மட்-டும் தான்டா!"

"ம்ம்.. என் பிரச்சினை விடு. இன்னிக்கு உனக்கு எப்படிப் போச்சு?"

"என்னத்த போச்சு.. எல்லாம் என் அக்கா பன்ற கொடுமை தான்! அவளோட புருசன் கூடச் சண்டை போட்டு வீட்டுக்கு வந்திட்டா! என்-னன்னு கேட்டாலும் ஒழுங்கா பதில் சொல்லல." என்றான் சஞ்சய் அத்-தனை நேரம் இருந்த சகஜ நிலை போய், கவலை நிலையில் பேசினான்.

"சரி, அக்கா கூடப் பொறுமையா பேசு, என்னன்னு கேளு. என்ன இருந்தாலும் நம்ம அக்கா அவங்க. அவங்களுக்குத் தம்பியா இருந்து நாம தானே உதவி பண்ண வேண்டும்?" என்று கேட்டு ஆதரவாகப் பேசினான் அருளன்.

"ம்ம்.. முடிந்தவரை பேசுற." என்ற சஞ்சய் ஃபோனை வைத்தான்.

அருளன் இன்றும் இரவு தூங்க செல்வதற்கு முன் தன் தம்பி படிக்-கவும் எழுத பயிற்சி செய்யவும் உதவி செய்து ஓரளவுக்கு இரண்டரை மணி நேரத்தில் 70 மதிப்பெண் எழுதும் அளவுக்குக் கொண்டு வந்தான்.

முதலில் விருப்பமே இல்லாது இதெல்லாம் செய்து கொண்டிருந்தவன் இத்தனை நாளில் தன் தம்பியுடன் நன்கு ஒட்டி விட்டான்.

அவன் தம்பி மணிகண்டனும் தன் அண்ணனின் முயற்சிக்குச் செவி சாய்த்து தன் அண்ணன் சொல்வதெல்லாம் பின்பற்றி, தன் மொத்த மனதையும் ஒருநிலைப்படுத்தி ஓர் அளவு நன்றாகப் படிக்கவும் எழுதவும் செய்தான்.

ஆனால் இதே நேரத்தில் அவர்களின் அம்மா சரண்யா, இதான் சமயம் என மாத்திரையும் உணவும் சரியாக உட்கொள்ளாது தொல்லை செய்ய ஆரம்பித்தார்.

அடுத்தச் சில நாட்கள் திவ்யதர்ஷினியை அருளன் வண்டி நிறுத்தும் இடத்தில் பார்த்தாலும் கண்டும் காணாது சென்று விடுகிறான்.

அவன் அப்படிப் போவதை அவள் பார்த்தாலும் ஒன்றும் சொல்லாது வேடிக்கை மட்டும் பார்த்தாள்.

அதே போல் இருளன் ஆதவன் இருவரும் கூட இத்தனை நாளில் அவன் முன்னே வருவதில்லை. அவர்களுடன் பேசவும் அருளனுக்குத் தோன்றவில்லை. அந்த அளவுக்கு வீட்டு வேலையும் தன் தம்பியை வருகிற பப்ளிக் எக்ஸாமிற்குப் படிக்க வைக்கும் கடமையும் அவனுக்கு இருந்தது.

தன் தூக்கத்தை ஓர் அளவுக்குத் தியாகம் செய்தும், தன் கல்லூரி பாடத்தைப் படிக்கும் நேரத்தை குறைத்தும் தன் தம்பியின் படிப்பை முன்னிறுத்தி அவன் தன் பெருவாரி நேரத்தை தன் தம்பியின் படிப்பில் செலவு செய்தான்.

தேர்வில் எப்படியெல்லாம் கேள்வி கேட்கப்படலாம் என்றும், ஐந்து மதிப்பெண் கேள்வி இரண்டு மதிப்பெண் கேள்வியாக வந்தால் எத்தனை வரிகளில் பதில் எழுத வேண்டும் என்றும், "கீ பாய்ண்ட் (Key point)" வைத்து கம்மியாகி எழுதினாலும் அதிகம் மதிப்பெண் பெறுவது பற்றியும் சொல்லித் தந்தான்.

கணினி பாடத்தில் கடந்த ஐந்து ஆண்டுகளாக வந்த வினாத்தாள் வைத்து, "எந்தெந்த கேள்வி எல்லாம் அதிக முறை கேட்கப்பட்டது?" எனக் குறித்து வைத்து, அதில் அதிகப் பயிற்சி தந்தான். அந்த நேரத்தில் மனநிலை சரியில்லாது தொல்லை செய்யும் தன் அம்மாவையும் சமாளித்து, அவர்களுக்கு உணவு ஊட்டி மாத்திரையும் தந்தான் தூங்கவும் வைத்தான்.

தன் மனதை கட்டுப்படுத்த பல தமிழ் நாவல்கள் படித்துக் கொண்டும் இருந்தான். தனிமை அதிகம் வராது பார்த்துக் கொண்டான். தன் கற்பனை நண்பர்களுடன் பேசாது இருந்த காரணத்தால் அடிக்கடி திக்கி பேசுவதும், கைகள் நடுங்குவதுமாகவும் இருந்தான்.

நாட்கள் அப்படியே செல்ல ஒருநாள் வசமாகத் திவ்யதர்ஷினியின் பார்வையில் மாட்டி தன் விதியை நொந்து கொண்டு நின்றான்.

பத்தாவது தேர்வு முடிய ஒரு நாளே இருக்க, தன் தம்பியின் பிறந்தநாளும் நெருங்கி வர, அவனுக்குத் தான் சேர்த்து வைத்த பணத்தில் உடை வாங்க துணி கடைக்குச் சென்று வந்தான். அப்படித் திரும்பி வரும் வழியில் தன் வண்டியை எடுக்க வந்தவனின் வண்டியில் அமர்ந்து இருந்தாள் திவ்யதர்ஷினி, இன்று பேசியே விடுவது என்கிற பிடிவாதம் கொண்டு.

'இவளா? கொஞ்ச நாள் சந்தோஷமா இருந்தேன். இவளுக்கு அது பொறுக்கல போல!' என்று நினைத்தவன், அவள் அருகே வந்து,

"ஹாய்.. எப்படி இருக்கீங்க?" என்று கேட்டான் சகஜமான குரலில்.

அவளோ முறைத்துக் கொண்டே, "அசிங்கமா எதாவது திட்டிட போறேன்! ஏண்டா இத்தனை நாள் என்னைக் கண்டும் காணாம போன?" என்று கேட்டாள் முடிந்தவரை கோபத்தைத் தன் குரலில் காட்டாது.

"நானா? உங்களையா? இல்லயே!" என்று கூறி ஒன்றுமே தெரியாது போல் நடித்தான் அருளன்.

"வண்டி தள்ளிட்டு வா.. பேசணும்!" என்றாள்.

"சாரி! எனக்கு நேரமில்லை. வீட்டுக்குச் சீக்கிரம் போகணும்." என்று தவிர்க்க அவன் பார்க்க,

"பேசணும் சொன்னேன். ஒழுங்கா வண்டியை தள்ளிட்டு வாடா!" என்று கத்தினாள்.

அருளன் பெருமூச்சு ஒன்றை விட்டு, "வேற வழி! தள்ளிட்டு வரேன்." என்றவன் தன் வண்டியை எடுத்து அவளோடு வண்டியை தள்ளி கொண்டு வந்தான்.

அவள் முதல் சில நொடிகள் பேசாது வந்தவள், "அன்னிக்கு நான் சொன்னதுக்குப் பதில் என்ன?" என்று கேட்டாள் கண்ணாமூச்சி ஆட்டத்துக்கு முடிவு கட்ட.

"கேள்வி எதுவும் கேட்டா தானே பதில் சொல்ல முடியும்? நீங்க ஏதோ சொன்னீங்க.. ஆனா, அதுல கேள்வி எதுவும் இல்லையே.. பின்ன எப்படிப் பதில் வரும்?"

"ஆஆ..." எனக் கத்தியவள், "சரி, கேள்வியே கேட்கிறேன். என்னை உனக்குப் பிடிச்சிருக்கா?" என்று கேட்டாள்.

"புரியல. எந்த மாதிரி பிடிப்பு கேட்கிறீங்க?"

"ஐயோ.. உனக்கு உண்மையாவே புரியலையா? இல்ல, புரியாத மாதிரி நடிக்கிறியா?"

"நடிப்பு எல்லாம் இல்ல. உண்மையாவே புரியல. தெளிவா எதுவா இருந்தாலும் சொல்லுங்களேன்."

"நீயெல்லாம் மனுசனே இல்ல! இந்த மாதிரி விஷயமெல்லாம் பொண்ணுங்க எப்படிடா சொல்லுவாங்க? பசங்க தான்டா சொல்லணும்!"

"என்ன சொல்லணும் சொல்றீங்க? எனக்குப் புரியல! புரியல!"

"நீ புரிந்தாலும் புரியாத மாதிரி தான் நடிப்ப!"

"எம்மா தாயே! சத்தியமா சொல்றேன்.. உங்ககிட்ட நடிச்சு எனக்கு யாரும் ஆஸ்கார் அவார்டு எல்லாம் தரப்போவதில்லை.. என்ன சொல்லணுமோ சொல்லுங்க! பிளீஸ்!"

"போடா!" என்றவள் இன்னும் வேகமாக முன்னே நடந்தாள்.

அவள் நடப்பதை பார்த்தும் பார்க்காதது போல் இருந்தவன், இன்னும் வண்டியை தள்ளி கொண்டே சென்றான்.

ஒருகட்டத்தில் முன்னே நடந்து சென்றவள், நின்றாள், திரும்பினாள். மீண்டும் அவனை நோக்கி வந்தாள். அப்படி வந்தவள்,

"லவ் பண்ணலாமா?" என்று கேட்டாள்.

அவனோ அதற்குப் பதில் சொல்லாது, அவளைத் தாண்டி வண்டியை தள்ளிக் கொண்டு நடக்க, அவள் அவனை விடாது அவனின் தோள்பட்டையைப் பிடித்து இழுத்து, "பதில் சொல்லிட்டு போடா!" என்றாள்.

அவன் வண்டியை தள்ளுவது நிறுத்திவிட்டு, "உங்களோட பைத்தியக்கார பேச்சைக் கேட்க என்னால முடியாது! எனக்கு வேலை இருக்கு!" என்றான்.

"என்னடா வேலை இருக்கு? ஒரு பொண்ணே வந்து காதலே சொன்னா.. உனக்குச் சப்பையா போச்சா? என்னோட வொர்த் உனக்குத் தெரியாம போச்சுல? என்னை லவ் பண்ண வைக்க எத்தனை பசங்க என் பின்னாடி சுற்றி வராங்க தெரியுமா? அவங்களை எல்லாம் விட்டு உன் பின்னாடி நான் வந்தா.. சீப்பா போயிட்டேன்ல?" என்று கூறி கோபம் கொண்டாள்.

"நீங்க அப்படி நினைச்சா அதுக்கு நான் பொறுப்பு இல்ல. எனக்கு லவ் பண்ண எல்லாம் நேரம் இல்ல. ஏற்கனவே வீட்டுல எத்தனையோ பிரச்சனைக்கு நடுவுல இங்கேயும் அங்கேயும் போயிட்டு வந்துட்டு இருக்கேன். இதுல காதலில் மாட்டி இன்னும் பிரச்சனை விலை கொடுத்து வாங்க விரும்பல. உங்களுக்கு நான் செட்டாக மாட்டேன். போங்க! போய் முதல்ல படிக்கும் வழியே பாருங்க. இப்பதான் ப்ளஸ் டூ முடித்து இருக்கீங்க.. அடுத்துக் காலேஜ்.. வேலை.. வெளி உலகமெல்லாம் பார்ப்பீங்க.

அப்போ நானெல்லாம் உங்க கண்ணுக்கு மொக்க பீசா தான் தெரிவேன். தேவையே இல்லாது இவனை லவ் பண்ணிட்டோம் நினைச்சு நீங்க தான் பீல் பண்ணுவீங்க. அப்புறம் 'ப்ரேக்கப்.. வீட்ல ஒத்துக்கொள்ளவில்லை... வேற மாப்பிள்ளைய பார்த்துட்டாங்க..' என்றெல்லாம் சொல்லிக்கிட்டு வருவீங்க. எனக்கு அதெல்லாம் கேட்பதை விட்டு வாழ்க்கையில் பார்க்க எனக்கு எத்தனையோ இருக்கு." என்றவன்,

அவள் ரோட்டில் காட்டு கத்தல் கத்துவதையும் கண்டும் காணாது சென்று விட்டான் வண்டியை கிளப்பி.

காதல் கனவு நிறைவேறுமா?

22

கனவு 22

"என்னடா சொல்ற..? லவ்வே சொல்லிட்டாளா..?" என்று சஞ்சய் இதையே இதோடு பத்து முறை கேட்டு விட்டான் ஃபோனில்.

அருளன் முதல் ஒன்பது முறை பொறுமையுடன் "ஆமாம்" என்றவன், இந்த முறை "இல்ல, நடுரோட்டில் எதாவது வண்டி வந்தா அதுல விழுந்து சாகலாம் சொன்னா!" என்றான் எரிச்சல் குரலில்.

"என்னடா இப்படிச் சொல்ற?"

"பின்ன? ஒரே கேள்வியை எத்தனை தடவை கேட்ப? நான்தான் ஆமாம் சொன்னேன் ல? அப்புறம் எதுக்கு இத்தனை தடவை கேட்கிற?"

"அதில்லை, நண்பா. ஒரு பொண்ணு தானா வந்து லவ் சொல்லி இருக்கு. இதெல்லாம் உலக அளவு அதிசயம்! ஆச்சரியம்!"

"என்ன அதிசயம்? என்ன ஆச்சரியம்? உன் ஆள் தானே உனக்கு முதல்ல லவ் சொன்னா? அப்போ இதை நீ சொல்லல. என்ன பதில் சொல்வது தெரியாது ஒரு வாரம் கிட்டத்தட்ட யோசிச்ச தானே?"

"சரி! ஓகே! நீ என்ன பதில் சொன்ன? யோசிச்சு சொல்றேன் சொன்னியா? இல்ல, சரின்னு உடனே ஓகே சொல்லிட்டியா?"

"எனக்குக் காதலிக்க நேரமில்லை. நீங்க படிக்கும் வழியே ஒழுங்கா பாருங்கன்னு சொல்லிட்டு வந்துட்டேன்."

"அட லூசே! ஏண்டா?"

"எதுக்குக் காதல் பண்ணிக்கிட்டு? எனக்கு என் கற்பனை உலகமே போதும்!"

"கற்பனை உலகம் போதுமா! டேய்.. வேணாம் டா! போகப் போக ரொம்ப மோசம் ஆகுற! மரியாதையா கற்பனையை விட்டு நிஜத்தை எதிர்கொள்ளப் பாரு! மூணு வருஷமா டாக்டரை போய்ப் பாரு சொல்லிட்டு இருக்கேன். நீயும் அடுத்த வாரம் சொல்லியே மூணு வருஷம் ஓட்டிட்ட! ஓவரா கற்பனையில் ஆழ்ந்து போய் நிஜம் எது? கற்பனை எது? என்றெல்லாம் தெரியாத நிலைக்குப் போகப் போற.. பார்த்துக்க!" என்று எச்சரிக்கை செய்தான் சஞ்சய்.

"அதெல்லாம் ஒன்னும் ஆகாது. நான் தெளிவா தான் இருக்கேன். அந்தப் பொண்ணு எனக்கு வேணாம். சினிமாவில் வர மாதிரி காதல் வசனம் எனக்குப் பேச வராது. பார்க், பீச், சினிமா சுற்ற என்கிட்ட காசு இல்ல! அப்பன் காசில் ஊர் சுற்ற என்னால் முடியாது! அதோட 18+ எண்ணத்தில் எதாவது எடா கூடம் பண்ணிட்டா.. அப்புறம் மானமே போய்டும்!"

"யாரோட மானம்?"

"ரெண்டு பக்கமும் தான்."

"சரி, அப்புறம் அந்தப் பொண்ணைத் திரும்பி பார்த்தால்.. என்ன சொல்ல போற? அவ தொடர்ந்து வந்தா என்ன பண்ணுவ?"

"முடிந்தவரை பொறுமையா சொல்லி பார்ப்பேன். இல்லன்னா, பொறுக்கி மாதிரி 18+ பேச்சு பேசி.. 'போடா பொறுக்கி!' என்று அவளையே சொல்ல வச்சு போக வைப்பேன். இதான் யோசிச்சு இருக்கேன். இதைத் தவிர வேற என்ன பண்றது தெரியல."

"ஒருவேளை அவ உன் பொய் கதையை நம்பாதது போல.. இதையும் நம்பாது பேசினால்?"

"ஏண்டா இந்தக் கொலைவெறி? நானே தெளிவா ஒன்னை யோசிச்சு முடிவுக்கு வந்தா... குழப்பி விடுற! அதெல்லாம் ஒன்னும் ஆகாது! அவ நம்பி இனி என்னைத் திரும்பி பார்க்க மாட்டா!" என்றவன் ஃபோனை வைக்க, அடுத்தப் பக்கம் சஞ்சய் தன் காதலியுடன் ஃபோனில் பேச சென்று விட்டான்.

'யார் எப்படிப் போனால் என்ன? நமக்கு இப்ப நம்ம காதலியுடன் பேசுவது தானே முக்கியம்?' என்று நினைத்து அவன் பேச செல்வதில் தப்பே இல்லை!

அடுத்த ஒரு மாதம் அந்தப் பெண் அருளனின் கண்ணில் படவில்லை.

சிறு ஏமாற்றம் இருந்தபோதிலும் நாட்கள் செல்ல அந்தப் பெண்ணைக் கிட்டத்தட்ட அவன் மறந்து விட, அப்போது தான் சஞ்சய் அவனுக்கு ஃபோன் செய்தான் கடும் சோகத்தில்.

"நண்பா, நீ 25 வயசுல சாகலாம் இருக்க ல? நானும் உன் கூடவே சாகவா? எனக்கு வாழவே பிடிக்கல!" என்றான் சஞ்சய்.

அருளனுக்கு என்ன பதில் சொல்வது என்றே முதலில் தெரியவில்லை.

"அப்படி என்னாச்சு? ஏன் இந்த நல்ல முடிவு?" எனக் கேட்டான்.

"ஒன்றா இரண்டா.. ஒரே நேரத்தில் பல பிரச்சினைகள்! ஒரு பக்கம் அக்கா 'விவாகரத்து வாங்க போறேன்!' என்று சொல்லி வந்து உட்கார்ந்து இருக்கா.. இன்னொரு பக்கம் கௌசல்யா 'ப்ரேக்கப் பண்ணிக்கலாம்! என் வீட்டுல அம்மாவுக்கு நம்ம காதல் விவரம் தெரிந்து திட்டுறாங்க!' என்று சொல்றா. 'அப்பா கிட்ட சொல்லி அவ லவ் பண்ற பையனை கொல்ல ஆட்களை அனுப்ப சொல்வேன்!' என்று சொல்றாங்களாம்.

ச்சே.. இதான் நடுத்தர மக்களின் நிலை! லவ் பண்ற பொண்ணைக் கைப்பிடிக்கப் பணம் வசதி தான் பெரிசா தேவைப்படுது! நம்மளை மாதிரி பசங்க காதலிக்கவே கூடாது, அருளா. அப்படியே காதலிக்க நினைத்தால், 'எப்போ வேணாலும் பிரச்சினை வரலாம்.. அப்படிப் பிரச்சினை வந்தா கல்யாணம் பண்ணிக்குற அளவுக்குத் தைரியம் வேணும் மற்றும் குடும்பம் நடத்த ஓரளவு பணமும் வேணும்' என்று மனசுல குறித்துக்கொண்டு, அதெல்லாம் தயார் பண்ணிட்டு தான் காதலே சொல்லணும் காதலிக்க ஆரம்பிக்கணும்.

இல்லன்னா, அன்னிக்கு நீ சொன்ன மாதிரி பொறுக்கி மாதிரி நடிச்சாவது எவளும் 'காதல்' எனச் சொல்லி பக்கத்தில் வராத அளவுக்குச் செய்யணும். அந்தத் திவ்யதர்ஷினி பொண்ணு திரும்பி உன்னைப் பார்க்க வந்தா.. எதாவது அசிங்கமா பேசியது அனுப்பி விட்டுடு!" என்றான் விரக்தியில்.

அவனை அப்போதைக்குச் சமாளிக்கச் சில பல சமாதான வார்த்தைகள் அருளன் சொல்ல, அதெல்லாம் கேட்ட சஞ்சய், "நான் முதல் டிகிரி முடிந்த போதே அவ தன் காதலை சொல்லி இருந்தா.. அப்-

போவே எதாவது வேலைக்குப் போய் இருப்பேன். ஆனா, யாரு பண்ண சதியோ எங்க ரெண்டு பேரோட ஃபேஸ்புக் ஐடி ப்ளாக்ல போய்ச் சில மாசம் பேசாமலே போயிடுச்சு.

அந்த நேரத்தில் அவ வேற யாரையோ லவ் பண்ணி அவளோட அம்மாவுக்குத் தெரிஞ்சு அந்தக் காதல் முடிந்தது. அப்புறம் இப்ப எங்க காதல் தெரிய அவளால் ஒன்னும் பேச முடியல. 'எந்த முஞ்சியை வச்சு வீட்டுல போராடுவேன்?' என்று கேட்கிறா... ச்சே! கடுப்பா இருக்குடா, அருளா! கடுப்பா இருக்கு!" என்றான்.

"சரி! சரி! எல்லாம் விதி என்று நினைச்சுக்கோ. முதல்ல அக்கா கிட்ட பேசி புகுந்த வீட்டுக்கு அனுப்ப முடியுதா பாரு. இந்தக் காலத்துல கொட்டாவி குறட்டை விட்டதுக்கு எல்லாம் விவாகரத்து பண்றாங்க. அந்த மாதிரி எதாவது மொக்க காரணமா இருக்கப் போகுது.. போய்ப் பேசு." என்ற அருளன், "காதல் தோல்வியில் சாப்பிடாமல் கொள்ளாமல் இருக்காத.. போய் ஒழுங்கா சாப்பிடு. காதல் வலியும் வயிற்றுப் பசியும் வெவ்வேறு டிபார்ட்மென்ட்.. ரெண்டையும் சேர்த்துக்காதே!" என்றான்.

"ம்ம்.. சரி, பேசுற." என்ற சஞ்சய் ஃபோனை வைத்தான்.

அருளன் தான் ஒரு காலத்தில் செய்த திருட்டு வேலை நினைத்து குற்ற உணர்வு கொண்டான்.

"அன்னைக்கு நான் அவளோட ஃபேஸ்புக்கை பிளாக் பண்ணாம இருந்திருந்தால் இந்த அளவுக்கு நடந்திருக்காது! நாம ஒன்னு நினைக்க இங்கு நடந்தது வேற ஒண்ணா இருக்கு. இதான் விதியா? இல்ல, வேற என்னவா இருக்கும்?" என்று தனக்குத் தானே கேட்டுக் கொண்டவன் தலைவலி எடுக்கத் தலைவலி மாத்திரை போட்டுக் கொண்டான்.

சிறிது நேரத்தில் தலைவலி மாத்திரையின் வீரியத்தில் தூங்கச் சென்று விட்டான் சீக்கிரமாக.

நாட்கள் வேகமாக ஓட,

அருளன் தான் தற்போது படித்துக் கொண்டிருக்கும் கல்லூரியில் கேம்பஸ் இன்டர்வியூ ஒன்றில் தேர்வு செய்யப்பட்டான்.

அந்தக் கம்பெனி அவனின் கனவு கம்பெனி என்றே சொல்லலாம். அவன் +1 படித்துக் கொண்டே இருந்த சமயம் அவன் அப்போது படித்துக் கொண்டிருந்த பள்ளியில் அந்தக் கம்பெனி 15 நாள் கேம்ப் ஒன்றை போட்டது. அதில் +1 வகுப்பு மாணவ மாணவிகளின் கணினி அறிவை சோதிக்கவும் மேம்படுத்தவும் சில போட்டிகள் நடத்தினர்.

அதில் தான் அருளன் தன் தன்னம்பிக்கை சிறிது வளர அதில் கலந்து கொண்டான். அப்படிக் கலந்து கொண்டு பரிசு வாங்கவில்லை என்றாலும், அதில் ஓர் அளவுக்கு நன்கு போட்டி போட்டான்.

அவனின் திறனை பார்த்த அந்தப் போட்டியை நடத்திய நபர் ஒருவர், "தம்பி, உனக்கு அதிகம் பேச வரவில்லை என்றாலும், நல்ல திறமை இருக்கு. நீ இன்னும் பயிற்சி செய்தால் நல்லா வருவ. கம்ப்யூட்டர் ப்ரோக்ராம் பொருத்தவரை எந்த அளவுக்கு அதிகப் பயிற்சி செய்வியோ அந்த அளவுக்கு அறிவு திறன் வளரும். பலவிதமான பிராப்ளம் எல்லாம் சால்வ் பண்ண கத்துக்கோ.

மேத்தமேடிக்ஸ் மற்றும் கம்ப்யூட்டர் சயின்ஸ் தான் அடிப்படை. இரண்டிலும் சம அளவா திறனை வளர்த்துக் கொண்டால் இந்தத் துறையில் நீ பெரிய நிலைக்குப் போலாம்." என்றார்.

அவரின் வார்த்தையைக் கேட்டு அந்தச் சமயம் பெரிதாக அவன் தன்னம்பிக்கை பெறவில்லை என்றாலும், இன்று அந்தக் கம்பெனியிலேயே வேலை வாங்கிய பெருமிதத்தில் எல்லையில்லா மகிழ்ச்சி கொண்டான்.

முதல் முறையாகக் கற்பனையை விட்டு நிஜ வாழ்க்கையில் தனக்குள் இருக்கும் ஒரு திறனை நினைத்து இன்பம் கொண்டான்.

அன்று இன்டர்வியூவில் கலந்து கொண்ட ஆயிரம் பேரில் ஐநூறு பேர் தேர்ந்தெடுக்கப்பட்டு இருந்தும், அதில் அவனும் ஒருவனாக இருந்த போதிலும், அதன் வித்தியாசத்தை மனதில் கொள்ளாது அவனின் நண்பன் சஞ்சய் கூட அவனை ஃபோன் செய்து வாழ்த்தினான்.

"நண்பா, எம்சிஏ தான் ஒன்றாகப் பண்ண முடியல. வேலையாவது ஒரே கம்பெனியில் சேரலாம் நெனச்சேன். ச்சே! போன மாசம் இதே கம்பெனி எங்க காலேஜுக்குக் கேம்பஸ் இன்டர்வியூக்கு வந்தது. அந்த நேரத்தில் அக்காவின் பிரச்சனையைத் தீர்க்க அதுல கலந்து கொள்ளாமல் சென்னை - காஞ்சிபுரம் மாறி மாறி டிராவல் பண்ண வேண்டிய

சூழ்நிலை மாட்டிக்கிட்டேன். அதனால் அதில் கலந்துக்கல.. செலக்ட் ஆகல. நீ ஆஃப் கேம்பஸ் ல தான் பார்க்கணும்." என்றவன் மீண்டும் தன் நண்பனை வாழ்த்தி விட்டு ஃபோனை வைத்தான்.

பின்னர் அருளன் இந்தச் சந்தோஷ செய்தியை தன் அப்பா அம்மா-வுக்கு ஃபோன் செய்து தெரிவித்தவன் வீட்டுக்குக் கிளம்பினான். அப்படி வண்டி எடுக்கும் இடத்தில் வந்தவன் கண்ணில் திவ்யதர்ஷினி தெரிந்-தாள் அவன் வண்டி அருகே அவனுக்காகக் காத்திருந்து.

"மணி எட்டாகுது. இன்னும் இவ இங்க என்ன பண்றா? இவ காலேஜ் சேர்ந்து ரெண்டு மாசம் தானே ஆச்சு? இவளுக்கு எப்பவோ காலேஜ் முடிஞ்சு இருக்குமே! கொசுக்கடியில் ஏன் இங்க ரொம்ப நேரமா நிற்கிறா?" என்று தனக்குத் தானே கேட்டுக் கொண்டவன், அவளை நெருங்கினான்.

காதல் கனவு நிறைவேறுமா?

23

கனவு 23

"ஹலோ! எப்படி இருக்கீங்க?" என்று கேட்டான் அருளன் சகஜமாகப் பேச்சை ஆரம்பித்து.

"ம்ம்.. நல்லா இருக்கேன். நீ?" என்று கேட்டாள் அவளும் சகஜமாக.

"ம்ம்.. நல்லா இருக்கேன்."

"அப்புறம் காலேஜ் எப்படிப் போகுது, அருள்?"

"நல்லா போகுது, திவ்யா. உங்களுக்கு?"

"ம்ம்.. எதோ."

"நல்லது."

"சரி, வண்டி தள்ளிட்டு வா. பேசிட்டே போலாம்."

அவன் சரியென்று சொல்லிவிட்டு வண்டியை எடுத்து தள்ளி கொண்டு வர, இரவு நேரம் அமைதியை ரசித்துக் கொண்டே அவர்கள் நடந்தனர்.

"இத்தனை நாள் நான் உன்னைப் பார்க்கல.. வந்து பேசல.. என்னை மிஸ் பண்ணியா?" என்று கேட்டாள் அவள்.

"இல்லயே!"

"ஓ!"

"கொஞ்ச நாள் எங்க போய் இருப்பீங்க யோசிச்சேன் தான். ஆனா, நான் அப்படித்தான் யாரையும் மிஸ் பண்ண மாட்டேன். நாட்கள் போச்சுன்னா, மிஸ்ஸிங் ஃபீல் எனக்குச் சுத்தமா போய்விடும். பழகி போச்சு." என்றான்.

"ஓ! அப்புறம்?"

"அப்புறமென்ன? நீங்க அன்னிக்கு எதோ யோசிக்காம லவ் சொல்லி இருப்பீங்க. அப்புறம் யோசிச்சுப் பார்த்ததும் இவன் சரியான மொக்கை பையன் புரிந்து விட்டுட்டீங்க நினைச்சேன். அதுவும் நல்லது தான். எனக்கு லவ் செட் ஆகாது. என்னை லவ் பண்ணா ரொமான்டிக் லைஃப் எல்லாம் இருக்காது, சரியான போரிங்கான லைஃப் தான் இருக்கும். ஸோ, நீங்க என்னை விட நினைச்சது சரியான முடிவு."

"ஓ!"

"நல்லா படிங்க. படிச்சுட்டு வேலைக்குப் போங்க. என்னை விட எத்தனையோ குட் பசங்க இருக்காங்க. அவங்களை எல்லாம் பார்த்தால்.. என்னோட நினைப்பே உங்களுக்கு இருக்காது. அப்படியே நினைப்பு வந்தா, 'இப்படிப்பட்ட மொக்கை பையன் கிட்டயா காதலை சொன்னோம்?' என்கிற எண்ணம் தான் வரும்."

"நான் அப்படி நினைப்பேன் உனக்கு எப்படித் தெரியும்? ஒரு பொண்ணோட மனசை நீ எப்போ படிக்கக் கத்துக்கிட்ட? ஒருவேளை ஆப்ரேஷன் எதாவது பண்ணி பொண்ணா மாறிட்டியா? டேய்.. நீ இப்ப அவன் இல்லையா? அவளா? அருளன் இருந்து அருளினியா மாறிட்டியா?" என்று கேலி செய்து சிரித்தாள்.

இவ்வளவு நேரம் இருந்து அழுத்த பேச்சை மாற்றவே இவள் இவ்வாறு பேசுகிறாள் என உணர்ந்தவன், "ச்சே.. அதெல்லாம் இல்ல! இல்ல!" எனப் பேச்சில் பதட்டத்தைக் காட்டியவன், "எனக்குத் தோன்றியதை சொன்னேன். ஒருவேளை உங்களுக்கு அப்படித் தோணலைன்னா எனக்குக் கவலை இல்ல. நான் என் பக்கம் தெளிவா இருக்கேன்." என்றான் அழுத்தமான குரலில்.

"எனக்கு என்ன தோணுது தெரிஞ்சுக்க வேணாமா?"

"தெரிந்து என்னங்க ஆகப் போகுது? எனக்குத் தேவையே இல்லாத ஒன்று."

"எனக்குச் சொல்லணும். கேட்க மாட்டியா?"

"சரி, சொல்லுங்க. ஆனா, என் முடிவில் மாற்றம் இல்ல. அதை இப்பவே சொல்றேன்."

"சரி." என்றவள், "அன்னிக்கு உன்னைக் கடைசியாகப் பார்த்திட்டுப் போனதும் நானும் யோசிச்சேன். ஒரு பொண்ணு வந்து காதலை சொன்னா எந்தப் பையனா இருந்தாலும் தப்பா தான் நினைப்பான்.

நீயும் அப்படித்தான் நினைத்து இருப்பியோ யோசிச்சேன். நான் அப்படி யோசித்தது தப்பா?"

"இல்ல. ஆனா, நான் அப்படி நினைக்கல. எனக்குக் காதலில் ஆர்வம் இல்லைங்க. வீட்டுல பல பிரச்சினை. இதுல இன்னொரு பொண்ணுக்கு முக்கியத்துவம் கொடுத்துப் பேசலாம் என்னால முடியாது. அதான் வேணாம் சொல்றேன்."

"பொய்யான கமிட்மென்ட் கொடுக்க வேணாம் நினைக்கிற?"

"கரெக்ட். அதான்."

"நான் வெயிட் பண்ணுவேன் சொன்னா கூட இதே பதில் தானா?"

"தேவையே இல்லாத காத்திருப்பு ஏன்? எனக்காக யாருமே காத்திருக்க வேண்டாம் நினைக்கிற ஆள் நான். ஓர் உண்மை சொல்லவா?"

"ம்ம்."

"எனக்கு இருக்கிற மிகப்பெரிய ஆசையே யாருமே இல்லாத உலகத்துல நான் மட்டும் தனியாய் இருப்பது தான். எனக்கான கற்பனை உலகில் எனக்குப் பிடிச்சது எல்லாம் கிடைத்த மாதிரி கற்பனை செய்து வாழ்வது எனக்கு ஒரு போதை! எனக்கு அந்த உலகத்தில் எல்லாமே இருக்குங்க. சூப்பர் மேன் மாதிரி பறக்க நினைத்துக் கற்பனை காண்பேன். ஸ்பைடர் மேன் மாதிரி கற்பனை காண்பேன். பஞ்சபூத சக்தியும் எனக்குக் கிடைச்ச மாதிரி கற்பனை காண்பேன்.

எனக்கு எல்லாமே அங்க இருக்குங்க. நான் அன்னிக்கு சொன்ன என் கற்பனை காதலி திவ்யதர்ஷினி கூட அந்த உலகத்தில் இருக்கா. அவகூடப் பேச நினைச்சா கூட நினைத்த நேரம் கற்பனை செய்து பேசிக்கொண்டே இருப்பேன். அந்த உலகத்தில் எனக்குக் காதல் தோல்வியே இல்ல. ஒருவேளை அவளைப் பிடிக்காமல் போச்சுன்னா, எனக்கு எந்தப் பொண்ணோட இருக்கத் தோணுதோ அவளையே கற்பனையில் கொண்டு வந்து பேசிக்கிட்டு இருப்பேன்.

பச்சையா சொன்னா... எனக்கு என்ன செய்யத் தோணுதோ செய்வேன்! நான் நிஜ உலகில் தான் நல்லவன்.. பொறுப்பான பையன்! ஆனா, என் கற்பனை உலகில் நல்லவன், கெட்டவன், யோக்கியன், அயோக்கியன் கடவுள் என எல்லாம் நான்தான்! நான் இப்படித்தான்! சின்ன வயசுல எதாவது ஆசைப்பட்டுக் கிடைக்காத விரக்தியில் அது கிடைத்த மாதிரி கற்பனை செய்து மகிழ்ச்சி அடைந்தவன்! அந்தப் பழக்கம் இன்று வரை தொடர்கிறது.

என்னைக் காதலிக்க வேண்டாம் என்று நான் சொல்றதுக்கு முக்கியக் காரணம் ஒன்னு இருக்கு."

"என்ன?"

"எனக்கு எந்தப் பொண்ணைப் பார்த்தாலும் அவ உடைக்குள் என்ன இருக்குன்னு பார்க்க தோணும். 18+ கற்பனையா போகும். அதனாலே எந்தப் பொண்ணுகிட்டயும் குறிப்பிட்ட நேரம் தாண்டி பேசமாட்டேன். எதாவது மனசு தப்பா யோசிக்கிற மாதிரி இருந்தாலே எதாவது காரணம் சொல்லிட்டு ஓடி வந்துடுவேன்.

உங்.. உங்களை.. முதல் தடவை பார்த்த போதே கண்டபடி யோசிச்சுக் கற்பனை செய்தவன் தான் நான். உங்களையே தப்பா நினைச்சுக் கற்பனை செய்தவன் கிட்டையே காதல்னு வந்து சொன்னிங்க. இப்பவும் என் மனசு கண்டபடி கற்பனை செய்து உங்களைப் பார்க்குது. நேரம் செல்ல செல்ல என்னோட கட்டுப்பாட்டை மீறி எதாவது பண்ணிடுவேன்னு பயம். இப்படிப்பட்ட நிலையில் இருக்கும் நான் எந்தப் பொண்ணுக்கும் உண்மையான காதலனாய் இருக்க முடியுமா? காதலன் விடுங்க, ஒரு நண்பனா கூட இருக்க முடியாதே!" என்றான் மனதில் இருக்கும் அழுக்கை பற்றிச் சிறிது மேலோட்டமாய்ச் சொல்லி.

அந்தப் பெண் சில நொடிகள் அவனைக் கண் இமைக்காது பார்த்தவள், "இந்த மாதிரி எத்தனை நாளா இருக்கு?" என்று கேட்டாள்.

"எத்தனை வருடம் என்பது தான் சரியான கேள்வி. ஏழு எட்டு வயசுல இருந்து இப்படித்தான். எவனோ எஃப் டிவி போட்டு காட்டி.. என் மனசை இப்படி ஆக்கி விட்டுட்டான். அவனால் வந்த வினை.. இன்றுவரை எந்தப் பொண்ணைப் பார்த்தாலும் தப்பா நினைக்கத் தோணுது." என்றான் உணர்ச்சியற்ற முகத்தோடு.

"அந்த மாதிரி மனசு போனா என்ன பண்ணி கட்டுப்படுத்துவ?"

"தூக்கம் முதல் வழி. நாவல் கதைகள் படிப்பேன். கார்ட்டூன் பார்ப்பேன். இதையும் மீறி மனசு போச்சுன்னா.. கை பழக்கம் தான்." என்றான் கூச்சத்தில்.

"கை பழக்கமா?" என்று கேட்டவள், அவன் சொன்னதன் அர்த்தம் புரிந்து, "கருமம்! கருமம்!" என்றாள்.

"இந்தக் காலத்தில் இதெல்லாம் சகஜம் தானே?"

"டேய்.. என்னைப் பொறுத்தவரை தப்பு! தப்பு!"

"எனக்குக் கவலை இல்ல. என்னோட மனசை திசை திருப்ப நான் பின்பற்றும் முறைகளில் இதுவும் ஒன்று. அவ்வளவுதான். தனிமை ரொம்ப ஆபத்தானது, திவ்யா. என்னால் நிஜத்தில் எந்தப் பொண்ணும் சீரழிந்து போகல. அதுவரை நல்லது. ஸோ, இப்ப புரிந்திருக்கும் இனி என்கிட்ட பேச முயற்சி செய்யாதீங்க! எனக்காக இங்க காத்திருக்கத்தீங்க! நீங்க காதலில் காத்திருப்பேன் சொல்லலாம். ஆனா, எனக்குத் தேவை காதல் இல்லயே, வேற ஒன்று ஆச்சே!" என்று வில்லன் சிரிப்பில் சொன்னவன், "தெருமுனை வந்து விட்டது. நீங்க வீட்டுக்கு போங்க. இனி என்கிட்ட பேச வேணாம். என்னைப் பார்க்கவும் வேணாம்." என்றான்.

அவள் பதில் சொல்லாது அவன் பக்கத்தில் வந்து அவனின் கண்ணை நேருக்கு நேர் பார்த்தவள், "காதலோட வலிமை உனக்குப் புரியல. காமம் மட்டும்தான் உன் கண்ணுக்கு தெரியுது. என்றாவது ஒருநாள் அந்தக் காதல் காமத்தை விட மேன்மையானது என உனக்குத் தெரியவரும். அப்போ கற்பனை உலகத்தை வெறுப்ப! நிஜ உலகத்தை நேசிக்க ஆரம்பிப்ப! அந்த நொடி அதெல்லாம் அனுபவிக்க விடாத அளவுக்கு உன்னுடைய 18+ எண்ணங்களே உன்னைக் கொல்ல துடிக்கும்!" என்றவள் அவனை விட்டுத் தெருமுனை தாண்டி நடந்து சென்றவள் இருட்டோடு இருட்டாக மறைந்து விட்டாள்.

"நல்லது." என்றவன் தன் வீட்டை நோக்கி வண்டியை ஓட்டி சென்றான்.

"என்னடா சொல்ற? பொறுக்கி மாதிரி பேச சொன்னா... காம கொடூரன் மாதிரி பேசி இருக்க! இனி எனக்கே உன் பக்கத்தில் நின்று பேச பயமா இருக்குமே!" என்றான் சஞ்சய் வெடிக்கும் சிரிப்பில் ஃபோனில்.

"வேற என்ன பண்றது? வேணாம் சும்மா சொன்னா கேட்க மாட்டா. அதான் என்னோட பிரச்சனையை லைட்டா சொன்னேன். கொஞ்சம் கேட்டதுக்குச் சாபம் கொடுத்துட்டு போயிட்டா. முழுசா சொல்லி இருந்தா.. என்னை ஆள் வச்சு கொல்லவே முடிவு பண்ணி இருப்பா!"

"அதுவும் சரிதான்."

"இந்த வருசம் படிப்பு முடிந்ததும் வேலைக்குப் போகணும். எந்த ஊருக்குப் போகச் சொல்வாங்க தெரியல."

"பிரீஃபரப்ள் லொகேஷன் (Preferable location) கொடுக்கச் சொல்வாங்களே.. குடுத்தியா?"

"ம்ம்.. பெங்களூரு, சென்னை, கொச்சின். இந்த வரிசையில் மூன்றும் கொடுத்தேன். கூடப் படிக்கிற ஒருத்தன் தான் சொன்னான் இப்படிக் கொடுத்தால்.. முதல் ஊர் விட்டு ரெண்டாவது ஊர் தான் அதிகம் கொடுப்பாங்க என்று. ஆனா, ஜாப் ட்ரைனிங் இன்னும் எங்க வேணாலும் போடலாம். சில பேருக்கு ட்ரைனிங்கும் வேலை செய்யப் போகும் இடமும் ஒரே இடமாகவும் இருக்கும் இல்லன்னா, வெவ்வேறு இடமாகவும் இருக்கும். அதிர்ஷ்டம் பொறுத்து தான் எல்லாம்."

"ம்ம்.. பார்க்கலாம். உன் கிளாஸ் ல எத்தனை பேர் இந்தக் கம்பெனிக்குச் செலக்ட் ஆனாங்க?"

"எட்டு."

"சரிடா. ஜாயினிங் லெட்டர் (Joining letter) வந்ததும் சொல்லு."

"ம்ம்."

இருவரும் ஃபோனை வைத்தனர்.

பின்னர் அருளன் பல நாட்களுக்குப் பிறகு தன் கற்பனை நண்பர்களுடன் பேசும் ஆசையில் அவர்களைக் கற்பனையில் வர வைத்து பேச ஆரம்பித்தான்.

தனக்குப் பிடித்த கம்பெனியிலேயே வேலை கிடைத்ததைப் பற்றிச் சொன்னான்.

"நல்லது!" என இருளன் சொல்ல, "அப்போ சைட் அடிக்கப் பல ஸ்டேட் பொண்ணைப் பார்க்க நல்லதோர் வாய்ப்பு என்று சொல்லு!" எனச் சொல்லி கண்ணடித்தான் ஆதவன்.

"அசிங்கமா திட்டிட போறேன்! பார்த்துக்க!" என்ற அருளன், இன்று திவ்யதர்ஷினி துரத்தி விட்டது பற்றிப் பெருமையாகச் சொல்ல ஆரம்பித்தான்.

அவன் சொன்னதைக் கேட்டு அவனின் கற்பனை நண்பர்கள் தான் அவனைப் பாவமாகப் பார்த்தனர். அவன் சொல்வதை எல்லாம் பொறுமையாகக் கேட்டுப் பதில் ஏதும் பேசாமல் அமைதி காத்தனர்.

பின்னர் அவர்களோடு பேசிக்கொண்டு எதேச்சையாக அன்றைய செய்தித்தாளை பார்த்தான்.

அதில் பூரணி என்கிற பெயர் கொண்ட பெண் இறந்து ஒரு வருடம் ஆகிறது எனப் போட்டிருக்க, அதில் சிரித்த முகத்துடன் இருந்தது வேறு யாரும் அல்ல சில மாதங்களாக அருளனிடம் தன் காதலை சில மாதங்களாகச் சொல்லிக் கொண்டிருக்கும் திவ்யதர்ஷினியே!

"என்னது இவ செத்து ஒரு வருஷம் ஆச்சா? அதுவும் இவளோட பெயர் பூரணியா? அப்போ இத்தனை நாளா என்கிட்ட பேசிக்கொண்டு இருப்பது ஆவியா? இல்ல, வேற என்னவோவா?" எனத் தனக்குத்தானே கேட்டு கொண்டு தன் முடியை பிய்த்துக் கொண்டான்.

அந்த நொடியில் தான் அவன் முன்னே மீண்டும் கற்பனையாகத் தோன்றினர் ஆதவனும் இருளனும்.

"இதான் ரொம்ப நாளாகச் சொல்ல நினைச்சோம். அவ.. அவ.." என்று சொல்ல வந்த ஆதவன், பின்னர்த் திடீரென்று கரண்ட் கட்டாவது பார்த்து, "அட போடா.. எனக்கு இருட்டு என்றால் பயம்.. நான் போறேன்!" என மறைந்து சென்றான் ஆதவன்.

இருளன் இருட்டை கண்டு பயப்படாது, "அவ நிஜம் இல்ல." என்று மட்டும் சொன்னவன், மறைந்து சென்றான்.

"அவ நிஜம் இல்லன்னா, வேற?" என்று யோசித்தவன் காதில் ஒரு பெண்ணின் நகைபோலி சத்தம் கேட்டது.

அவன் கண்ணுக்கு முன்னே அவனை நோக்கி மிதந்து வரும் அந்தப் பெண்ணே தெரிந்தாள்.

காதல் கனவு நிறைவேறுமா?

24

கனவு 24

பெங்களூர்.

ஒரு பிரபல மருத்துவமனை. அருளன் மனநல மருத்துவர் ஒருவர் முன்பு அமர்ந்து தன்னைப் பற்றியும் தன் பிரச்சினை பற்றியும் சொல்லி கொண்டிருந்தான். அவன் சொன்னதைப் பொறுமையாகக் கேட்டவர்,

"சரி, அந்தப் பொண்ணு இறந்து ஒரு வருஷம் ஆச்சுன்னு நீங்க பேப்பர் ல படிச்சது, உங்களோட கற்பனை நண்பர்கள் மூலமா உறுதிப்படுத்திக் கொண்டது வரை சரி. ஆனா, பவர் கட் அப்புறம் உண்மையில் அவளைப் பார்த்தது உண்மையா? இல்ல, பேய் என்று நினைக்கிறீங்களா?" என்று கேட்டு தன் சிகிச்சையை எதில் இருந்து ஆரம்பிக்கலாம் என்கிற முடிவுக்கு வந்தார்.

"பேய் எல்லாம் இல்ல, டாக்டர். அன்னிக்கு நான் பார்த்ததும் கற்பனை தான். அன்று முதல் தான் என்னோட கற்பனை பூதாகாரமான பிரச்சினையில் போகிறது என்று உணர்ந்தேன். அவ மட்டும் இல்ல, அப்புறம் பலர் நிஜமா கற்பனையா தெரியாத அளவுக்குக் கண்ணுக்கு தெரிய ஆரம்பிச்சாங்க.

கிட்டதட்ட ஆறு மாசம் யாருக்கும் தெரியாம என்னோட பிரச்சனையை மறைத்து, கடைசியா காலேஜ் கேம்பஸ் பிளேஸ்மென்ட்ல செலக்ட் ஆன கம்பெனி பெங்களூர் லொகேஷனுக்கு வர சொன்னதால் வந்துட்டேன். வேலையில் சேர்ந்து ஒரு மாசம் ஆச்சு. இங்க தனிமை-

யில் இன்னும் கஷ்டமா இருக்கு.

அடிக்கடி அப்பா கால் பண்ணி சென்னைக்கு வர முடியுதா பாருன்னு சொல்றார். தனிமை எனக்குப் புதுசு இல்லதான். ஆனா, இந்தத் தனிமை ரொம்பக் கொல்லுது! கை கால்கள் ரொம்ப நடுக்கம் ஆகுது. என்னோட கற்பனை நண்பர்கள் கூட இப்பல்லாம் வருவது இல்ல. ஆனா, ஆபீஸ் ல பார்க்குற பொண்ணுங்க தான் கற்பனையில் அரைகுறை உடையில் வந்துட்டு போறாங்க. என்ன பண்றது புரியாமல் தான் உங்களைப் பார்க்க வந்தேன்.

என்னோட பிரச்சனையை வீட்டுல கூட இன்னும் சொல்லல. வீட்டுக்கு மூத்த பையன் நான். என்னை நம்பி தான் குடும்பம் இருக்கு. திரும்பி நான் சென்னைக்குப் போகணும்னா குறைந்தது ரெண்டு வருஷமாவது பெங்களூர் ல வேலை பார்க்கணும் சொல்றாங்க கம்பெனியில். அப்படிப் பார்த்தால் மட்டும் தான் சென்னைக்கு டிரான்ஸ்ஃபர் தருவங்களாம்." என்றான் அருளன்.

"ம்ம்.. ஓகே." என்றவர், சில கேள்விகள் கேட்டு அருளனின் மனநிலையை ஆராய்ந்து பார்த்தார். அவனின் தினதரி பழக்கம் வழக்கங்கள், உண்ணும் உணவு, செய்யும் உடல் பயிற்சிகள் எல்லாம் கேட்டறிந்தார்.

"மிஸ்டர் அருளன், உங்களோட பிரச்சினை ரொம்பப் பெருசு சொல்ல முடியாது. ரொம்பச் சின்னதும் சொல்ல முடியாது. அவரவர் அனுபவம் வச்சுத்தான் எத்தனை அளவுக்குச் சீரியஸ் சொல்லவே முடியும். முதல் முறை பார்த்தே எதையும் என்னால் சொல்ல முடியாது. அடுத்த வாரம் திரும்பி வாங்க. வரும்போது நான் சொல்ற டெஸ்ட் எல்லாம் எடுத்துட்டு வாங்க.

மனநல பிரச்சினைக்கு என்ன டெஸ்ட் என்று கேட்காதீங்க! நம்ம உடலில் ஏற்படும் எல்லா வித ஹார்மோன் மாற்றம் வச்சுத்தான் உடல்நலம் முதல் மனநலம் கணக்கிட படுது. பல வருசமா பிரச்சினை இருந்தும் நீங்களா தானா சரி பண்றேன் நினைச்சு இருந்தது எத்தனை அளவுக்குப் பயன் தந்தது எல்லாம் ரெண்டு மூணு தடவை உங்கக்கூடப் பேசிட்டு தான் சொல்லவே முடியும்.

ஒரே தடவையில் பல வருட கால மனநல பிரச்சனையைத் தீர்க்க முடியும் நினைக்கக் கூடாது. என்ன புரிந்ததா?" எனக் கேட்டார் அவர்.

"புரிந்தது, டாக்டர்." என்றான் அருளன்.

"குட். அப்புறம் டேப்லெட் சிலது எழுதி இருக்கேன். ஜஸ்ட் லைட் ஸ்லீப்பிங் டேப்லெட் தான். தூக்கம் வராத நேரத்தில் மட்டும் போடுங்க. மற்றப்படி வேணாம். ஆயில் மற்றும் காரம் அதிகம் உள்ள உணவு சாப்பிடுவது குறையுங்க. முடிஞ்சா மொத்தமா நிறுத்துவது நல்லது. உங்களின் அடிக்கடி மோஷன் (கழிவு) பிரச்சனைக்கு இதான் அதிமுக்கிய காரணம். நம்மளோட மனநலம் பெரிதும் இதனை வைத்தும் கணக்கிட படுது.

தண்ணீர் குறைந்தது இரண்டு லிட்டர் மேல் குடிப்பது உடலுக்கும் மனதுக்கும் நல்லது. மைண்ட் தேவையில்லாத எண்ணத்தில் மாட்டாது உதவிபுரியும். தினம் அடிக்கடி உடல் பயிற்சி செய்வதும், தினம் குறைந்தது 20 முதல் 30 நிமிசம் அதிகாலை சூர்ய ஒளியில் நடை போவது இன்னும் நல்லது. உங்களோட மனதை எதாவது புதிய மற்றும் உங்களோட வேலை சார்ந்த ஒன்றில் திசை திருப்புவது உங்களோட தேவையற்ற கற்பனையைத் தேவையான இடத்தில் பயன்படுத்த உதவும்.

மனிதன் வாழ்க்கையில் ஒவ்வொரு கட்டத்திற்கு முன்னேற அவனுக்குப் புரிந்தும் உதவி புரிவது அடுத்து தான் என்ன செய்யப் போகிறோம் என்கிற அவனின் உறுதியான கற்பனை தான். கனவு காணுங்கள் என்று அப்துல் கலாம் சொல்லி இருக்கார். நீங்க கனவு காண்பது போல் நிஜத்தில் செயல்படுத்த என்ன செய்வது என்று ஆக்கப்பூர்வமாக யோசிப்பது நல்லது.

உங்களோட கற்பனை கனவு உங்களை எப்படி அடுத்து வளர்ப்பது என்பதில் இருக்கணும். உதாரணம், உங்களுக்கு நாவல் படிக்கப் பிடிக்கும் சொல்றீங்க. அதில் காதல் கதைகள் தாண்டி அறிவியல் கலந்த கதை, புத்தியை தூண்ட கூடிய கதை மாதிரி படிப்பது புதிய மாற்றம் தரும். ஒரே மாதிரி படிக்காமல் விதவிதமா தேடி படிங்க.

படிக்க நேரம் இல்லையென்றால், இப்பல்லாம் ஆடியோபூக் (Audiobook) எல்லாம் வருது. அதைக் கேளுங்க. அதனால் கவன திறன் வளரும் என்று அறிவியலால் உணர்த்தப்பட்டது உண்மை. அடுத்த வாரம் சனிக்கிழமை வாங்க. நான் சொன்னதில் எதைப் பின்பற்றி உங்களுக்குள் மாற்றம் நிகழ்ந்தது என்று சொல்லுங்கள். மாற்றம் 0.5% இருந்தா கூட நல்லது தான்." என்று கூறி அவனை அனுப்பி வைத்தார்.

"தேங்க்ஸ், டாக்டர்." என்று கூறிவிட்டு அவன் எழுந்து வெளியே வந்தவன், அவர் எழுதி தந்த மாத்திரை இரண்டு நாட்களுக்கு மட்டும் வாங்கி விட்டு நடந்தான் மருத்துவமனைக்கு வெளியே.

அப்படி வெளியே வந்தவன் கண்ணில் பல நாட்களுக்குப் பிறகு அர்ஜுன் தெரிந்தான், மால் ஒன்றுக்குள் நுழைவது போல்.

"இவன் அர்ஜுன் தானே? இவனுக்குப் பெங்களூர் ல என்ன வேலை? ஒருவேளை இவனும் இப்ப என் கற்பனையா?" என்று தனக்குத் தானே சொன்னவன், அவனும் மால் நோக்கி நடந்தான்.

அர்ஜுன் அந்த மாலில் தனியே சினிமா பார்க்க தான் வந்திருந்தான்.

"அவெஞ்ஜர்ஸ் எண்ட்கேம் (Avengers endgame)" படத்திற்குப் பல நாளாகக் காத்திருந்து பார்க்க வந்திருந்தான். அவன் நடந்து செல்வதையும், டிக்கெட் எடுத்து உள்ளே நுழைவதும் பார்த்த அருளன், 'அப்போ இவன் நம்ம கற்பனை இல்ல. நிஜமாவே அர்ஜுன் தான். சரி, நாமளும் படத்தைப் போய்ப் பார்ப்போம். நாம கூட ரொம்ப நாள் வெயிட் பண்ண படம் தானே?' என்று நினைத்தவன், தானும் டிக்கெட் எடுத்துப் படத்தைப் பார்க்க நுழைந்தான்.

டிக்கெட் விலை வழக்கத்தை விட அதிகம் இருந்தது. அதன் காரணம் என்னவென்று உள்ளே நுழைந்த பிறகே அவனுக்குப் புரிந்தது.

"4DX" திரையரங்கம். அதாவது 4DX ஆனது, திரையில் செயலை மேம்படுத்த, ஒத்திசைக்கப்பட்ட இயக்க இருக்கைகள் மற்றும் நீர், காற்று, மூடுபனி, வாசனை, பனி மற்றும் பல போன்ற சுற்றுச்சூழல் விளைவுகளைக் கொண்ட திரையில் காட்சிகளை உள்ளடக்கியது.

இன்னும் நமது தமிழில் சொல்வது என்றால், "சிட் சினிமா பொறுத்து டான்ஸ் ஆடும், காற்று வீசும். அந்த உணர்வில் பார்ப்பது நாமே படத்தில் ஓர் அங்கம் போல் உணர்வை நமக்குத் தரும்!". இதன் காரணமாகவே டிக்கெட் விலை கூடுதலாக இருக்கும்.

அர்ஜுன் அமர்ந்திருந்த சீட்டுக்கு பின்னையே ஒரு சீட்டில் அமர்ந்தான் அருளன். என்னதான் அர்ஜுனை கண்காணிக்க அருளன் உள்ளே வந்திருந்த போதிலும் அர்ஜுனை மறந்து அருளன் படத்தில் ஆழ்ந்து விட்டான். இடைவேளை வரும் வரை அருளனின் கவனம்

முழுவதும் படத்தில் தான் இருந்தது.

இடைவேளை வர, அர்ஜுன் ரெஸ்ட் ரூம் நோக்கி நடந்தான். அவனைப் பின் தொடர்ந்து அருளனும் சென்றான்.

அங்கே சிறுநீர் கழித்துக் கொண்டிருந்தவன் அருகே சிறுநீர் கழித்த அருளன், எதேச்சையாக அவனைப் பார்ப்பது போல், "ஹாய்.. அர்ஜுன்! நீயா?" என்று கூறி ஆச்சரியம் கொள்வது போல் நடித்தான்.

சிறுநீர் கழிப்பதை முழுவதும் நிறுத்திய பிறகு அர்ஜுன் அவனைத் திரும்பிப் பார்த்து, "ஹாய்!" என்றவன், "ஆமா, யாரு நீங்க?" என்று கேட்டான்.

"என்னை அடையாளம் தெரியல? நான் அருளன்.. XXX காலேஜ்.. பிஎஸ்சி கம்ப்யூட்டர் சயின்ஸ்.. அடிக்கடி காலேஜ் சார்பா மற்ற காலேஜ் போட்டியில் கலந்து கொள்வோமே? அருளன் கிருபாகரன். அதான் என் முழுப் பெயர்." என்றான்.

சிறிது நேரம் யோசித்த அர்ஜுன் திடீரென நினைவு வந்தது போல், "ஓ! நீ அந்தத் திவியின் காதலன் ஆச்சே! உன்னோட திவி காதல் கதை காலேஜ் முழுக்கப் பிரபலம் ஆச்சே! இப்ப எப்படிப் போகுது லவ்? கல்யாணம் முடிவு ஆச்சா?" எனக் கேட்டான்.

என்ன பதில் சொல்வது எனத் தெரியாது யோசித்த அருளன், "அதை அப்புறம் சொல்றேன். நீங்க இங்க என்ன பண்றீங்க?" என்று கேட்டான்.

சுற்றி பார்த்த அர்ஜுன், "சிறுநீர் கழிக்க வந்தேன். அதுல எதாவது தப்பு இருக்கா?" என்று கேட்டான்.

"ஐயோ.. அதை நான் கேட்கல."

"பின்ன? ஓ! இந்த மாலுக்குப் படம் பார்க்க வந்தேன். அதுல கூடத் தப்பு இல்லயே! நல்ல படம் தானே? 18+ மாதிரி சீன் எல்லாம் இதுல கிடையாது."

"ஐயோ.. நான் அதையும் கேட்கல."

"பின்ன என்னப்பா கேட்கிற?"

"பெங்களூர் ல என்ன பண்றீங்க? சென்னை விட்டு இங்க வந்த காரணம்?"

"ஓ! அதுவா? வேற என்ன சொல்றது விதி! சின்ன வயசுல இருந்து பெங்களூரை ஒரு நாளாவது வந்து சுற்றி பார்க்கணும்னு ஆசை. அதுல கிடைச்ச வாய்ப்பை பயன்படுத்தி நான் சேர்ந்த கம்பெனியில் பெங்களூர்

லொகேஷன் தான் வேணும்னு கேட்டு வந்துட்டேன்."

"ஓ! ஓகே. நானும் வேலை விஷயமா தான் வந்தேன். நீங்க என்ன கம்பெனி?" என்று கேட்டான் அருளன்.

அதற்கு அர்ஜுன் கம்பெனியின் பெயரை சொல்ல, "அட.. நானும் அதே கம்பனி தான்." என்றான் அருளன்.

"சிறப்பு! மிகச் சிறப்பு! அப்புறம் ரெஸ்ட் ரூம்ல எவ்வளவு நேரம் தான் நிற்கிறது? வாங்களேன், ஸ்னாக்ஸ் எதாவது வாங்கிட்டுப் படத்தைப் பார்க்க போலாம். இன்டர்வல் முடிய கொஞ்ச நேரம் தான் இருக்கு." என்றான் அர்ஜுன்.

அவன் சொன்னதை ஏற்று ரெஸ்ட் ரூம் விட்டு வெளியே வந்தவர்கள், ஆளுக்கு ஒரு பெப்சி ஒரு பாப்கான் வாங்கிக் கொண்டு படத்தைப் பார்க்க உள்ளே நுழைந்தனர். அர்ஜுன் அருகே இருந்த இருக்கை காலியாக முதலில் இருந்தே இருக்க, அவன் அருகே அருளன் அமர்ந்து படத்தைப் பார்க்க ஆரம்பித்தான்.

அருளனின் வாழ்க்கையில் அர்ஜுனின் வருகையால் எந்த மாதிரி மாற்றம் உருவாக்குமோ?

காதல் கனவு நிறைவேறுமா?

25

கனவு 25

படம் முடிந்தவுடன் அர்ஜுன், "ஓகே, அருள். நான் இங்க டிரஸ் ஒன்னு வாங்க போறேன். நீயும் கூட வரியா?" என்று கேட்டான்.

"சரி." என்ற அருளன், அவன் கூடவே ஒரு துணி கடைக்குச் சென்றான்.

அங்கே இரண்டு ஜோடி உடை பார்த்தவர்கள், வாங்கிய உடைகளுக்குப் பணத்தைத் தந்து விட்டு வெளியே வந்தனர்.

"அர்ஜுன், நீங்க எந்த இடத்தில் தங்கி இருக்கீங்க?" என்று அருளன் கேட்க, அர்ஜுன் இடத்தைச் சொல்ல, "இங்க இருந்து பக்கத்தில் தான்." என்ற அருளன், "கம்பெனியில் ப்ராஜெக்ட் அலகெட் பண்ணிட்டாங்களா?" என்று கேட்டான்.

"இன்னும் இல்ல, அருள். கொஞ்ச நாள் ஆகும் போல. உனக்கு?"

"இன்னும் இல்ல. பேசிட்டிருக்கேன்."

"குட். ஆபீஸ் நேரம் தவிர வேற என்ன பன்ற?"

"என்ன பன்ற என்றால்? என்ன பண்ணனும் சொல்றீங்க?" என்று புரியாது கேட்டான் அருளன்.

"பொழுதுபோக்கு, படம் பார்ப்பது, வெப் சீரிஸ் பார்ப்பது.. அந்த மாதிரி."

"நாவல் படிப்பேன். கார்ட்டூன் பார்ப்பேன்."

"நாவல்? சூப்பர்! நான் பொழுதுபோக்கா கதை எழுதுறேன். அதைப் படிச்சு பார்த்து எப்படி இருக்குன்னு சொல்றியா? பெங்களூர் வந்ததும் செம்ம போர்! தனியா இருக்கிற ஃபீல்! அதான் 'நாவல் படிக்கும் நம்ம

ஏன் கதை எழுத கூடாது?' என நினைச்சு.. கதை எழுதுற அப் ஒன்றை பார்த்தேன். இப்ப தான் சில வருசமா ஃபேமஸ் ஆகி இருக்கு. என்னை மாதிரி பொழுதுபோக்குக்கு எழுதும் எழுத்தாளர்கள் பலர் இருக்காங்க.

என்னோட கதை லிங்க் அனுப்புறேன், படிச்சு பார்த்து சொல்லு. தொடர்கதை தான். வாரம் இரண்டு அத்தியாயம் போஸ்ட் பண்றேன். பெரிய பெரிய எழுத்தாளர்கள் அளவுக்கு என் கதை இருக்காது. ஏதோ மனசுல அப்பப்போ தோணும் சீன் எல்லாம் சேர்த்து கதையா எழுது-றேன்." என்றான் அர்ஜுன்.

"கதை எழுதுவது? நான் நினைச்சா கூட எழுதலாமா? அதுக்கு வாய்ப்பு இருக்கா?" என்று கேட்டான் அருளன்.

"எழுதலாமே! ஃப்ரீ தான்! அக்கவுண்ட் மட்டும் ரிஜிஸ்டர் பண்ணிட்டு எழுத ஆரம்பிக்கலாம். இதான் அந்த அப்." என்று அர்ஜுன் தான் கதை ஏதும் செயலியின் பெயரையும் அதனைப் பயன்படுத்தும் விதத்-தையும் அடுத்த 10 நிமிடம் காண்பித்தான்.

அவனின் பெயர் அதில்.. "விஜயன் 'கனவு காதலன்'" என்று போட்டு இருந்தது.

"விஜயன்.. கனவு காதலன்?" என்று புரியாது அருளன் கேட்க,

"ஹி.. ஹி.. புனை பெயர்.. நானே எனக்கு வைத்துக் கொண்டது. மகாபாரதத்தில் அர்ஜுனனை குறிக்கும் மற்றொரு பெயர் விஜயன். அதான்." என்று பதில் அளித்த அர்ஜுன், "நல்லா இருக்கா?" என்று கேட்டான்.

"ம்ம்.. நல்ல பெயர் தான். ஆனா, இந்தக் கனவு காதலன்..?"

"மீ (நான்) சிங்கிள் தான்! மீ (நான்) சிங்கிள் தான்! ஆனா, நிஜத்-தில் ஒருத்தியும் என்னை லவ் பண்ணல.. எனக்கும் லவ் பண்ண வைக்-கத் தெரியல. அதான் கனவில் காதலி இருக்குற மாதிரி நினைச்சு கதை எழுதுற. இனியும் யாரும் காதலிக்கப் போவதில்லை."

"ஏன் அப்படி?"

"அதெல்லாம் அப்படித்தான். இன்னும் சொன்னா என்னை நானே டேமேஜ் பண்ணிக்கிட்ட மாதிரி ஆகிடும்."

"நல்லது. எப்போ இருந்து எழுத ஆரம்பிச்சீங்க?"

"ஒரு வாரமா தான். எதேச்சையா இந்த அப் பார்த்தேன். சிலரின் கதை படிச்சேன். அப்படியே அப் உள்ளே போய்ப் பார்க்க.. பார்க்க.. நாமளும் எழுத ஆப்ஷன் கொடுத்து இருந்தாங்க. சும்மா முயற்சி செய்-

யலாம் ஆரம்பிச்சு, இப்ப வரை ஆறு அத்தியாயம் எழுதி விட்டேன். விமர்சனம் இதுவரை யாரும் பண்ணல. ஆனா, எழுதுவதை நான் நிறுத்தல."

"நல்லது."

"ம்ம்.. நல்லது தான். ஆனா, எத்தனை நாள் இதைத் தொடர்வேன் தெரியல. எனக்குக் குரங்கு மனசு, அருள். எதையும் ரொம்ப நாள் தொடர்ந்து செய்ய மாட்டேன். என்னதான் கதை எழுதுவது என்னோட மன திருப்திக்காக என்றாலும், யாராவது கதை படிச்சு நிறை குறைகளைச் சொன்னா நல்லா இருக்கும்னு ஆசையா இருக்கு. நாம செய்யிற எந்தச் செயலுக்கும் எதாவது அங்கிகாரம் கிடைச்சா தன்னம்பிக்கை இன்னும் வளரும் ல, என்ன நான் சொல்றது சரி தானே?"

"ஆமா. சரி தான்." என்ற அருளன், மனதில் அப்போதே 'தானும் கதை எழுத ஆரம்பித்தால் என்ன?' என்று யோசித்தான்.

அர்ஜூன் சொன்ன செயலியை தன் ஃபோனில் இன்ஸ்டால் செய்தவன், தனக்கு அதில் கணக்கு ஒன்று தொடங்கி, முதலில் அர்ஜூனின் "விஜயன் 'கனவு காதலன்'" பக்கத்தை ஃபாலோ (பின்தொடர்ந்தான்) செய்தான்.

தனது கணக்குக்கு "அருளன் 'இருளின் ஆதவன்'" என்கிற பெயர் வைத்தான்.

அர்ஜூனுக்கு "பாய்! பாய்!" எனக் காட்டி அனுப்பிவிட்டு, தன் அறைக்குச் சென்றவன், தன் தனிமையில் தோன்றும் கற்பனைகளைக் கதையாக எழுத்தாகக் கதாபாத்திரங்களாகத் தன் கதையில் படைக்க ஆரம்பித்தான்.

"காதல் கனவு!" என்கிற பெயரில் கதை எழுதி தன் முதல் அத்தியாயத்தை அந்தக் கதை எழுதும் செயலியில் பதித்தான்.

அந்தக் கதை அவன் தன் கல்லூரியில் பொய்யாகச் சொன்ன காதல் கதையே!

"தன் வாழ்க்கையில் இப்படி நடந்திருந்தால் எப்படி இருக்கும்?" என்கிற தன் மொத்த கற்பனையும் வைத்து தன் பல வருட கனவை வைத்து எழுதப்பட்ட கதையே அந்தக் கதை!

ஒரு வாரத்திற்குப் பிறகு,

மீண்டும் மனநல மருத்துவரை சந்திக்க வந்தான் அருளன்.

"ம்ம்.. சொல்லுங்க, மிஸ்டர் அருள். இந்த ஒரு வாரத்தில் என்ன மாற்றம் நிகழ்ந்தது? என்ன புதுசா செஞ்சீங்க?" என்று கேட்டார் மருத்துவர்.

"என்னோட கற்பனைக்கு உயிர் கொடுக்கக் கதை எழுத ஆரம்பித்திருக்கேன், டாக்டர். அருளன் 'இருளின் ஆதவன்' என்கிற பெயரில் 'காதல் கனவு!' என்ற கதையை எழுதிட்டிருக்கேன்." என்றான் அருளன்.

"ஓ! குட்! குட்!" என்றவர், "கதை எழுதுவது நல்லதோர் பொழுதுபோக்கு தான். இந்தக் காலத்தில் ஐடியில் வேலை செய்யும் பலர் எழுதுவதில் ஆர்வம் செலுத்துவது சகஜமாகி வருது."

"ஆமாம், டாக்டர். எனக்கு ரொம்ப வருசமா தெரிஞ்ச ஒருத்தர் கதை எழுதுவது பார்த்தேன், எனக்கும் கதை எழுத ஆசையே வந்தது."

"குட்! எந்த மாதிரி கதை எழுதுறீங்க?"

"காதல் கதையா தான் ஆரம்பிச்சேன். ஆனா, போகப் போகப் பேய் பிசாசு.. அறிவியல் கலந்து போகுது. என்னோட எந்தக் கற்பனையும் நிரந்தரமா இருப்பதில்லை! என்னோட பல கற்பனைகள் கலந்து ஒரு கதையா வர, புதிய பரிமாற்றம் அடைந்திருக்கு. என்னோட கதையில் அடுத்தடுத்து என்ன வரும் என்று எனக்கே தெரியாத ஒரு நிலை. அந்தந்த நேரத்தில் தோன்றும் கற்பனை தான் எனது அடுத்தடுத்த அத்தியாயத்தின் எழுத்துகள்."

"ம்ம்.. ஆனா, அந்த மாதிரி இருக்கக் கூடாதே, அருள். நீங்க என்ன எழுத போறீங்க என்பதும், கதை தொடக்கம் முதல் முடிவு வரை எல்லாமே திட்டமிட்டுப் பண்ணா தான் நல்லபடியா கதை வரும்? இலக்கு இல்லாத ஓட்டம் எந்த முடிவையும் தராது!" என்றவர் அவனின் கதையில் இதுவரை அவன் எழுதியதை கேட்டார்.

"இரண்டு விதமான காதல், டாக்டர். முதல் காதல்.. 5 வயது முதல் 21 வயது வரை தான் பார்த்த பல பெண்களில் இவ என்னோட காதலியா இருப்பாளோ? என்கிற தேடலில் பல கற்பனைகள் தன்னைச் சுற்றி படைத்து காதலிக்கும் நாயகன். அந்த நாயகன் ஒருநாள் தான் வண்டி நிறுத்தும் இடத்தில் ஒரு பொண்ணைப் பார்க்கிறான். அவகிட்ட தினம்

எதேச்சையாக அடிக்கடி சந்தித்துப் பேசுகிறான்.

காதல் இருவருக்கும் மலர்கிறது. ஆனா, ஒருநாள் அந்தப் பெண்ணோட ஃபோட்டோ போட்ட நியூஸ் பேப்பர் பார்க்கும் அவனுக்கு அதிர்ச்சி, 'அந்தப் பெண் இறந்து ஒரு வருசம் ஆச்சு!' என்று போட்டிருக்கு. அவனுக்குக் குழப்பம்! பயம்! அந்தப் பொண்ணை இதுவரை பலர் இருக்கும் இடத்தில் பார்த்தது இல்லை அவன். இருவரும் தனித்து நடப்பது போலவும், வண்டி நிறுத்தும் இடத்தில் பேசுவும் போலவும் தான் எல்லாச் சந்திப்பும் நடந்து இருக்கு.

இப்ப அவனுக்குள் கேள்வி என்னவென்றால் அவ மனுஷியா? பேயா? கற்பனையா? என்று தான். இந்தக் கேள்வியைச் சுற்றி அவனின் தேடல் தொடர்வது போல் தான் கதை. ஒரு சாதாரணக் காதல் கதையா ஆரம்பிச்சேன், அது போகப் போக.. எங்கேயோ போகுது. எழுதும் எனக்கு ஆர்வமா இருக்கு. ஆனா, படிக்கும் ஆட்களுக்கு எப்படின்னு தெரியல." என்று சொன்ன அருளன்,

"டாக்டர், என்னோட கற்பனை எழுத்தா மாறுவது சரியா? தப்பா? இதனால் எனக்கு இன்னும் மனநல பிரச்சனை ஏறுமா?" என்று கேட்டான்.

"உங்க கதையோட முன்னுரை வச்சு பார்த்தால்.. உங்களோட மொத்த வாழ்க்கையும் கதையா எழுத நினைச்சு இருக்கீங்க! ஒரு கதையில் அடங்க கூடிய கற்பனைகள் உங்களோடது இல்ல. எழுத எழுத முன்னால் செய்த கற்பனைகள் மாறுது என்று நீங்க சொல்றது வச்சு பார்த்தா.. இந்தப் பழக்கம் நீங்க ஒரு நாளைக்கு எத்தனை மணிநேரம் தொடர்றீங்க வச்சுத்தான் இருக்கு."

"நேரம் வச்சு நான் எழுதுவது இல்ல, டாக்டர். அப்பப்ப மனதில் தோன்றும் கற்பனையைச் சில வரிகளில் குறித்து வைத்துக் கொண்டு, அதை ஆபீஸ் நேரம் முடிந்ததும் இன்னும் பெருசா டெவலப் பண்ணி அத்தியாயமாகக் கொண்டு வருவேன். சில நேரத்தில் இப்ப எழுதும் கதையைத் தாண்டி புதிய கதை போலத் தெரிஞ்சா, அதைத் தனியே குறித்து வைப்பேன். ஒருவேளை இப்ப எழுதும் கதை முடிந்ததும், அடுத்தக் கதை எழுத நினைத்தால் பயன்படும்.

சில நேரம் நைட் தூக்கம் மறந்து ஆர்வத்தில் எழுதி கொண்டே போனதும் உண்டு. அப்படிப்பட்ட நேரத்தில் சோர்வு தெரியாது. இன்னும் நேரம் இருந்தா.. நல்லா இருக்கும் தோணும்." என்றான்.

"ம்ம்.. சரி. கதை எழுதும் பழக்கம் ஓரளவுக்கு உங்களோட மனநல பிரச்சனைக்கு மருந்தா இருக்கும். ஆனா, இது மட்டும் போதாது, அருள். நீங்க வேலை செய்வது ஐடியில். அதிக நேரம் ஒரே இடத்தில் உட்கார்ந்து செய்யும் வேலை. அதே போல் இப்ப கதை எழுதும் உங்களோட பொழுதுபோக்கு. இதுவும் ஒரே இடத்தில் அமர்ந்து செய்யக் கூடியது.

வெளி உலகத் தொடர்பை மொத்தமா இது துண்டிக்கவும் வாய்ப்புள்ளது. நீங்க இன்னும் நல்லபடியா ஆபீஸ் வேலை செய்யவும், கதைகள் இன்னும் நல்லா எழுதவும், அடிக்கடி சின்ன டிராவல் செய்வது நல்லது. அடிக்கடி நடை போவது, பக்கத்தில் இருக்கும் இடத்திற்குப் பஸ், இரயில், ஆட்டோ பிடிச்சு போவது. உங்களைச் சுற்றி இருக்கும் மக்கள் பேசுவது எல்லாம் கவனித்து அதையும் கதையில் சின்னச் சின்னக் கதாபாத்திரங்களாக உருவாக்கலாம்.

தனிமையைக் குறைந்து நிஜ உலகை பார்க்க கிடைக்கும் வாய்ப்பை பயன்படுத்துங்க. நிஜத்தை எழுத்துக்குள் பழகி விட்டால் உங்களோட கற்பனை உலகமும் சுருங்கி விடும். நீங்க போன வாரம் சொன்னீங்களே 25 வயசு ஆனதும் தற்கொலை பண்ணிக்க நினைக்கிறேன் என்று. அந்த முடிவை மாற்ற காரணமும் கிடைக்கும். உங்களை விட வாழ்க்கையில் பல மடங்கு கஷ்டத்தைப் பார்த்த பல மனிதர்களைச் சந்திக்கவும் வாய்ப்புள்ளது. உலகம் ரொம்பப் பெருசு, மிஸ்டர் அருள்.

நீங்க இதுவரை பார்த்த உலகம் எல்லாம் கதையா மட்டும் தான் பார்த்து இருக்கீங்க, உங்களைச் சுற்றி இருக்கும் சில மனிதர்கள் வைத்து மட்டும் தான் பார்த்து இருக்கீங்க. இன்னும் பலரை பார்க்க உங்களோட மனிதர்கள் பற்றிய எண்ண போக்கே மாறலாம். உங்களோட 18+ எண்ணங்கள், கற்பனைகள் எல்லாம் குறைந்து அதெல்லாம் மனிதனின் ஒருவித உணர்வு மட்டும்தான் என்கிற எண்ணம் உறுதி ஆகலாம்." என்றார்.

அவர் சொன்னதை எல்லாம் பொறுமையாகக் கேட்ட அருளன், "கண்டிப்பா, டாக்டர்." என்று மட்டும் சொன்னான்.

பின்னர் அவருடன் இன்னும் சில வார்த்தைகள் பேசிவிட்டு மருத்துவமனை விட்டு வெளியே வந்தவன் கண்ணில் "Cult fit" என்கிற பெயர் பலகை பட்டது.

புதுவிதமான உடற்பயிற்சி நிலையம் அது. உடற்பயிற்சி சாதனங்கள் மட்டுமல்லாமல், புட்பால், யோகா, பாக்சிங், சால்சா என மற்ற பயிற்சிகளிலும் உடலையும் மனதையும் சீர்படுத்த உதவுவார்கள். நீச்சல் கூட அங்கே சொல்லி தரப்படும் வயது வரப்பு பார்க்காது.

அதனைப் பற்றி விசாரிக்கும் எண்ணம் அவனுக்குத் தோன்ற, அதனை நோக்கி நடந்தவன் கண்ணில் ஏற்கனவே அங்கே பாக்ஸிங் பயிற்சி ஈடுபட்டுக் கொண்டிருக்கும் அர்ஜுன் தெரிந்தான்.

"இங்கேயும் இவனா?" என்று பார்த்தான் அருளன் அவனை.

காதல் கனவு நிறைவேறுமா?

26

கனவு 26

பாக்ஸிங் பயிற்சி ஈடுபட்டுக் கொண்டிருக்கும் அர்ஜூனை பார்த்த அருளன், "இங்கேயும் இவனா?" என்றான்.

அந்த நேரத்தில் தான் அர்ஜூன் பயிற்சி முடித்துவிட்டு வேர்வை வழியே வெளியே வந்தான். அப்படி வந்தவன், "யப்பா! இப்படி ரெண்டு நாள் பண்ணா.. என் கை உடைச்சே போய்டும்! எப்படித்தான் நிஜத்தில் பாக்ஸிங் போட்டியில் ஒருவரை ஒருவர் அடிச்சுக்கிறாங்களோ!" என்று கைகளை உதறிக் கொண்டே வந்தான்.

அப்படி வந்தவன் கண்ணில் தன்னையே உற்று பார்க்கும் அருளன் பட, "ஹாய்... அருள், இங்க என்ன பன்ற? நீயும் இங்க சேர போறியா?" என்று கேட்டான்.

அருளன் அவனின் கேள்விக்கு உடனே பதில் சொல்லாது, சில நொடிகள் சுற்றி பார்த்துவிட்டு, "யோசிக்கிற. உங்களுக்கு இந்த ஜிம் பற்றித் தெரியும் தானே? எனக்கு இங்க இருக்கும் நடைமுறை சொல்ல முடியுமா?" என்று கேட்டான்.

"சொல்லலாமே! ஒரு நிமிடம்." என்ற அர்ஜூன், புரோட்டீன் ஷேக் ஒன்றை 90 ரூபாய் கொடுத்து வாங்கிக் குடித்துவிட்டு, "இங்க தினம் பயிற்சி முடித்ததும் இந்த மாதிரி புரோட்டீன் ஷேக் குடிக்கணும் சொல்வாங்க. உடல் தசை வலுப்பெறும் சொல்வாங்க." என்றவன், தன் பையில் இருந்த ஒரு துணியால் முகத்தைத் துடைத்துவிட்டு,

"வெளியே போய்ப் பேசலாம், அருள். இந்த நேரத்தில் இன்னும் கூட்டம் ஏறும்." என்றவன், அருளனை கூட்டி கொண்டு வெளியே வந்-

தவன், இரும்பு மேசை ஒன்றில் அவனோடு அமர்ந்து விட்டு,

"இதை ஜிம் என்று சொல்லிவிட முடியாது, அருள். காரணம் இங்க தரும் பயிற்சிகள் பல விதத்தில் இருக்கும். இன்ஸ்ட்ருமென்ட் வச்சு இல்லாம உடலை குறைக்கப் பல வித பயிற்சிகள் இங்க உண்டு. யோகா, ஸ்விம்மிங், பாக்ஸிங், டான்ஸ், சல்சா இப்படி இன்ஸ்ட்ருமென்ட் இல்லாத பல பயிற்சிகள் தருவாங்க.

இன்ஸ்ட்ருமென்ட் வச்சு என்றால் HIIT, STH சொல்லி சிலதும் இருக்கும். ஆனா, அதைச் செய்வது முதல் ஒரு மாசம் வேணாம் தான் சொல்வேன். ஒரு மாச மெம்பர்ஷிப் (Membership) 5500 ரூபாய் என்றும், மூன்று மாத மெம்பர்ஷிப் 9499 ரூபாய் என்றும், ஆறு மாத மெம்பர்ஷிப் 12999 ரூபாய் என்றும் சொல்வாங்க. நான் சேர்ந்தது மூன்று மாத மெம்பர்ஷிப் ல. இந்த ட்ரைனிங் சென்டர்க்கு மொபைல் அப் ஒன்னு இருக்கு. அதுல தான் ரெஜிஸ்டர் பண்ணனும்.

ஒருதடவை ரெஜிஸ்டர் பண்ணிட்டு, இங்க வந்து சொன்னா.. விரல் ரேகை எடுத்துட்டு அந்த மெம்பர்ஷிப் முடியும் வரை தினம் எத்தனை முறை வேணும்னாலும், எந்தப் பயிற்சி வேணாலும் அந்த ஆப்ல செலக்ட் பண்ணிட்டு இங்க வந்து கலந்துக்கலாம்.

'Cult fit' அப் (app). இந்த அப் ல இந்த ஒரு சென்டர் மட்டும் இல்ல, பெங்களூர் சுற்றி எந்தச் சென்டர் ல வேணும்னாலும் அன்றைய பயிற்சியும் அதன் நேரமும் செலக்ட் பண்ணிட்டு அட்டென்ட் பண்ணலாம். ஒரே இடத்தில் மட்டும் தான் பயிற்சி செய்யணும் என்கிற தடை இல்ல. இப்ப நம்ம இருப்பது ஒயிட்பீல்ட் (Whitefield). இந்த ஏரியா ல.. ஒவ்வொரு மூன்று கிலோமீட்டர் ஒரு ட்ரைனிங் சென்டர் என வைத்து 18 ட்ரைனிங் சென்டர் இருக்கு.

இதே நீங்க எலக்ட்ரானிக் சிட்டி (Electronic City) ஏரியா போனால்.. அங்கேயும் சில சென்டர் இருக்கு. இல்ல, நான் சென்னை சில வாரம் போயிடுவேன் சொன்னா.. அங்கேயும் சில இடத்தில் சென்டர் இருக்கு. அதுலயும் மெம்பர்ஷிப் பயன்படும். ஒரு மாத மெம்பர்ஷிப் ல பத்து நாள் இடைவெளி விடலாம். அதுக்கு மேல் என்றால் முப்பது நாள் பயிற்சி நாட்களில் கழிக்கப்படும்." என்றான்.

"ஓ! கேட்க நல்லா தான் இருக்கு. ஆனா, மெம்பர்ஷிப் ஃபீஸ் தான் ரொம்ப அதிகம்."

"அதிகம் தான், அருள். ஆனா, வொர்த் தான் சொல்வேன். நமக்குப் பல வித புரோகிராம் இருக்கு. ஒவ்வொரு நாள் எத்தனை தடவை வேண்டுமென்றாலும் வரலாம், பயிற்சி செய்யலாம். கிட்டத்தட்ட ஸ்கூல் காலேஜ் கிளாஸ் மாதிரி தான். அந்தந்த குறிப்பிட்ட நேரத்தில் 20 பேர் விதம் என்று ஒரு டிரயினர் (Trainer) இருப்பார். சொல்லி தருவார்.

இங்க பாரு, ஓவர் வெளி சாப்பாட்டு சாப்பிட்டுத் தொப்பை ரொம்பப் போட்டுட்டேன். பேண்ட் சைஸ் வேற 32 ல இருந்து 36 போச்சு. இப்படியே போனால் உடல்நலம் தான் கெடும். ஜிம் போவது எல்லாம் உடலை குறைக்க மட்டும் இல்ல, அருள். மனசுல இருக்குற அழுத்தம் எதாவது ஒரு விதத்தில் வெளியே விட ஒரு வழி இது."

"புரியல."

"சொல்றேன். இப்ப ஆபீஸ் ல நீ சேர்ந்த புராஜக்ட் மேனஜர் உனக்கு ஓவரா வேலை தந்து கொல்றார் வச்சுக்கோ, இதோ பாக்ஸிங் கிளாஸ்.. அந்தப் பாக்ஸிங் பேக் ல அவரை நினைத்து குத்து! நல்லா குத்து! மனதில் இருக்கிற வேலை அழுத்தம் போய்டும்! இல்லன்னா, இன்னொரு உதாரணம்.. சொன்னா.. இந்தக் காதல் தோல்வி அடைந்த பலர் 'குடி, புகை' எனப் போவது விட இந்த மாதிரி ஜிம் போகும் காரணம் உடலை தேற்றி தன் முன்னாள் காதலியை கடுப்பு ஏற்ற இல்ல. நம்மளோட மனதை திசை திருப்பி வேற வழியில் மனதின் காயத்தைக் குறைக்க.

மனதின் காயத்தை இந்த மாதிரி விதத்தில் உடல் காயம் ஆக்கி உடலை தேற்றி.. உடல் மற்றும் மனநல பிரச்சனையில் இருந்து தள்ளி இருக்கத்தான். யோகா, மெடிடேஷன் கிளாஸ் எல்லாம் மனதை ஒருநிலைப்படுத்த தான் தெரியும் தானே? அதை இங்கேயே மெம்பர்ஷிப் ல சொல்லி தரும் போது என்ன கவலை? அப்புறம் இதுல இன்னொரு நன்மை கூட இருக்கு!"

"என்ன?"

"எனக்கு இப்படிப் பயிற்சி செய்யும் போது கதை எழுத பல யோசனைகள் வருது! என் கதையை இன்னும் அழகாக உதவி செய்யுது. வீட்டை விட்டுத் தூரம் வந்து இருக்கோம், அருள். அதுவும் பெங்களூர்.. இங்க பப்.. டிஸ்கோ.. அதிகம். அதுல போய்க் காசு வீண் செய்யும் ஆட்களில் நாம இருக்காமல்.. இந்த மாதிரி இடத்தில் காசு செலவு செய்வது பரவால்ல. நம்மை நம்பி தானே நம்ம குடும்பம்

இருக்கு? அதுவும் மூத்த பிள்ளையாகப் பிறந்து வேற இருக்கோம். நாம நல்லா இருந்தால் தான் அடுத்தத் தலைமுறை நல்லா இருக்கும், குடும்பம் மகிழ்ச்சியாய் இருக்கும்."

அர்ஜுன் இப்படிச் சொல்லி கொண்டே செல்ல, அருளன் அன்றே அங்கே சேர்வது என்கிற முடிவு எடுத்தான். வீண் செலவு என அவனின் அப்பா ஃபோனில் சொன்ன போதிலும், அவனுக்கு மட்டுமே தெரியும் இந்தச் செலவு தன் மனநல பிரச்சனையை எதிர்கொள்ள வலிமை இன்னும் தரும் என.

மூன்று மாதத்தில் அருளன் கதை எழுதவும், உடல் பயிற்சி வகுப்புகள் பலது செல்வதும் என நேரம் வைத்துச் சென்றான்.

வார இறுதியில் சென்னை வந்து தன் அப்பா, அம்மா, தம்பியை பார்க்கவும் மறக்கவில்லை. புதிய பழக்கங்கள் அவனைப் பல விதத்தில் மாற்றி இருந்தது.

சஞ்சய் கூட அவனின் மாற்றம் பார்த்து ஆச்சரியம் கொண்டான். மகிழ்ச்சி கொண்டான். நண்பனின் மனநிலை சரியான விதத்தில் செல்வது பார்த்து நிம்மதி கொள்ளும் நண்பன் கிடைப்பது வரம் அல்லவா?

அருளன் வாழ்க்கை ஒருபக்கம் நல்லபடியா போய்க் கொண்டிருக்க, சஞ்சய் தன் வாழ்க்கையில் அடிக்கடி சில ஏற்றத்தாழ்வுகளைச் சந்தித்தான்.

அக்காவின் விவாகரத்து, அளவுக்கு மீறிய வீண் செலவு தன் அப்பா. சிலருக்கு அவனின் அப்பா வட்டிக்கு கடன் தந்துவிட்டு திரும்பி சரியானபடி பெற முடியாது போக, மனநல உடைச்சல் கடைசியில் சஞ்சய்க்கு.

அருளன் வேலை செய்யும் அதே கம்பெனியில் சென்னை பிரெஞ்சில் தான் சஞ்சய் சேர்ந்தான். மாதம் இருபது ஆயிரம் சம்பளம். சென்னைக்கே வீடு மாறி குடும்பத்துடன் வந்து விட்டான். காஞ்சிபுரம் வீட்டை வாடகைக்கு விட்டிருந்தான்.

சென்னை அம்பத்தூர் அருகே தங்களுக்கு இருக்கும் நிலத்தில் வீடு கட்ட முயற்சிகள் செய்து கொண்டிருந்தான். அதே நேரத்தில் தன் அக்காவுக்கு இரண்டாம் கல்யாணம் செய்யவும் பார்த்துக் கொண்டிருந்தான்.

பாவம் அவன்! அவனின் அக்கா இரண்டாம் திருமணத்திற்குப் போடும் விதிமுறை கண்டு பச்சை பச்சையாக வாயில் திட்டும் வார்த்தை வந்தும் கஷ்டப்பட்டு முழுங்கி கொண்டான்.

அவர் சொல்லும் விதிமுறைகள் எல்லாம் அளவுக்கு மீறி இருந்தது. தான் மொக்கை ஃபிகராக இருந்து அபிஷேக் பச்சனை எதிர்பார்க்கும் பெண்ணின் நிலை.

"ஐடி வேலையில் இருக்க வேண்டும், அதுவும் மாதம் குறைந்தது இரண்டரை லட்சம் வாங்கும் நபராக இருக்க வேண்டும். தன்னை வீட்டு வேலை செய்யச் சொல்ல கூடாது. தான் வேலைக்குப் போய் வாங்கும் சம்பளத்தில் ஒரு ரூபாய் கூடக் கேட்க கூடாது."

என்கிற விதிமுறைகள் பார்த்து அவனுக்கே தன் அக்காவை கொன்று விடும் கோபம்!

"ஏற்கனவே இரண்டாம் திருமணம். இதில் இத்தனை விதிமுறை சொன்னால் எவனும் வரமாட்டான்!" எனச் சொன்னாலும் அவனின் அக்கா கேட்பதில்லை.

அவனின் ஒரே நிம்மதி இடம் அலுவலகம் என்றே ஆனது. அங்கே இன்னொரு நண்பன் அவனுக்குக் கிடைத்தான். அவனின் பெயர் ராஜா.

அருளன் எம்சிஏ டிகிரி படித்த கல்லூரியில் அவனோடு படித்த ராஜா, இங்கே சஞ்சய்யுடன் ஒரே புராஜக்ட்டுக்கு வேலை செய்யப் போய், இப்போது அருளன், சஞ்சய், ராஜா மூவரும் உயிர் நண்பர்கள் என்று சொல்லி கொண்டு தினம் ஃபோனில் பேசி கொண்டு இருக்கின்றனர்.

ராஜாவை பொறுத்தவரை அருளனின் திவ்யதர்ஷினி கதை உண்மை கதை என்றே நினைக்கிறான். கல்லூரியில் சொன்னது எல்லாம் பொய் என அவன் இதுவரை சஞ்சய் மற்றும் அர்ஜுன் தவிர வேறு யாரிடமும் சொல்லவில்லை.

அர்ஜுனிடம் சொன்னதே ஏதோ பேச்சு வாக்கில் சொல்லப்பட்டது தான். அதோடு மனநல மருத்துவர் சொன்ன யோசனைப்படி அருளன் கதை, உடல்பயிற்சி மட்டும் அல்லாமல் மாதம் ஒருமுறை சின்னச் சின்னத் தூர பயணம் சென்றான். அதில் சிலத்தில் அர்ஜுன் கூட வந்தான்.

அந்தப் பயணம் அருளன் மனதில் இருந்த பல வருட அழுத்தத்தை இன்னும் பெருவாரியான குறைத்தது. அவனின் கதையில் அந்த இடத்-

தைப் பல இடத்தில் எழுதவும் உதவியது. கதையில் சில கதாபாத்திரங்கள் பேசுவதையும் தாண்டி அவர்கள் சுற்றி இருக்கும் சூழல்களை வார்த்தையாக எழுத்தாளர்கள் விவரிப்பது இன்னும் படிப்பவர்கள் மனதை தொடும்.

அந்தக் கலையைக் கற்க அவனின் பயணம் உதவி புரிந்தது. அர்ஜூன் ஒரு வருடத்தில் 700 பேரை தன் கதைகளைத் தொடர வைக்க வைத்தான். ஆனால் அதே அருளன் 3500 பேரை தொடர வைத்தான்.

முதலில் கதை எழுத ஆரம்பித்த காலத்தில் விமர்சனங்கள் ஒன்றும் வராது அவர்களுக்கு. ஆனால் நாட்கள் செல்ல விமர்சனங்கள் தரும் ஆட்களின் எண்ணிக்கை உயர்ந்தது.

பெண் வாசகிகள் தான் அருளனுக்கு அதிகம். அதே அர்ஜூன் கதையைப் பெண் வாசகிகள் அதிகம் படித்த போதிலும், "அண்ணா, தம்பி, மகனே, நண்பா" என்று அழைக்கும் பெண்களே இருக்க, அதே அருளனுக்கு அவனை நேரில் பார்க்காமலே, காதலை சொல்லும் எண்ணிக்கை அதிகரித்தது.

பெங்களூர் இருந்தவரை அதெல்லாம் அவன் கண்டும் காணாது இருந்தான். சிலருக்கு "சாரி, சிஸ்டர்!" என்றும் அனுப்பி அவர்களின் மனதை புண்படுத்தினான்.

வாழ்க்கை நன்றாகச் செல்கிறது அல்லவா?

"ஆமாம்!" என்றால் இதோ வாழ்க்கை ஒரு வட்டம் என்பது நிரூபிக்க "கொரோனா" என்கிற கொடியை நோய் உலகம் முழுவதும் அச்சமயத்தில் பரவ ஆரம்பித்தது.

அர்ஜூன் அருளன் இதான் சமயம் என்று சென்னைக்கு வந்து விட்டனர்.

வாழ்க்கை வட்டம் பழைய அழுத்த நிலையைத் தாண்டி கொடூரமான அழுத்தத்தை அவர்களுக்குத் தாராளமாக வழங்கியது.

காதல் கனவு நிறைவேறுமா?

27

கனவு 27

இரண்டு வருடத்திற்குப் பிறகு,

சென்னையில் ஒரு பிரபல ஐஸ்கிரீம் பலர். அர்ஜூன் ஒரு மேசையில் அமர்ந்து காத்திருந்தான் அருளனுக்காக.

கடந்த இரண்டு வருடமாக எந்த ஃபோன் அழைப்பும் இல்லாது அன்று காலை ஃபோன் செய்து, "அர்ஜூன், இன்னிக்கு விருகம்பாக்கம் கிட்ட இருக்கிற ஆவின் ஐஸ்கிரீம் பலருக்கு மதியம் மூன்று மணிக்கு வரியா? மீட் பண்ணலாம்." என்றான் அருளன்.

இரண்டு வருடமாய்ச் சென்னையில் வீட்டில் இருந்தே வேலை செய்வதால் அதிக மன அழுத்தத்தில் இருந்த அர்ஜூன், "கண்டிப்பா வரேன், அருள். வீட்டுல இருந்து எப்படா வெளியே போவோம் இருக்கு." என்றவன், சொன்னபடி மூன்று மணிக்கு முன்னே வந்து விட்டான்.

அருளன் தன் புதுக் கியர் வண்டியில் வந்தவன், அந்த வண்டியை அந்த ஐஸ்க்ரீம் பார்டர் முன்னே நிறுத்தினான். அவனை உள்ளே இருந்தே பார்த்த அர்ஜூன், "புது வண்டி வாங்கியதை பையன் சொல்லவே இல்ல! உள்ளே வரட்டும் வாய் மேலயே குத்து விடுற." என்றான் சிறு கோபத்தில்.

அருளன் அர்ஜூனின் முன்னே வந்து அமர்ந்ததும், "வந்து ரொம்ப நேரம் ஆச்சா?" என்று கேட்டான்.

"ரொம்ப நேரம் இல்ல. அஞ்சு நிமிசம் தான் ஆச்சு. நீ என்னடா ஷேவ் பண்ணாமல் ஒரு மாத தாடியில் வந்து இருக்க! ஸ்டைல் பண்ணும் திட்டமா?" என்று கேட்டான் அர்ஜுன்.

"அப்படியில்லை. சும்மா தான்."

"என்ன சும்மா? ம்ம்.. ஓகே, புது வண்டியா? எப்போ வாங்கின?"

"இந்த ஏப்ரல் ல தான். என் ஃப்ரெண்ட் சஞ்சய் தெரியும் ல? அவனோட போய் வண்டியை வாங்கினேன். ஆனா, வாங்கி மூன்று மாசம் ஆச்சு, இதுவரை 350 கிலோமீட்டர் கூட ஓட்ல. ஆபீஸ் கூப்பிடுவாங்க வண்டி தேவைப்படும் நினைச்சு வாங்கினேன். இன்னும் வொர்க் ப்ரம் ஹோம் (Work from home) தான் போகுது. வெளியே போக்கும் வேலை கூட அதிகம் இல்லை."

"ஆமா, எனக்கும் அதேதான். எப்படா ஆபீஸ் கூப்பிடுவீங்கன்னு இருக்கு!"

"ம்ம்.. நீ என்ன ரொம்பப் பெருத்துப் போயிட்ட! பெங்களூர் ல கடைசியா பார்த்தபோது ஒல்லியா ஃபிட்டா இருந்த! இப்ப என்னடா யானை குட்டி சைஸ் ல இருக்க!"

"ஆமா, 36 பேண்ட் சைஸ் ல இருந்து 32 சைஸுக்குக் கொண்டு வந்தேன். இங்க சென்னை வந்ததும் உடற்பயிற்சி எதுவும் செய்ய முடியாது, நம்ம பெங்களூர் ல போன சென்டர் சென்னையில் என் வீட்டுல இருந்து 30 கிலோமீட்டர் தூரம். லாக்டவுன் காரணமா அதுவும் மூடி இருந்தது. ரெண்டு வருஷமா உடற்பயிற்சி எதுவும் செய்யாது பேண்ட் சைஸ் 40க்கு வந்துடுச்சு."

"ஹா.. ஹா.. ஹா.."

"சிரிக்காதடா! உனக்கும் அதே கதி தான். நீயும் பெருத்துப் போய்த் தான் இருக்க!"

"ஆமா! ஆமா! உண்மைதான். என்ன பண்றது, பெங்களூர் ல நம்ம கூடச் சேர்ந்து ஒரு கூட்டமே உடற்பயிற்சி செய்யும். நமக்கு வித்தியாசமா தெரியாது. ஆனா, இங்க வீட்டுல பண்ணலாம் பார்த்தா அம்மாவும் தம்பியும் முறைச்சு முறைச்சு பார்க்கிறாங்க! கதை எழுத கூடத் தனிமை கிடைக்கல.. நேரம் கிடைக்கல."

"ம்ம்.. எனக்கும். ஏற்கனவே கொரோனா பற்றிய நியூஸ் கேட்டு அழுத்தத்தில் இருந்தேன். இதுல ஆபீஸ்ல ஓவரா வேலை தந்து நைட்டு பத்து மணிவரை சிஸ்டம் முன்னாடி உட்கார்ந்து இருக்கேன். கதை

எழுத என்ன.. சாப்பிட கூட நேரம் இல்ல. ஒரே இடத்தில் பல மணி நேரம் உட்கார்ந்து தொப்பை போடுது என்றால்.. உடற்பயிற்சி செய்யாமல் இருப்பதால் இன்னும் மோசம் ஆகுது.

சாதாரணமாகவே ஐடி கம்பெனியில் வேலை செய்யும் நமக்கு மன அழுத்தம் அதிகம். இதுல எங்கேயும் போக முடியாம ஒரே இடத்தில் இருப்பதால் இன்னும் அழுத்தம் ஆகுது." என்றான் கடுப்பில் அர்ஜூன்.

"அதுவும் சரிதான். அப்புறம் மூன்று வருஷம் ஆயிடுச்சுல்ல நீ வேலையில் சேர்ந்து? வேற ஏதாவது கம்பெனிக்கு மாறின?" என்று அருளன் கேட்க,

"ம்ம்.. போன டிசம்பர் தான் மாறினேன். வீட்டுல செலவு எகிறிட்டு போகுது! பணம் நிறையச் சேமிச்சு புது வீடு வாங்கலாம் என்று பிளான் பண்றோம். இப்ப இருக்கிற வீடு சிங்கிள் பெட்ரூம் தான். அடுத்து ரெண்டு மூணு பெட்ரூம் மாதிரி பார்க்கலாம்னு இருக்கோம். கண்டிப்பா வாங்க இடத்தைப் பொறுத்துக் குறைந்தது 50 லட்சத்துக்கு மேலயாவது ஆகும்.

15 லட்சம் வரை கையில் இருந்தால் தான் வீட்டுக் கடன் வாங்கியாவது வீடு வாங்க முடியும். எஜுகேஷன் லோன் வேற என் பெயரில் இருக்கு. அதை இன்னும் ஒன்னு ரெண்டு மாசத்துல முடிச்சிட்டால் நல்லது பார்க்கிறேன். தம்பியின் படிப்புச் செலவு, அம்மா அப்பாவின் அவசர மருத்துவச் செலவு எல்லாத்துக்கும் பட்ஜெட் போட்டு தான் பிளான் பண்றேன்." என்றான் அர்ஜூன்.

"நல்லது. நானும் பல நாளாய் அதான் யோசிக்கிற. என்னோட தம்பி இப்பதான் காலேஜ் செகண்ட் இயர். காலேஜ் பீஸ் கூடப் பல மாசம் சேமித்துத் தான் கட்ட வேண்டிய சூழ்நிலை. இன்ஸ்டால்மெண்ட் மாதிரி கேட்டு கட்டிக்கிட்டு இருக்கேன். போன வருஷம் அம்மாவுக்கு மனநிலை மோசமாக ஹாஸ்பிடல்ல ரெண்டு மூணு நாள் அட்மிட் பண்ணி அந்தச் செலவு வேற போச்சு.

கொரோனா செய்தியால் நமக்கே மன அழுத்தம் என்றால் என் அம்மாவோட நிலைக்கு இன்னும் மோசம் தானே? அப்பாவோ சம்பளம் கம்மியா கிடைத்தாலும் பரவால்லன்னு வேலைக்குப் போவது நிறுத்தாமல் போய்கிட்டு இருக்கார். நம்மள மாதிரி அவருக்கு வீட்டிலிருந்து செய்யக்கூடிய வேலை கிடையாது."

"ஆமா, அருள். நமக்கே இந்த நிலை என்றால்.. ஐடி கம்பெனி மாதிரி வீட்டில் இருந்து செய்யும் வேலை இல்லாமல் வெளியே போய்த் தான் வேலை சூழ்நிலையில் எத்தனை பேருக்குப் பணம் கஷ்டம் இருக்கும்? தினம் நியூஸ் பார்க்கவே பயமா இருக்கு! லட்ச லட்ச மக்கள் கொரோனாவால் சாகுற மாதிரி சொல்றாங்க! எங்களோட சொந்தத்தில் வேற சிலர் கொரோனா வந்து ஹாஸ்பிடல் அட்மிட் ஆகி பிழைத்து வந்த கதை எல்லாம் இருக்கு. சிலர் ஒரே குடும்பத்தில் அப்பா மகன் இறந்தும் போய் இருக்காங்க."

"ம்ம்.. உண்மைதான்."

"நான் வேற தேவையில்லாத கதையெல்லாம் பேசிட்டு இருக்கேன் பாரு.. என்னை ரொம்ப நாள் ஆச்சு என்று சும்மா பார்க்க கூப்பிட்டியா? இல்ல, ஏதாவது சொல்ல நினைச்சியா?" என்று கேட்டான் அர்ஜூன்.

"காரணம் இருக்கு. ஆனா, எப்படிச் சொல்றது தான் தெரியல."

"எப்படியாவது சொல்லி தான் ஆகணும். ஆறு மணி மேல ஆச்சுன்னா லாக்டவுன் ஓவராயிடும். வீட்டுக்கு திரும்பி போவது கூடக் கஷ்டம்."

"ம்ம்.. சொல்றேன்." என்ற அருளன், சிறு தயக்கத்துடன், "என்.. என்னோட வாழ்க்கை கதையை நீ எழுதிறியா?" என்று கேட்டான்.

"என்னது..? உன்னோட வாழ்க்கை கதையா? அதாவது நீ பிறந்தது முதல் இதுவரை உன் வாழ்க்கையில் நடந்த சம்பவங்களை வைத்து கதை?"

"ம்ம்.. ஆமா."

"டேய்.. இதுவரை நான் எழுதுற கதையே எப்படி முடிப்பது தெரியாம முழிச்சுக்கிட்டு இருக்கேன்... இதுல உன் கதை வேறயா!"

"ப்ளீஸ்.. அர்ஜூன்! ப்ளீஸ்!"

"என்னை ஏண்டா எழுத சொல்ற? நீயே ஓர் எழுத்தாளன் தானே? நீயே எழுதலாம்ல?"

"இல்ல, என்னால் முடியாது! நான் எழுதினால்.. நிறையப் பொய் கலந்து எழுதுவேன்! இந்த உலகத்துக்குச் சொல்ல வேண்டிய சில முக்கிய விஷயம் எல்லாம் எழுதாமல் விடுவேன்! ஆனா, இதே நீ என்றால் இலை மறை காயாக எழுதினாலும் சொல்ல வேண்டியதை சிறப்பா சொல்லுவ! உன் கதைகளை நானும் படிச்சு இருக்கேன். உன்-

னோட 'நினைவு புத்தகம்' கதைதான் என்னோட ஃபேவரைட்! அதுல நீ 18+ விஷயங்களை இங்கங்க எழுதிய போதிலும், பலரின் மனதை தொட்ட கதை! அந்த அளவுக்கு இல்லைனாலும், ஓரளவுக்கு என்னோட வாழ்க்கை கதையும் நீ எழுதுவேன்னு நம்பிக்கை இருக்கு எனக்கு."

"அட கருமம் புடிச்சவனே! அது வேற! நீ இப்ப சொல்றது வேற! நிஜம் வேற கற்பனை வேற! கற்பனைக்கு இருக்கும் மதிப்பு நிஜத்துக்கு எப்போதும் இல்லை! அதுவும் நம்ம கதை எல்லாம் எவனாவது படித்தால் காரி துப்பிட்டு போவான்!"

"ப்ளீஸ் டா! ப்ளீஸ்!"

அருளன் மிகவும் கெஞ்சி கேட்க, அர்ஜுன் அவனைப் பாவமாகப் பார்த்துவிட்டு,

"சரி, எழுதுறேன். ஆனா, நான் எழுதணும் என்றால் எனக்கே அதுல ஆர்வம் வரும் அளவுக்கு உன் வாழ்க்கையில் உன்னாலயே மறக்க முடியாத சில அனுபவங்களைச் சொல்லு. என்னோட கதை எழுதும் ஸ்டைல் காதல், குடும்பம், அமானுஷ்யம் கலந்த மாதிரி தான் இருக்கும். அந்த மாதிரி உன்னோட வாழ்க்கை கதை இருக்குமா?" என்று கேட்டான்.

"அமானுஷ்யம் மாதிரி இல்ல. ஆனா, காதல் சார்ந்த அனுபவங்கள் இருக்கு. யெஸ், இந்த அருளன் இப்ப உண்மையான காதலில் சிக்கியிருக்கான். அந்தக் காதலை தக்கவைத்துக்கொள்ளத் தான் இப்ப உன் உதவி கேட்டு வந்திருக்கேன்."

"புரியல. நான் உன்னோட கதை எழுதுவதற்கும் உன் காதலை நீ தக்க வைத்துக் கொள்வதற்கும் என்ன சம்பந்தம்?"

"என் காதலி உன் கதையின் வாசகியும் கூட. அவ என்னோட கதைக்கு அடுத்து விரும்பி படிக்கும் மற்ற கதைகளில் உன்னோடுதும் உண்டு. நான் எழுதி என் வாழ்க்கை அனுபவத்தை அவ படிப்பதை தாண்டி, அவளுக்குப் பிடித்த இன்னொரு எழுத்தாளன் நீ எழுதி அவ படிப்பது இன்னும் நல்லது நினைக்கிறேன்."

"ஓ! இதுல இப்படி ஒரு லாஜிக் இருக்கா.. சூப்பர்! அப்ப உன்னைப் பற்றிக் கண்டபடி எழுதி அவ உன்னை ப்ரேக்கப் பண்ண வைக்கவும் முடியும் சொல்ற?"

"அதான் நடக்காது! அவ என்னை விட்டு போக மாட்டா! இந்த உலகத்தில் நான்தான் அயோக்கியன் என்று அவளுக்குத் தெரிய வந்-தாலும் போக மாட்டா! அவ என்னோட மாமி டா! என் மாமி! என்னை விட்டு அவ போக மாட்டா!"

"மாமி? அடேய்.. உன்னோட காதல் ஒரு பொண்ண பார்த்து இல்-லையா.. ஓர் ஆன்ட்டி பார்த்தா? ஆன்ட்டி ஹீரோவா நீ!" என்று கேட்டு அர்ஜுன் அதிர்ச்சியாக,

"ச்சே.. அப்படி இல்ல! அவ என்னை விட அஞ்சு வயசு சின்னப் பொண்ணு தான்! நான் செல்லமா மாமின்னு கூப்பிடுவேன்!"

"ஓ.. ஓகே!" என்ற அர்ஜுன் ஏதோ ஒன்று யோசித்துவிட்டு, "இருக்கலாம். உன் காதலி உன் உரிமை.. நீ எந்தச் செல்லப் பெயர் வைத்து வேணாலும் கூப்பிடு." என்றான்.

"ம்ம்."

"அவ உனக்கு அறிமுகமான கதையைச் சொல்லு. அதை வச்சு நான் உன்னோட வாழ்க்கை கதை எழுதவா? வேணாவா? சொல்றேன்!"

"எங்களோட முதல் நேரடி சந்திப்பை வைத்து சொல்றேன்." என்று சொல்ல ஆரம்பித்தான் அருளன்.

காதல் கனவு நிறைவேறுமா?

28

கனவு 28

சென்னை சென்ட்ரல் இரயில் நிலையம்.

அதோ அங்கே சிவப்பு டி-சர்ட் கருப்பு முழுக் கால் டிரவுசர் ஒன்றில் தன் ஃபோனையும் இரயில் அறிவிப்பு பலகையும் பார்த்துக் கொண்டிருந்தான் இன்னும் மூன்று மாதத்தில் 25 வயது ஆகப்போகும் அருளன்.

"ஈரோடில் தன் நண்பனுக்குக் கல்யாணம்." என்கிற பொய்யை வீட்டில் சொல்லிவிட்டு, இதோ தன் காதலியை காண இரயில் நிலையத்தில் தன் இரயிலில் அறிவிப்பை காண காத்திருக்கிறான். அதுவும் இரவு 10.40 இரயிலை பிடிக்க ஒன்பது மணிக்கே வந்து, "பிளாட்பாரம் நம்பர் அறிவிப்பு இன்னும் வரவில்லையே!" என்கிற குழப்பம் மற்றும் "தான் சரியான இரயில் நிலையத்திற்குத் தான் வந்தோமா? இல்லையென்றால், காலை 10.40 இரயிலை முன்பதிவு செய்துவிட்டு, தவறான நேரத்திற்கு வந்து விட்டோமா?" என்கிற பல சந்தேகங்கள் கொண்டு நின்றான்.

அப்போது சரியாக அறிவிப்புப் பலகையில் பிளாட்பாரம் நம்பருடன் சேர்ந்து இரயில் பெயரும் வர, அதனைக் கண்ட சந்தோஷத்தில் அங்கே இருந்த ஏ2பி உணவகத்தில் சாப்பிட்ட சென்றவன், திருப்பியும் குழப்பத்தில் ஆழ்ந்தான்.

"தோசையா? இட்லியா? பரோட்டவா? சப்பாத்தியா?" என்று யோசித்தவன், ஒரு முடிவிற்கு வந்து தோசையைப் பணம் கொடுத்து ஆர்டர் செய்தான்.

அந்த உணவகம் செல்ஃப் சர்வீஸ் என்பதால் பணம் கொடுத்த இடத்திலேயை நின்று, பிளைன் தோசை வாங்கினான். பின்னர் ஓர் இடத்தைப் பார்த்து, தட்டை வைத்தவன், நின்று கொண்ட சாப்பிட ஆரம்பித்தான். அதே நேரத்தில் அவனுக்குக் கைபேசி அழைப்பு வந்தது.

"சொல்லுங்க, அப்பா." என்று தன் கைபேசியைக் காதில் வைத்து கேட்டான் அருளன்.

"டிரெயின் பிளாட்பாரம் நம்பர் பார்த்தாச்சா? எதாவது சாப்பிட்ட?" என்று கேட்டார் அப்பா கிருபாகரன்.

"இதோ தோசை சாப்பிடுறேன். பிளாட்பாரம் நம்பர் இப்பதான் சொன்னாங்க. கொஞ்ச நேரத்துல போவேன் பா." என்று தன் அப்பாவிடம் சொன்னவன், அதற்கு மேல் இன்னும் பேசினால் தன் பயணத்தைப் பற்றிய கேள்விகள் அவர் கேட்டால், 'இன்னும் பொய் சொல்ல வருமோ?' எனப் பயத்தில், "அப்பா, நான் டிரெயின் ஏறிட்டு பேசுற." என்றவன் கைபேசியை வைத்தான்.

மனம் ஒருநிலையில் இல்லாது இருக்க, 'தன் உயிர் நண்பன் சஞ்சய்யுடன் பேசினால் மனம் ஒரு நிலைப்படுமோ?' என்கிற எண்ணத்தில் கைபேசியின் (ஃபோனில்) உதவியால் தொடர்பு கொண்டான். அடுத்தப் பக்கம் அழைப்பு ஏற்கப்பட்டது.

"நண்பா.." என்று அருளன் பேச முற்பட,

"ஒன் மினிட். மொட்டை மாடிக்கு போறேன்." என்று அந்தப் பக்கம் சொன்ன சஞ்சய், மொட்டை மாடிக்கு சென்ற பிறகு, "சொல்லு, நண்பா." என்றான்.

"ஸ்டேஷன் ல இருக்கேன், சஞ்சய். இன்னும் ஒரு மணிநேரத்துல டிரெயின்." என்றான் அருளன்.

"ஹம்.. எப்போ ஸ்டேஷன் ரீச்சான?"

"அரைமணிநேரம் இருக்கும்." என்றவன் அதனைத்தொடர்ந்து, "வீட்டுல பொய் சொல்லிட்டு கிளம்பி வந்தது கொஞ்சம் ஒருமாதிரி இருக்குடா."

"நீ உண்மை சொன்னால் மட்டும் போயி என் மருமகளைப் பார்த்திட்டு கையோடு கூட்டி வாடா தான் சொல்ல போறாங்க பாரு!" என்று கேலி செய்த சஞ்சய், "நண்பா, இதோ பாரு! எதையும் மனசுல நினைச்சு ஃபீல் பண்ணாம போய்ட்டு வா. உனக்காக, உன்னைப் பார்க்-

குறதுக்காக ஒரு பொண்ணு காத்திருக்கு.

இந்த லாங் டிஸ்டன்ஸ் ரெலேஷன்ஷிப் (Long distance relationship) பொறுத்தவரை நேர்ல பார்க்க வாய்ப்பு நாம தான் ஏற்படுத்திக்கனும். லவ் பண்ணிட்டே. கல்யாணம் பண்ணா அவளைத்தான் பண்ணுவேன் சொல்லிட்டே. அந்த எண்ணம் உறுதி பெற நேர்ல பேசி, அந்தப் பொண்ணுக்கு நீ நம்பிக்கை கொடுத்துட்டு வாடா! என் நண்பன் எப்பவும் தப்பு பண்ண மாட்டான்னு நம்பிக்கை எப்பவும் எனக்கு இருக்கு! இருக்கும்!" என்று தைரியம் ஊட்டினான் சஞ்சய்.

"ம்ம்.." என்ற அருளன் அதனைத்தொடர்ந்து, "நாளைக்கு வேற அவளே பார்க்க போறேன். எப்பவும் போல டென்ஷன் ல ரெஸ்ட் ரூம் ஓடுற நிலைமை வந்தா மானம் போய்டும்!" என்று தன் மற்றொரு கவலையைச் சொன்னான்.

"அதெல்லாம் நீ யோசிக்காத. டிராவல் டைம்ல நீ ரொம்பச் சாப்பிடாதவரை சரிதான். இப்ப என்ன சாப்பிட்ட?"

"தோசை. சாப்பிடவே வேணாம் தான் நினைச்சேன். ஆனா, பசி ஓவரா போச்சு. அதான்."

"அதெல்லாம் ஓகே தான். ஆனா, பார்த்து இருந்துக்கோ. டிரெயின் ல ரெஸ்ட் ரூம் எல்லாம் உனக்குச் செட் ஆகாது. தனியா வேற போற. பேக் விட்டுட்டு நீ ரெஸ்ட் ரூம் போக, உன் பேக் யாராவது தூக்கிட்டு போற நிலையும் வரலாம்." என்று சஞ்சய் ஒரு நல்ல நண்பனாக எச்சரிக்கை செய்தான்.

"தெரியும். என் பிரச்சினை எனக்குத் தெரியாமலா? அதைப் பார்த்தா எங்கேயும் போக முடியுமா?"

"இதே தான் நானும் பல வருசமா சொல்றேன். நீ இன்னிக்கு தானே கேக்குற. அது சரி நம்ம பிளேபாய் ராஜாவுக்குக் கான்பரன்ஸ் கால் போடு பேசுவோம்."

"ம்ம்.." என்ற அருளன், சொன்னபடி கான்பரன்ஸ் கால் போட்டான்.

மறுபக்கம் கைபேசி எடுக்கப்படச் சிற்பல நல்ல வார்த்தைகள் திட்டல்கள் பிறகு ராஜா, "அடிங்..! எப்போ பாத்தாலும் உங்க ரெண்டு பேருக்கும் நைட் கால் பண்றது தான் வேலையா? என் அம்மா வேற டவுட்டா பார்த்திட்டு போறாங்க! நானும் ஒவ்வொரு தடவையும் என் ஃப்ரெண்ட்ஸ் கிட்ட தான் பேசுறேன் சொல்றேன்.

அவங்களே நம்ப வைக்க ஸ்பீக்கர் போடலாம் பார்த்தா அப்பதான் சரியா 18+ டாக் பேசுவிங்க! இதுல இந்தச் சஞ்சய் லூசு வேற ஆனா.. உனா.. ஃபேஸ்புக் கன்பஷன் (Facebook confessions) குரூப் ல போடுற கள்ளகாதல் போஸ்ட் எல்லாம் அனாலிசிஸ் பண்றேன்னு பேச கூப்பிடுவான்." என்று கூறி இன்னும் நல்ல வார்த்தைகள் பேசினான்.

"மச்சி, அதே விடு! இப்ப நம்ம பையன் அவன் ஆளே பார்க்க போறான். சிற்பல அறிவுரைகள் சொல்லி பையனை வழியனுப்பும் வேலையே பார்க்குறது." என்று சஞ்சய் சொல்ல,

"அறிவுரைகள். என்னத்த சொல்றது? ஹும்.. அருளா, உனக்கே எல்லாம் தெரியும். பெருசா நான் சொல்றதுக்கு இல்ல. நீ போற ஊரு உனக்குப் பழக்கம் இல்லாத ஊரு. போனியா! பொண்ணைப் பார்த்தியா! பேசினியா! வந்தியா இருக்குறது நல்லது. முதல் ஃபேஸ் டூ ஃபேஸ் மீட்டிங். நீயே நினைச்சாலும் பெருசா பேச முடியாது." என்றவன் அதனைத்தொடர்ந்து, "மீட்டிங் எங்க?" என்று கேட்டான்.

"கோவில். அவ படிக்குற காலேஜ் பக்கத்தில் ஒரு முருகன் கோவில் இருக்கு. அங்க மீட் பண்ணிட்டு, பக்கத்துல இருக்குற மால் போறோம்." என்றான் அருளன்.

"ஓகே. எத்தனை மணிக்குக் கோவில் போற?"

"பத்து மணிக்குக் கோவில் வர சொன்னா. நான் ஒன்பது மணிக்கு ஸ்டேஷன் விட்டு கிளம்பிடுவேன்."

"மார்னிங் 5 மணிக்கு ஈரோடு ஸ்டேஷன் ரீச் தானே? அஞ்சு மணியிலிருந்து ஒன்பது மணி வரை எங்க தங்குவ?"

"வெயிட்டிங் ஹால் மோஸ்லி எல்லா ஸ்டேஷன்லயும் இருக்கும். அங்கேயே தூங்கி எழுந்துட்டு, ஏழெட்டு மணிக்கா குளிச்சுட்டு ரெடியாவேன்."

"ஓகே." என்ற ராஜா அதனைத்தொடர்ந்து, "சஞ்சய், நம்ம குரூப் ல அருளன் மட்டும்தான் காதல் எதுவும் இல்லாம ஜாலியா இருந்தான். அவனும் இப்ப இதுல மாட்டிட்டான்." என்றான்.

"உலகத்துல எத்தனை பேர் மோட்டிவேட் பண்ணாலும், ஒரு பொண்ணு பண்ற மோட்டிவேஷன் தனித் தான். என்னை நம்பு ராஜா, கண்டிப்பா நம்ம பையன் வேற லெவலுக்கு வர போறான்." என்றான் சஞ்சய்.

"வேற லெவலுக்கு வருவது இருக்கட்டும். அங்க போயி அடி வாங்கிட்டு வராமல் இருக்குற வரை சரி. அந்தப் பொண்ணு கூப்பிடுற மாதிரி கூப்பிட்டு, அடிக்க ஆள் செட் பண்ணி இருந்தால்? அவளோட அப்பா அம்மாவுக்கு விஷயம் தெரிஞ்சு இவனே அடிக்கவே தயாராக இருந்தால்? ஒருவேளை இவன் வெயிட் பண்றதே அந்தப் பொண்ணு பார்த்து வேணும்னே வராமல் இருந்தால்? எல்லாம் யோசிக்கணும் ல?" என்று கூறிய ராஜா அருளனின் மனதில் நன்றாகவே பயத்தை விதைத்தான்.

அதனை மறுப்பது போல் சஞ்சய், "அதெல்லாம் நடக்காது, அருளா. நீ வொர்ரி பண்ணாத. ஆனா, எதுக்கும் ராஜா சொன்னதே மனசுல வச்சுட்டு போ, அருளா. அந்தப் பொண்ணுக்கு முன்னாடி போயி தூரமா இருந்து எந்தப் பிரச்சனையும் இல்லன்னு கன்ஃபார்ம் பண்ணிட்டு கோவிலுக்குள்ள போ!" என்றான்.

"ம்ம்.. ஓகே." என்ற அருளன் அதனைத்தொடர்ந்து, "நான் பிளாட்பாரம் போறேன். அங்க சிக்னல் வீக் ஆகிடும். ஃபோனை வைக்குறேன். மார்னிங் பேசுறேன்." என்றவன் இருவரிடமும் விடைபெற்று தன் கைபேசியை வைத்தான்.

ஏற்கனவே பயத்தில் இருந்த அருளனின் மனம் இன்னும் ராஜா சொன்னதைக் கேட்டுப் பயம் கொண்டது. இதோ அவனின் பயணச்சீட்டு படி அவன் இருக்கையும் கண்டுபிடித்து அமர்ந்தவன், தன் அப்பாவுக்கு ஃபோன் செய்து இரயில் ஏறி விட்டதைச் சொல்லிவிட்டு ஃபோனை வைத்தான்.

அவனின் மனம் மட்டும் தன் அப்பாவிடம் சொன்ன பொய் நினைத்துக் குற்றம் கொண்டது.

இரயில் கிளம்பிய சிறிது நேரத்திற்குப் பிறகு அருளன் ஃபோனில் மெஸேஜ் சத்தம் ஒன்று கேட்டது. அதை எடுத்து பார்த்தால், அவனின் திவி மெஸேஜ் செய்திருந்தாள்.

"ஹாய் மாமா!" என்று திவி மெஸேஜ் அனுப்பி இருந்தாள்.

"ஹாய்.. மாமி!"

"இரயில் ஏறிட்டியா? கிளம்பிடிச்சு?"

"ம்ம்.. யெஸ்."

"ஒரு செல்ஃபி அனுப்பு, மாமா.."

அவனும் செல்ஃபி அனுப்ப,

"ஆய்.. மாமா..! உண்மையா நீ வரியா?என்னாலே நம்பவே முடியல!"

அவனின் சந்தோஷம் அவனையும் சந்தோஷம் கொள்ளச் செய்த போதிலும், விளையாட நினைத்தான்.

"இப்ப கூடக் கெட்டு போகல. நான் நெக்ஸ்ட் ஸ்டாப் கூட இறங்கி வீட்டுக்கு போறேன்."

சிறிது நேரம் பதில் வரவில்லை. பதற்றம் கொண்டான், அருளன். பின்னர்,

"போ! இறங்கி போ! பை.." என்று பதில் வந்தது.

"மாமி.. கோபமா?"

"ஆமா.. நீ போ! வராத! இறங்கி போ! நான் கா.."

"மாமி.. திவி.. குட்டி.. சாரி டா! சாரி! சாரி!" என்று கண்ணீர் வடியும் பொம்மை சேர்த்து அனுப்ப,

"இனி அப்படிச் சொல்ல மாட்டேன்னு சொல்லு! சொல்லு!" என்று அவளும் கோபத்தில் முகம் சிவக்கும் பொம்மை அனுப்பினாள்.

"ஓகே! சொல்ல மாட்டேன். சாரிடா!"

"ஹம்.. ஓகே. ஆனா, இப்பவும் நான் கா தான்.."

"வொய் டா!"

"நீ எப்பவும் எனக்குச் சாரி தேங்க்ஸ் சொல்லவே கூடாது!"

"ஓகே. இனி என் மாமிகிட்ட நான் சாரி தேங்க்ஸ் சொல்ல மாட்டேன்."

"குட். அப்புறம் சஞ்சய் அண்ணா கிட்ட பேசினியா?"

"ம்ம்.. பேசிட்டேன்."

"என்ன சொன்னாரு?"

"பார்த்து போய்ட்டு வா சொன்னான். சில அறிவுரைகள். அவ்வளவுதான்."

"குட். அப்புறம் மாமா.."

"அப்புறம் என்னடா?"

"இன்னும் சில மணிநேரத்தில் உன்னைப் பார்க்க போறேன். நான் இன்னிக்கு தூங்கின மாதிரி தான்."

"அப்படியா?" என்று கூறி கண்ணடித்துப் பொம்மை சேர்த்து அனுப்பினான் அவன்.

"ஆமா.." என்று வெட்கம் கொள்ளும் பொம்மை அனுப்பினாள்.

"என்ன பார்த்ததும் என்ன பண்ண போற?"

"கோவில் கூடப் பார்க்காம கட்டிப்பிடிப்ப.."

"பப்ளிக் பிளேஸ் டா.."

"பரவால்ல.. நான் என் மாமாவை கட்டிப்பிடிக்க வெட்கம் எல்லாம் படமாட்ட.."

"ஓகே."

"மாமா, நம்ம ஃபர்ஸ்ட் மீட் கோவில். ரொம்பச் சந்தோஷமா இருக்கு."

"நானும் இதே தான் சொல்ல நினைச்சேன்."

"நானா உன் பக்கத்துல வருவரை என்னைக் கோவில்ல நீ தெரிஞ்ச மாதிரி காட்டிக்கக் கூடாது."

"ஓகே."

"மாமா.. உனக்காக ஸ்நாக்ஸ், சாக்லேட் வாங்கி வச்சிருக்கேன். நீ திரும்பி சென்னை போகும் போது இதான் சாப்பிடணும். மசாலா புட் எதுவும் சாப்பிடாத! உனக்கு அதெல்லாம் செட் ஆகாது! புரியுதா?"

"ஓகே டா. நீ சொன்னா சரி தான்."

"அப்புறம் மாமா, ஐ லவ் யூ!"

"லவ் யூ டூ டா.."

"மாமா, நீ எப்போ தூங்க போற?"

"கொஞ்ச நேரத்துல தூங்க வேண்டியது தான். டிக்கெட் செக்கர் வந்துட்டுப் போனதும் தூங்க போவேன்."

"ம்ம்.. ஓகே. ஆனா, நீ பாட்டுக்கு இரயில் நிறுத்தம் வந்தும் தூங்கிட்டு இருக்காத! அலாரம் வச்சு தூங்கு! ஓகே வா?"

"ஓகே டா. எனக்கும் டிராவல் நேரத்துல டீப் ஸ்லீப் வராது."

"ம்ம்.. ஓகே. நல்லது. அப்புறம் ஒரு போட்டி வச்சுக்கலாமா, மாமா?"

"என்ன போட்டி, மாமி?"

"மார்னிங் நாலு மணிக்கு யாரு ஃபர்ஸ்ட் மெஸேஜ் பண்றாங்க பார்ப்போம். அந்த மெசேஜ் அப்புறம் நேரடியா கோவில்ல தான் மீட் பண்றோம். அந்த இடைப்பட்ட நேரத்துல மெசேஜ், ஃபோன் கால் கூடாது!"

"ஓகே. டிக்கெட் செக்கர் வந்துட்டாரு. நான் மார்னிங் மெஸேஜ் பண்றேன். குட் நைட் டா.."

"குட் நைட்.. டா.. டா.."

பயணச்சீட்டுச் சோதனை முடிந்த பிறகு, சரியாக 11.30 க்கு தூங்க முயன்றான், அருளன். ஆனால், ஒவ்வொரு அரைமணி நேரத்திற்கு ஒரு முறை ஃபோனில் நேரம் பார்த்துக் கொண்டே இருந்தான். இரயில் சரியான வழியில் போகிறதா? எந்த நிறுத்தத்தில் உள்ளது என்றே பார்த்துக் கொண்டே வந்தவன், நான்கு மணிக்குச் சொன்னது போல "குட் மார்னிங், மாமி." என்று முத்தம் கொடுக்கும் பொம்மை அனுப்பினான்.

ஆனால் பதில் தான் அடுத்தப் பக்கம் வரவில்லை. 'என்னாச்சு?' என்று யோசித்தவன், 'தூங்கி இருப்பா.' என்று நினைத்து இரயில் கழிவறை சென்று காலை கடன் முயன்று, முடியாது திரும்பி தன் இருக்கைக்கு வந்தவன்,

'இந்த ட்ரெயின் ரெஸ்ட் ரூம் நமக்குச் செட் ஆகாது. ஈரோடு ஸ்டேஷன்ல எப்படியும் வெயிட்டிங் ரூம் இருக்கும். அங்கே இருக்குற ரெஸ்ட் ரூம் பார்ப்போம்.' என்று நினைத்தவன் தன் ஃபோனில் இணையக் கதைகள் படிக்க ஆரம்பித்தான்.

ஈரோடு வர சில நிமிடங்கள் இருக்க, தன் பையைத் தயார் செய்தவன் எல்லாம் சரிபார்த்து இறங்க தயாரானான். சரியாக 5.30 மணிக்கு ஈரோட்டில் இறங்கினான்.

அவன் இறங்கிய சில நொடியில் அவன் திவியிடம் இருந்து மெஸேஜ் வந்தது.

"வெல்கம் டூ ஈரோடு."

"ம்ம்.. ஏன் நாலு மணிக்கு மெஸேஜ் பண்ணல?"

"ஹி.. ஹி.. தூங்கிட்டேன்."

"நல்லது. நான்தான் தூங்காம இருந்தேன் போல.."

"ஓய்.. மாமா! நீதானே தூங்க போறதா சொன்ன! அதான் நானும் குட் நைட் சொல்லிட்டு ஃபோன் வச்சேன். போடா? நான் திரும்பி கா.."

"ஹே.. ட்ரெயின் மூவ்மேன்ட்ல தூக்கம் வரல டா.."

"ம்ம்.. ஓகே. வெயிட்டிங் ரூம் ல போயி தூங்கு. ஆனா, ரொம்ப நேரம் தூங்கிடாத! நான் கோவில்ல சரியா பத்து மணிக்கு வெயிட் பண்ணுவேன். முடிஞ்சா எனக்கு முன்னாடி வா!"

"ஓகே. இதோ வெயிட்டிங் ரூம் வந்துட்டேன். பை.."

"டா டா.. பை.."

திவிக்கு மெஸேஜ் பண்ணி முடித்தவன், தன் அப்பாவுக்கு ஈரோடு வந்ததைச் சாதாரண மெஸேஜில் சொல்லிவிட்டு வெயிட்டிங் ஹாலில்

தூங்க சென்றான். அப்போதைக்குக் காலை கடன் தொல்லை அவனுக்-கில்லை. சில நிமிடம் அவன் தூங்க ஆரம்பித்ததும் அவனின் அப்பா-வின் கைபேசி அழைப்பு வர, அதனை ஏற்றவன்,

"சொல்லுங்கப்பா.."

"டிராவல் எல்லாம் ஓகே வா?"

"ஓகே, பா."

"எத்தனை மணிக்கு முகூர்த்தம்? ஸ்டேஷன்ல இருந்து அங்க போகப் பஸ் ஆட்டோ இருக்கா?"

"ம்ம்.. இருக்குப்பா. ஆனா, ஏழு மணிக்கு தான் எல்லாம். முகூர்த்-தம் எட்டரை டூ ஒன்பது மணிக்கு. சேஷன் வெயிட்டிங் ஹாலில் கொஞ்ச நேரம் தூங்கிட்டு கிளம்பி போவேன்."

"ஓகே. குளிக்குறது எங்கே? காஃபி குடிக்கக் கடை ஸ்டேஷன் ல இருக்கா?"

"தூங்கி எழுந்துச்சுக் குளிக்கிறது பார்ப்பே. ஸ்டேஷன்ல கடை இன்-னும் திறக்கல."

"ஓகே. நீ தூங்கு நான் அப்புறம் பேசுற."

எப்போதும் போலத் தன் அப்பாவின் அன்பு பேச்சில் நெகிழ்ந்த மனதோடு, அவரை ஏமாற்றும் குற்றவுணர்வு கொண்டான், அருளன்.

பின்னர்த் தரையில் போர்வை விரித்து, தலைக்குத் தன் பையைத் தலையணையாக வைத்து, தன் நண்பன் சஞ்சய் சொன்னது போலத் தன் பை மேல் சிறு கவனம் வைத்துக் கொண்டே தூங்க ஆரம்பித்தான்.

ஒரு மணிநேர தூக்கத்திற்குப் பிறகு கண் முழித்த அருளன், அந்த வெயிட்டிங் ஹாலில் ஒட்டி இருந்த இரண்டு குளியல் அறை ஒன்-றில் தன் பையோடு சென்றவன், பையில் தண்ணீர் படாதவாறு குளித்து முடித்து, அங்கேயே இருந்த கழிவறையில் காலைக்கடன் முடித்தான். அவன் மனதில் மட்டும் அன்றைய நாள் முழுக்கக் கழிவு பிரச்சனை வரக்கூடாது என்கிற பயம் இருந்தது.

நிஜ வாழ்கையில் கிடைக்காத காதலை தன் கதைகள் மூலம் வாழ நினைத்து இவன் எழுத ஆரம்பித்த காலம் முதல் பல பெண்கள் இவனிடம் பேச முயற்சித்து, காதலை சொல்லி, இவன் அவர்களைத் தவிர்த்து வந்தவன், ஒருநாள் இவனின் குழந்தைத்தனமான கதையை-

யும், அதில் உணரப்பட்ட காதலையும் படித்த மற்றொரு பெண் இவனை இணையத்தில் தேடி வந்து பேசினாள்.

அவளின் முதல் அழைப்பே, "ஹாய் ப்ரோ.." என்று இருக்க, அதனைப் படித்த இவன் மனமோ சோர்ந்து போனது. நாட்கள் சென்றது.. பேச்சுகள் வளர்ந்தது.. இரவு நெடு நேரம் குறுந்தகவல் இந்தப் பக்கம் அந்தப் பக்கம் போனது.. உரையாடல்கள் வளர்ந்தது.. அந்த உரையாடல்கள் எல்லாம் ஆன்மீக கேள்விகளும் பதிலுமாகவே இருந்தது.

அருளன் நாளுக்கு நாள் எரிச்சல் கொண்டான்! "தன்னிடம் பேச இவளுக்கு வேற எதுவும் இல்லையா?" என்கிற கோபம் அவனுக்கு வந்தது. அவள் என்றோ அழைத்த ‘ப்ரோ’ அழைப்பு மறந்து, தன்னைத் தற்போது செல்லமாக அவள் அழைக்கும் ‘அயைன் மேன்’ என்கிற அழைப்பில் மகிழ்ந்தான். இப்படியே சென்ற இவர்களின் உரையாடல் ஒரு நாள் சிறு சண்டையில் வந்து நின்றது.

அந்தச் சண்டை....

காதல் கனவு நிறைவேறுமா?

29

கனவு 29

அந்தச் சண்டையே அவள் முதல் முறை அழைத்த "ப்ரோ.." அழைப்பில் இருக்க,

"நீங்க ஏன் என்னை ப்ரோ சொன்னீங்க.?" என்று அவன் கேட்க,

"அது.. சும்மா ஃப்ரெண்ட்லியா சொல்றது.."

"இல்ல! அதை எப்பவும் அண்ணா தம்பிக்கு தான் பொண்ணுங்க யூஸ் பண்ணுவாங்க! நான் என்ன உங்க அண்ணனா? தம்பியா?"

"ஹே.. நான் சத்தியமா அப்படி நினைச்சு கூப்பிடல!"

"அப்போ ஏன் அந்த வார்த்தையில் கூப்பிட்டீங்க?"

"யப்பா! சாமி! முதல்ல அதோட அர்த்தம் என்னன்னு நெட் ல போயி பாருங்க!"

அவள் சொன்னது போல் பார்த்துவிட்டு வந்தவன், "அதுக்குச் சகோ, நண்பன், நெருக்கமானவன் போட்டு இருக்கு." என்றான்.

"ம்ம்.. நான் நண்பன் நினைப்பில் தான் சொன்ன."

"உங்களுக்குத்தான் பாய்ஸ்ல ஃப்ரெண்ட்ஸ் இல்லன்னு சொன்னீங்களே! எல்லாரையும் அண்ணா தம்பி தான் சொல்வேனு நீங்கதான் சொன்னீங்க! உங்களுக்கு இதுவரை க்ரஷ் மாதிரி கூட யாருமே இல்லன்னு சொன்னீங்களே!"

"ஆமா.. ஆனா, நீங்க எனக்கு ஸ்பெஷல், அயைன் மேன்."

"ஏன்? என்ன காரணம்?"

"தெரியல. ஆனா, உங்ககிட்ட பேசும் போது மட்டும் எனக்கு என்ன கஷ்டம் இருந்தாலும் மறந்து போகுது."

"நான் அப்படி ஒண்ணும் ஜாலியா பேசலையே."

"அயைன் மேன், நீங்க இதுவரை எங்கேயும் என்னைத் தாழ்த்தி பேசியது இல்ல! நான்தான் உங்களைத் தேடி தேடி மெஸேஜ் பண்ணி பேசுற! இதுவரை நீங்க என் ஃபோன் நம்பர் கூடக் கேட்கல! என் கஷ்டம் சில தடவை சொன்ன போதும் நீங்க எனக்கு ஆதரவாகப் பேசினது விட என் கஷ்டத்துக்குக் காரணமான சிலரின் பக்கம் நியாயம் வச்சு பேசினீங்க! நீங்க என்கிட்ட எங்கேயும் பொய்யா பேசல! அதான் நீங்க எனக்கு ஸ்பெஷல்!"

"வாவ்! சூப்பர்! ஆனா, நான் கதையிலும் சரி நிஜத்திலும் சரி பொண்ணுங்களைக் குறைச்சு நினைச்சது இல்ல. அதனாலே மரியாதையா பேசுவேன். அப்புறம் எனக்கு யாரையும் காரணமே இல்லாம தேடி போயி பேச வராது! என் நண்பன் சஞ்சய் கிட்ட கூட எதாவது முக்கியக் காரணம் இருந்தா தான் கால் பண்ணி பேசுவேன். அந்தப் பழக்கம் தப்புன்னு அவன் திட்டியும் என்னால மாத்த முடியல.

அப்புறம் இந்த ஃபோன் நம்பர் கேக்குறது எப்படின்னு எனக்குத் தெரியாது. வாங்கினாலும் பேச வராது, காரணம் எனக்கு ஃபோன் கால் அலர்ஜி! என் அப்பா திட்டி கூட உறவுக்காரர்களுக்கு ஃபோன் பண்ணி பேசியது இல்ல. அதோட நான் பொழுதுபோக்கு ரைட்டர். எனக்கு இதை விட்டா சோத்துக்குப் பண்ற வேலை வேற இருக்கா, அதனாலே அதிகம் மாத்த விஷயத்துல கவனம் செலுத்த மாட்டேன்.

உங்க வீடு பிரச்சனை நீங்க ரொம்பச் சொன்னது இல்லதான். நீங்க சொன்னது வரை ஒரு பக்கம் நியாயத்தை வச்சு ஆறுதல் சொல்றது தப்பு ல? அதான் மற்றொரு பக்கம் இதான் காரணமா இருக்கும்னு நினைச்சு சொன்னேன்."

"யப்பாடா! போதும் விடுங்க! உங்களைப் புகழ்ந்து கொஞ்சம் சொன்னாலும் ஏத்துக்க மாட்டேன் சொல்றிங்க! ஏன்? ஏன் இந்தக் கொலவெறி?"

"எனக்கு வீண் புகழ்ச்சி பிடிக்காது.."

இந்த உரையாடல் பிறகு, அடுத்தச் சில நாளில் மற்றொரு முக்கிய உரையாடல் வந்தது.

"உங்களுக்கு ஏன் லவ்வர் இல்ல?" என்று அவள் கேட்க,

"விதி."

"அட! காமெடி விட்டு உண்மையைச் சொல்லுங்க, அயைன் மேன்."

"எதோ காதலிக்கத் தோணல."

"ஏன் தோணல?"

"எனக்குக் காதலிக்கப் பயம். ஒரு பொண்ணு கிட்ட காதல் சொல்ல பயம்."

"ஏன் காதல் சொல்ல பயம்? அவங்க மாட்டேன் சொல்வாங்க பயமா?"

"இல்ல. ஓகே சொல்வாங்க பயம்."

"என்னது!"

"ஏன் ஷாக்?"

"அதை விடுங்க. சொல்வாங்க.. ஏன் பயம்?"

"எனக்குப் புது உறவு ஏற்படுத்திக்கப் பயம். எங்க அந்த உறவு நிலைக்காது போய்டும் பயம். எனக்கு வெற்றி கிடைக்கும்னு தெரிஞ்சா தான் முயற்சியே பண்ணுவேன். எனக்குத் தோல்வி வந்தா சமாளிக்க முடியாதுன்னு பயம்."

"உங்க கதையில் ஹீரோஸ் எல்லாம் அப்படி இல்லயே! ரொம்பப் போல்ட் அண்ட் உணர்வுப்பூர்வமான கதாபாத்திரங்கள் ஆச்சே!"

"ம்ம்.. என்னால் நிஜத்தில் செய்ய முடியாத சிலதை கதையில் கதா-பாத்திரங்கள் மூலம் செய்வேன். அவ்வளவுதான். ரைட்டர் அருளன் வேற! நிஜத்தில் இருக்கும் அருளன் வேற! உங்களுக்கு நிஜத்தில் இருக்-குற இந்த அருளனை பிடிக்காது!"

"ஏன் அப்படிச் சொல்றீங்க?"

"ம்ம்.. வேணாம் விடுங்க. அதெல்லாம் தெரிஞ்சு என்ன ஆகபோ-குது?"

"ப்ளீஸ்! சொல்லுங்க, அயைன் மேன்."

"ஓகே. சொல்றேன். நான் ரொம்பக் குழப்பவாதி, அடிக்கடி எல்லாம் சந்தேகமா பார்த்து தான் முடிவு பண்ணுவேன். ஃப்ரெண்ட்ஸ் அதிகம் இல்ல. ரெண்டு மூணு ஃப்ரெண்ட்ஸ் தான் நீண்ட காலமா இருக்குறாங்க. கார்ட்டூன் அடிக்ட் நான். நிஜ உலகை விடக் கனவு உலகம் விரும்பும் ஒருவன் நான். நிஜத்தில் கிடைக்காதது எல்லாம் கனவில் கிடைத்த மாதிரி நினைச்சுக் கனவு காணும் ஒருவன் தான் நான்."

"ம்ம்.. அப்படியா?"

"அப்படித்தான்."

"எனக்கு ரைட்டர் அருளனை விட இந்தக் அருளனை ரொம்பப் பிடிச்சிருக்கு."

"ம்ம்.. என் க்ரஷ் நீங்க சொன்னா ஓகேதான்."

"க்ரஷா?"

"யெஸ்! எனக்கு உங்களைச் சேர்த்து 25+ க்ரஷ் இருக்காங்க. நான் அதிகம் சைட் அடிக்கும் ஒருவனும் கூட."

"ஓ! சைட் கூட அடிப்பீங்களா?"

"ம்ம்.. ஆனா, மாட்டாம அடிப்பேன். இல்லன்னா, பொண்ணுங்க செருப்பு என்ன அடிக்கும் தெரியும்."

"ஓ! அந்த அளவுக்கு மோசமா சைட் அடிக்கும் ஆளா நீங்க?"

"அதெல்லாம் சொன்னா.. நீங்களே என்கிட்ட பேசாம போவிங்க."

"அப்போ சொல்ல வேணாம்! எனக்கு உங்க கூடப் பேசுறது தான் சந்தோஷம்!"

அடுத்தச் சில வாரத்திற்குப் பிறகு மற்றொரு உரையாடல்.

"அயைன் மேன், நான் உங்க க்ரஷ் லிஸ்ட்ல எந்தப் பிளேஸ் ல இருக்கேன்?"

"முதல் பத்து."

"ஓ! ஒருவேளை முதல் இடத்துக்கு வந்தா என்ன பண்ணுவீங்க?"

"யோசிக்காம லவ் சொல்வேன். ஆனா, நீங்க எப்படியும் மாட்டேன் தான் சொல்லுவிங்க."

"அதெல்லாம் நடக்கும் போது பார்க்கலாம். இப்ப சொல்லுங்க. உங்க லிஸ்ட்ல மேல வர நான் என்ன பண்ணனும்?"

"அதெல்லாம் சொல்லி நீங்க வர கூடாது. போகப் போக வருவீங்க. ஆனா, முதல் இடம் வேணாம். அப்படி நீங்க வருவது ரெண்டு பேருக்-குமே நல்லது இல்ல."

"அதைப் பற்றி அப்புறம் யோசிப்போம். என் நல்லது எனக்கும் தெரி-யும், அயைன் மேன்."

"அப்புறம் உங்க இஷ்டம்."

"அயைன் மேன், எனக்கு ஒரு டவுட். கேட்கட்டுமா?"

"ம்ம்.. கேளுங்க."

"நீங்க ஃபியூசர்ல லவ் பண்ற பொண்ணு வேற மதமா இருந்தா என்ன பண்ணுவீங்க?"

"லவ் பண்ணுவேன்."

"மதம் பிராப்ளம் இல்லயா?"

"எனக்கு அதெல்லாம் தெரியாது. என்னைப் பொறுத்தவரை நான் லவ் பண்ற பொண்ணு எந்த மதமா இருந்தாலும் நோ பிராப்ளம். எனக்குப் பிடிச்ச கடவுள் நான் வேண்டுவேன். அவங்களுக்குப் பிடிச்ச கடவுளே அவங்க வேண்டட்டும். அவ்வளவுதான்."

"ஒருவேளை அந்தப் பொண்ணோட வீட்டுல உங்க காதலை ஒத்-துக்கல. என்ன பண்ணுவீங்க?"

"காதல் செய்வது முடிவு பண்ணதும் எதிர்ப்புக்கு தயங்க கூடாது. நான் அவளோட அப்பா அம்மா கிட்ட பேசுவேன். சம்மதம் வாங்கும் வரை போராடுவேன். அவளுக்கு நான் வேணும்ன்னா அவளும் போராட தயாரா இருக்கணும்."

"ம்ம்.. ஒருவேளை கடைசிவரை உங்க லவ்வர் ஃபேமிலி சம்மதம் சொல்லல. அப்போ ரெஜிஸ்டர் மேரேஜ் பண்ணுவீங்க?"

"மாட்டேன்! என் அம்மா அப்பாவின் சம்மதம் கூட முக்கியம். நான் எப்பவும் அவங்க தலைகுனியும் செயல் செய்ய மாட்டேன். அதே போல எனக்கு விருப்பம் இல்லாத ஒண்ணை அவங்க கூடச் செய்யச் சொல்லி என்னைக் கட்டாயப்படுத்தியதும் இல்ல."

"ஒருவேளை அவங்களுக்கு நீங்க லவ் பண்ணும் பொண்ணைப் பிடிக்கலன்னா?"

"எனக்கு ஏன் பிடிச்சது சொல்வேன். என் பக்கம் நியாயம் விளக்கு-வேன். அதோட நான் உடனே யாரையும் லவ் பண்றேன் இறங்க மாட்-டேன். என்னைப் பொறுத்தவரை நான் மனம் மூளை ரெண்டையும் வச்சு தான் முடிவு எடுப்பேன். குழப்பம் என் பிறவி குணம் தான்.

ஆனா, நான் காதல் விஷயத்துல ஒரு தடவை முடிவு பண்ணாது மாத்த மாட்டேன்! அதே போல முடிவு எடுக்கவே ரொம்ப யோசிப்பேன். அந்த யோசனையில் என் குடும்பம் அவங்க குடும்பம் எல்லார் நலனும் இருக்கும்."

"ம்ம்.. என்னைப் பொறுத்தவரை நான் யாரையாவது லவ் பண்ணா, அவன் தான் முக்கியம் நினைப்பேன். என் குடும்பத்தைத் தாண்டி கல்-யாணம் பண்ண நினைப்பேன்."

"ம்ம்.. இப்ப என் க்ரஷ் லிஸ்ட் ல கீழே போய்ட்டிங்க. அஞ்சாவது இடத்திலிருந்து ஏழாவது இடம்."

"ஏன்?" என்று கோப பொம்மையை அனுப்பினாள்.

"என்னைப் பொறுத்தவரை பொண்ணுங்க அப்பா அம்மாவுக்குப் பிறகு தான் மற்ற எல்லோருக்கும் முக்கியத்துவம் தரணும்."

"என் அப்பா அம்மாவுக்கு நான் வேண்டாத பொண்ணு. அன்பான பேச்சுகள் என்கிட்ட அவங்க பேசிய முறைகள் ரொம்பவே கம்மி, அயைன் மேன்."

"பிளீஸ்! ஃபீல் பண்ண வேணாம். என்ன இருந்தாலும் அவங்க உங்க அப்பா அம்மா. உங்க கஷ்டம் எனக்குப் புரியுது. ஒருநாள் உங்களைப் புரிந்து அன்பா பேசுவாங்க. அன்பு காட்ட நம்மைச் சுற்றி எதாவது உறவில் யாராவது இருப்பாங்க."

"ஆனா, எனக்கு அப்படி யாருமே இல்ல!"

"நட்பு இருக்குல்ல? உங்க ஃப்ரெண்ட்ஸ் உங்க மேல அன்பா இருக்-காங்க தானே?"

"ம்ம்."

"அப்போ விடுங்க. எல்லாருக்கும் எல்லாமே கிடைக்காது."

"ஓகே. இனி எங்க அப்பா அம்மா திட்டினாலும் கூட ஈன்னு பல்லை காட்டி சிரிக்குறேன். ஓகே வா?"

"ஓகே தான். ஆனா, ஓவரா சிரிக்க வேணாம். அப்புறம் நம்ம பொண்ணுக்குப் பைத்தியம் பிடிச்சிருச்சு சொல்லி மெண்டல் ஹாஸ்பி-டல்ல சேர்க்க போறாங்க."

அதற்கு அவள் முறைக்கும் பொம்மை அனுப்பினாள்.

"என்ன முறைப்பு? நான் உண்மைதான் சொன்னேன்."

"ஓகே. இப்ப நான் உங்க க்ரஷ் லிஸ்ட் ல எந்தப் பிளேஸ் ல இருக்-கேன்?"

"மூணாவது இடம்."

"என்னது ஏழு தானே சொன்னிங்க?"

"ஆமா.. ஆனா, உங்க பேச்சு என் மனதை கவர்ந்தது. அதான் தூக்கி மேல வச்சுட்டேன். ஆனா, உங்க கடவுளே வேண்டிகோங்க."

"ஏன்?"

"இன்னும் ரெண்டு பிளேஸ் மேல வந்தா.. நான் லவ் கூடச் சொல்-வேன். அப்படிச் சொன்னா உங்களுக்குத் தான் கஷ்டம்."

"அது நடந்தா பார்த்துக்கலாம்."

"எப்படியும் மாட்டேன் தானே சொல்ல போறீங்க?"

"என் பதில் ஓகே கூட இருக்கலாம்."

"'நோ' தான் இருக்கணும்னு நான் வேண்டுறேன்."

"வேண்டுங்க! வேண்டுங்க!"

இன்னும் சில நாளுக்குப் பிறகு,

"அயைன் மேன், உங்க முதல் ஸ்டோரி ல திவி கேரக்டர் உண்மையா?"

"என்னைப் பொறுத்தவரை உண்மை தான். என் ட்ரீம் கேர்ள் நினைச்சு நான் எழுதிய கதை. என் அஞ்சு வருஷ காலேஜ் வாழ்க்கையில் நான் இல்லாத காதலியை உருவாக்கி சொன்ன கதையைக் கொஞ்சம் மாத்தி நெட் ல எழுதினேன். அவ்வளவுதான். 'காதல் கனவு' உண்மையில் என் காலேஜ் கற்பனை கதை. அருளனின் ஆசை கதை. அதை இந்த எழுத்தாளன் அருளன் எழுதினான்."

"ஆனா, இந்தக் கதை தான் என்னை உங்ககிட்ட பேச தூண்டியது, அயைன் மேன். பல நாள் 'யாருடா நீ? ஏண்டா உன் கதை என்னை இப்படிக் கொல்லுது!' என நினைச்சு ஃபீல் பண்ணேன். ஓர் அளவுக்கு மேல் முடியாம தான் உங்களுக்கு முதல் மெஸேஜ் அனுப்பினேன். இந்த நாலு மாசம் ஒவ்வொரு தடவை உங்க கூடப் பேசிய பேச்சுகள் தான் எனக்கு அன்றைய நாளுக்கான புத்துணர்ச்சி தருது."

"மேடம், நீங்க இப்படியே பேசினா என் க்ரஷ் லிஸ்ட் ல நீங்க ரெண்டாவது இடத்தைப் பிடிப்பிங்க போல. வேணாம்! இப்படியே போச்சுன்னா முதல் இடம் சீக்கிரம் வந்துடும். அப்புறம் காதல் தொல்லைகள் என் மூலம் உங்களுக்கு வரும். இந்த எச்சரிக்கை மதிக்கிறது தான் உங்களுக்கு நல்லது."

"உங்க லிஸ்ட் பற்றி எனக்குக் கவலை இல்ல. என் க்ரஷ் லிஸ்ட் ல நீங்கதான் முதல் கடைசி இடத்துல இருக்கீங்க."

"பாருடா! என்னைக் கூட ஒரு பொண்ணு க்ரஷ் சொல்லுது! கேக்கவே.. ச்சே! படிக்கவே செம்ம ஃபீல் வருது."

"டேய்! என்னடா சும்மா சும்மா உன்னையே தாழ்த்தி சொல்ற! நீ எப்பவும் சூப்பர் தான்! உன் அருமை உனக்குத்தான் தெரியல! இங்க பாரு! உன் கதை படிச்சு நான் உன்கிட்ட பேசுறது உண்மை தான். ஆனா, முதல் பேச்சு மட்டும் தான் ரைட்டர் அருளன் கிட்ட பேசியது.

ஆனா, போகப் போக எனக்கு நிஜ வாழ்க்கை அருளன் கிட்ட பேசுறது தான் பிடிச்சிருக்கு. நான் யாருடா உனக்கு? சொல்லு! நான் யாருடா உனக்கு?" என்று மரியாதை விட்டு பல கோப பொம்மை அனுப்பிக் கேட்டாள்.

"நீங்க தான் என் கதைகளின் ரசிகை! தீவிர ரசிகை!"

"அவ்வளவுதானா?"

"யெஸ்.. அதோட என் க்ரஷ் நீங்க."

"டியூப்லைட்! டியூப்லைட்! கதை எழுதுவதில் மட்டும்தான் நீ அறிவாளி! நிஜத்தில் நீ ஒரு டியூப்லைட்!"

"ஏன் அப்படிச் சொல்றீங்க?"

"விடு. நான் சொன்னாலும் உனக்குப் புரியாது."

"ம்ம்.. போகப் போக மரியாதை குறையுது. ஏன் அப்படி?"

"ம்ம்.. நான் க்ளோஸ் நினைக்குற ஆட்கள் கிட்ட அப்படித்தான் வாடா போடா போட்டு பேசுவேன்."

"ம்ம்.. நல்லது."

"உனக்கு நான் அப்படிப் பேசுறது பிடிக்கலயா?"

"ச்சே! அப்படியில்ல. பிடிச்சிருக்கு. நீங்க பேசுங்க. நோ பிராப்ளம்! ஆனா, என்னையும் அப்படிக் கூப்பிட்டு பேச சொல்ல கூடாது."

"ஏன் அப்படி?"

"எனக்கு அதெல்லாம் வராது. என் ஃப்ரெண்ட் சஞ்சயே கூடச் இரண்டு வருஷமா தான் 'டா' போட்டு பேசுற. ஆனா, எங்க நட்பு தொடர்ந்து ஏழு வருஷம் ஆகுது. நான் அவனையே எப்போதும் பெயர் கூடச் சேர்த்து மிஸ்டர் போட்டு தான் பேசுவேன்."

"சஞ்சய் அண்ணா திட்டல?"

"சில நேரம் அப்படிக் கூப்பிடுறது பிடிக்கல சொல்வான் தான். ஆனா, போகப் போகப் புரிஞ்சு விட்டுட்டான்."

"நல்ல நண்பன் போல?"

"யெஸ்! ஸ்பெஷல் நண்பனும் கூட. உண்மையே சொன்னா அவங்க ஃபேமிலி எல்லாருக்கும் என்னைப் பிடிக்கும். அதே போல என் ஃபேமிலி ஆட்களுக்கு அவனைப் பிடிக்கும்."

"குட்."

காதல் கனவு நிறைவேறுமா?

30

கனவு 30

அடுத்த நாள்.

"அயைன் மேன், என்ன பண்றீங்க?"

"சும்மா டிவி தான்."

"டிவி ல என்ன?"

"கார்ட்டூன்."

"என்ன கார்ட்டூன்?"

"சின்சன்."

"ஆய்..! ஜாலி! எனக்கும் பிடிக்கும்!"

"நல்லது. அப்புறம்?

"அப்புறம்.. அப்புறம்.. உங்க க்ரஷ் லிஸ்ட் ல முதல்ல வர என்ன பண்ணனும்?"

"எதுக்கு?"

"ப்ளீஸ்! சொல்லுடா!"

"மரியாதை ரொம்ப வருது. ஏன்?"

"முதல்ல மரியாதை தந்தது எழுத்தாளன் அருளனுக்கு, எனக்குப் பிடிச்ச எழுத்தாளனுக்கு. ஆனா, இப்ப உரிமையா டா போட்டுப் பேசுறது எனக்கு ரொம்ப ரொம்பப் பிடிச்ச! நிஜ வாழ்க்கையில் பிடிச்ச என் அருளனுக்கு."

"என் அருளன்? புரியல."

"உனக்கு உண்மையா புரியலையா? இல்லன்னா, புரியாத மாதிரி நடிக்கிறியா?"

"எதோ ஒண்ணு! நீங்க என்னன்னு சொல்லுங்க! எதோ தப்பா போகுற ஃபீல் வருது."

"என்ன ஃபீல்?"

"வேணாம். விடுங்க. நான் அப்புறம் மெசேஜ் பண்றேன்."

"ஏன் பதில் சொல்லாம போற?"

"நீங்கதான் என்னன்னு சொல்லல! நான் தப்பா கூட நினைத்திருக்கலாம்."

"என்ன தப்பு? சொல்லு!"

"ம்ம்.. எதோ லவ் மாதிரி.."

"ஏன் அப்படி?"

"சாரி! நான்தான் சொன்னேன் ல தப்பா ஃபீல் பண்றேன்னு. விடுங்க. நீங்க என்னை மாதிரி ஒருத்தனை லவ் பண்ணவா போறீங்க?"

"பண்ணா என்ன?"

"ஒன்னும் இல்ல.. விடுங்க. வேற பேசுங்க."

"ம்ம்.. நான் ஒன்னு கேட்கவா?"

"என்ன?'

"நான் உன்னை லவ் பண்ணவா?"

"வேணாம்."

"ஏன் வேணாம்?"

"ப்ளீஸ்! காமெடி வேணாம்!"

"நான் காமெடி பண்ணல! சீரியஸா தான் கேக்குறேன்!"

"என்னன்னு?"

"ஐ லவ் யூ டா.. ஐ லவ் யூ.. லவ் யூ.. லவ் யூ.."

அருளன் பதிலேதும் அனுப்பாமல் தூங்க சென்றான்.

அடுத்த நாள் காலை அவன் ஃபோனை பார்த்தபோது அதில் அவள்,

"அயைன் மேன்,

நான் உன்னை லவ் பண்றது நிஜம்! நம்பு! எனக்கு எழுத்தாளன் அருளன் வேற! நிஜ வாழ்க்கை அருளன் வேற தான்! எழுத்தாளன் அருளன் பல வாசக வாசகிகளுக்குச் சொந்தமானவன். ஆனா, இந்த நிஜ வாழ்க்கை அருளன் எனக்கு மட்டும் தான் சொந்தம்! இந்த

முடிவை நான் உடனே எடுக்கல! உன்னைப் பல மாசம் உனக்கே தெரியாம பல சோதனை போட்டுதான் உன்னை லவ் பண்ற முடிவுக்கே வந்தேன்.

நான் உன் அளவுக்கு அழகு இல்ல! ஆனா, எனக்கு நான் க்யூட் தான்! உனக்கான காதலி எதிர்பார்ப்பு எனக்குத் தெரியும். அதற்கெல்லாம் நான் முக அழகை தவிரச் சரியா இருப்பேன் நினைக்குறேன். ப்ளீஸ்! என்கிட்ட பேசாம மட்டும் போகாத! உனக்கு எப்போ என் காதல் மேல நம்பிக்கை வருதோ! எப்போ உனக்கு என் மேல காதல் வருதோ அப்போ லவ் பண்ணு! அதுவரை நான் உன் க்ரஷ் லிஸ்ட் ல ரெண்டாவது இடத்திலேயே இருக்கேன்! அந்த முதல் இடம் வந்தால் சொல்லு! அதுவரை எனக்கு நீ காதலன்! உனக்கு நான் க்ரஷ்!"

அதனைப் படித்தவனோ பகுத்தறிய முடியாத முக அசைவோடு, "காதல் வந்தா.. நீங்க முதல் இடம் வந்தா.. சொல்றேன்." என்று மெசேஜ் அனுப்பினான்.

ஈரோடு ரயில் நிலையம்.

எட்டு மணியளவில் சஞ்சய் அருளனுக்கு அழைக்க, அதனை ஏற்றான் அருளன்.

"சொல்லுங்க, சஞ்சய்! சொல்லுங்க!" என்று அருளன் சொல்ல,

"எப்போ ஈரோடு ரீச்சான?" என்று சஞ்சய் ஒருவிதமான கோப குரலில் கேட்டான்.

"காலையில் 5.30 க்கு." என்றான் அருளன்.

"நண்பன் கிட்ட ஏண்டா சொல்லல?" என்று கோபம் விலகாது சஞ்சய் கேட்டான்.

"சாரி! தூங்கிட்டு இருப்ப.. எதுக்குச் சொல்லி டிஸ்டர்ப் பண்ணனும்னு விட்டேன்." என்று சொல்லி அருளன் சமாளிக்கப் பார்க்க,

"அடிங்! ஒரு மெசேஜ் கூடப் பண்ண மாட்ட?" என்று சஞ்சய் விடாது கேட்டான்.

"சாரி! சாரி!"

"சரி. ரெடி ஆய்ட்டே? காஃபி எதாவது குடிச்ச?"

"இல்ல. இனிதான் எல்லாம். ஸ்டேஷன் விட்டு வெளிய போய்த் தான் பார்க்கணும்."

"ஃப்ரெஷ் ஜூஸ் வேணும்னா குடி. உனக்கு டிராவல் ல சாப்பிட்-டால் செட் ஆகாது தெரியும்ல?"

"ஆமா! ஆனா, பசிக்குமே."

"சொன்னா கேளுடா! உன் ஆளே வேற பார்க்க போற! அவளே வச்சு ரெஸ்ட் ரூம் தேடி அலைஞ்சு கேவலப் படப் போறியா?"

"ம்ம்.. இல்ல. ஆனா, டென்ஷன் ஆனால் தானே பிரச்சனை? மத்-தபடி ஒண்ணும் இல்ல."

"எதோ ஒண்ணு. பார்த்து இரு." என்ற சஞ்சய் அதனைத்தொடர்ந்து, "உன் ஆளுக்கு என்ன வாங்கிட்டு போற?" என்று கேட்டான்.

"தேன் மிட்டாய் ஒரு பாக்கெட், டைரிமில்க் ஒண்ணு." என்றான் அருளன்

"டெடி பியர் வாங்க சொன்னேன்ல? ஏன் வாங்கல?"

"பத்து மணிக்கு தானே மீட்டிங்? போக்குற வழியில் பார்ப்பேன்."

"இதோ பாரு! டெடி பியர் எப்பவும் பொண்ணுங்களுக்கு ஸ்பெஷல்! மறக்காம வாங்கிதா!"

"ஓகே. ஓகே."

"என்ன டிரஸ் போட்டு இருக்க? செல்ஃபி ஒன்னு அனுப்பு."

அருளன் 'செல்ஃபி' ஒன்றை அனுப்பினான்.

"பிளாக் ஷார்ட் அண்ட் கிரே பண்ட். ஓகே. குறை சொல்ற மாதிரி எதுவுமில்ல. நல்லது."

"ம்ம்.."

"ஓகே, நண்பா. மீட்டிங் முடிச்சுட்டு கால் பண்ணு. முடிஞ்சா கோவில் ரீச் ஆயிட்டு கால் பண்ணு. நான் குளிக்கப் போறேன். பை."

"பை." என்ற அருளன் ஃபோனை வைத்துவிட்டு தன் பையை எடுத்துக் கொண்டு ஸ்டேஷன் விட்டு வெளியே சென்றான்.

வெளியே ஒரு சிறு உணவகத்தில் இரண்டு இட்லி, ஒரு மெதுவடை, ஒரு பிளைன் தோசை மட்டும் வாங்கிச் சாப்பிட்டவன், பசி அடங்காது ஒரு பாதாம் கீர் குடித்தான். அப்பவும் பசி போகாது அவன் காதலிக்காக வாங்கி வைத்த டைரிமில்க் முழுவதும் முழுங்கினான்.

பின்னர் வேற ஒரு சாக்லேட் வாங்கிப் பை உள்ளே வைத்தவன், தன் காதலி சொன்ன கோவிலுக்குப் போகும் பஸ் பிடித்தவன், அடுத்த

அரைமணி நேரத்தில் அங்கே அடைந்தான்.

அங்கேயே அவனின் செல்ல திவிக்காகக் காத்திருந்தவன், மணி 10.30 ஆகியும் அவள் வராத காரணம் புரியாது அவளுக்கு மெசேஜ் செய்தான்.

"மாமி, எங்கடா இருக்க?" என்று அனுப்ப, அடுத்த இரண்டு நிமிடத்தில் அவள் பதில் மெஸேஜில், "ஒன் மினிட், மாமா. கோவில் பக்கத்துல வந்துட்டேன்." என்று அனுப்பினாள்.

அதனைத்தொடர்ந்து அவன் கண்ணை மூடி, "முருகா, உன் கோவில்ல தான் எங்க முதல் சந்திப்பு நிகழ போகுது. இப்பவும் என் காதல் எந்த அளவுக்கு நிஜம் தெரியல. கனவு கற்பனை எல்லாம் வேற! நிஜம் வேற! என் காதலே நானே சோதிக்க இதோ நேர்ல பார்க்க வந்துட்டேன். நான் திரும்பி சென்னை போறதுக்கு முன்னாடி என் காதல் எந்த அளவுக்கு உண்மை தெரியணும்.

என் திவி என்னை ரொம்ப லவ் பண்றா! அவ அளவுக்கு என்னால் லவ் பண்ணவே முடியாது! ஆனால் என்னால் எந்தவித ஏமாற்றமும் அவ சந்திக்கவே கூடாது! ப்ளீஸ்! உன் சன்னதியில் அடுத்த முறை நான் வரும் போது, அவதான் என் பொண்டாட்டி சொல்ற மாதிரி வரணும்." என்று வேண்டி கொண்டவன்,

கண்ணைத் திறக்கும் போது கோவில் உள்ளே நுழைத்த அவனின் காதலி, அவனுக்குக் கண் ஜாடை காட்டிவிட்டு விநாயகர் சன்னதிக்கு சென்றாள். இத்தனை நாள் சிறு பெண் போல் அவன் மனதுக்குத் தெரிந்த அவளோ, இன்று இந்த நொடி வளர்ந்த அழகிய பெண்ணாகத் தெரிந்தாள்.

அவனின் அனுமதி இல்லாமல் அவன் மனமோ, "வாவ்! என் பொண்டாட்டி இவ்வளவு அழகா? இந்த ப்ளூ சுடியில் செமயா இருக்காளே! சுமார் மூஞ்சி நமக்கு இவளா ஜோடி?" என்று சொல்லிக் கொண்டே விநாயகர் சன்னதிக்குச் செல்லும் அவளையே கண் விரிக்கப் பார்த்தான். உரிமை கலந்த ரசனை பார்வையே அது.

'தன் பின்னே வருவான்.' என்கிற எதிர்பார்ப்பில் விநாயகர் சன்னதி நோக்கி போனவள், திரும்பி நின்று முறைக்க, அதனைக் கண்டு சிறு சிரிப்புடன் வந்தவன் அவளின் அருகேயே நெருங்கி கண்டும் காணாதது போல், விநாயகரை ஒரு சுற்றுச் சுற்றினான். அதனைக் கண்டு கோபத்தில் முருகன் சன்னதிக்கு சென்றவள் திரும்பி கண் ஜாடை காட்டி தன்

பக்கம் வர சொன்னாள்.

அப்போதும் அவள் பக்கம் நிற்காமல் அவளுக்குத் தள்ளி நின்ற ஒரு பெரியவரின் பக்கம் போய் நின்றான். கண்கள் வெளியே வரும் அளவுக்கு அவனின் திவி முறைத்தாள். "தான் அளவுக்கு மீறிச் செல்கிறோம்!" என்பதனை உணர்ந்தவனோ அவள் பக்கம் சென்று மெல்ல, "நான் நினைச்சது விட உயரம் தான் நீ!" என்று கூறி சிரிக்க,

"வா! அந்த நாக அம்மன் சன்னதிக்கு போவோம்." என்றாள்.

"சரி போலாம்." என்றவன் அவளின் கையைப் பிடிக்கும் ஆசை இருந்தும், கோவில் என்பதால் அதனைச் செய்யாமல் தன்னைக் கட்டுப்படுத்திக் கொண்டு அந்தச் சன்னதிக்குச் சென்றான். அவன் கூடவே பொறுமையாக நடந்து வந்தவள், அங்கே சென்றதும், "இங்கேயும் சுத்தி வரணுமா?" என்று கேட்டாள். அதற்கு அவனும், "ஆமா." என்றவன் சுற்ற ஆரம்பித்தான்.

அவனைத் தொடர்ந்து அவளும் சுற்றி வந்தவள் பிறகு, "நான் என் ஃப்ரெண்ட் வீட்டுக்கு போய் என் பேக் எடுத்துட்டு வர்றேன்." என்று சொல்லி கோவில் விட்டு வெளியே சென்றாள். அவளைத் தொடர்ந்து கோவில் விட்டு வெளியே வந்தவன், அவள் நுழையும் பில்டிங் ஒன்றை பார்த்தவாறே நின்றான்.

அடுத்த ஐந்து நிமிடத்தில் பர்தா அணிந்து, முகத்தை மூடியவாறு வெளியே வந்தாள் அவனின் செல்ல திவி என்கிற 'ஆமிரா'. முஸ்லிம் பெண்ணான அவள், அவன் மேல் கொண்ட காதலால் அவனின் மதக் கடவுளின் கோவிலுக்கு வந்ததும் அல்லாமல் இதோ தன் காதலை கண்ணால் காட்டிய வாறே நடந்து வருகிறாள்.

காதல் கனவு நிறைவேறுமா?

31

கனவு 31

"என்னது அவ முஸ்லிம் பொண்ணா?" என்று இவ்வளவு நேரம் கதை கேட்ட அர்ஜுன் அதிர்ச்சி கொண்டான்.

"ம்ம்.. ஆமா."

"டேய்.. என்னடா சொல்ற? அந்தப் பொண்ணோட குடும்பத்துக்குத் தெரிஞ்சா அருத்திடுவாங்கடா!"

"தெரியும். பார்த்துக்கலாம்."

"என்ன தெரியும்?"

"என்னென்ன பிரச்சனைகள் வரும்னு தெரிஞ்சு தான் லவ் பண்ணேன். முழுசா நான் என் கதையைச் சொல்லி முடிக்குறேன். அப்புறம் உன்னோட கருத்தை சொல்லு."

"சரி, சொல்லி முடி." என்ற அர்ஜுன் மீண்டும் அருளன் சொல்லும் அவனின் வாழ்க்கை பயணக் கதையைக் கேட்க ஆரம்பித்தான்.

அருளன் தன்னவளை விழி விரித்துப் பார்த்துக் கொண்டிருக்க, அவளோ தூரத்திலிருந்து வரும்போதே தன்னவனுக்குத் தன் கைபேசியால் குறுந்தகவல் அனுப்பினாள்.

"ஓய் மாமா! வேடிக்கை பார்த்தது போதும்! மரியாதையாக மாலுக்குப் போடா!" என்றிருக்க,

"சரி" என்று பதில் குறுந்தகவல் அனுப்பியவன், அவளுக்கு முன்பு நடந்தான். சரியாக மாலில் உள்ளே நுழைத்து விட்டு ஒரு பொம்மை

கடையில் கண்ணாடி வழியே உள்ளே பார்த்தான். அங்கே ஒரு சிறு கருப்பு வெள்ளை டெடி பியர் பொம்மை கண்ணில் பட, அதனை வாங்கும் முடிவுக்கு வந்தான்.

அப்போது அவன் முதுகில் ஏதோ சிறு ஊசி குத்தும் உணர்வு ஏற்பட, திரும்பி பார்த்தவனின் கண்ணில் ஆமிரா முறைப்பது தெரிந்தது.

‘ஐயோ! போச்சு அசிங்கமா திட்ட தான் போறா..’ என்கிற நினைத்து பயந்தவன், சிறிது குரல் கம்ம, "அது வந்து.. உள்ளே உனக்குப் பிடிச்ச கரடி பொம்மை பார்த்தேன். அதான்.. வாங்கலாமா? வேணாமா? யோசனை." என்றவள் சொல்லி முடிக்க.

அவனை அதே முறைப்போடு கிட்ட நெருங்கினாள் அவள்.

‘தன்னை அடிக்கப் போகிறாள் போல..’ என்று ஒரு நொடி பயத்தில் கண்ணை மூடினான், அருளன்.

ஆனால் அவன் எதிர்பார்த்து விட அவனை அதிர்ச்சி கொள்ள வைப்பது போல் ஆமிரா அவனை இறுக்கி அணைத்துக் கொண்டாள். அந்த எதிர்பாராத அணைப்பில் அவனின் மூளை சில நொடிகள் செயலிழந்து போனது. தன்னை அணைத்தபடி இருக்கும் தன்னவளுக்குப் பதில் இறுக்க அணைப்பு தேவை என்பதனை கூட அறியாது சிறு குழந்தையைச் சமாதானம் செய்வது போல்,

"இட்ஸ் ஓகே டா! இட்ஸ் ஓகே டா!" என்று அவளின் முதுகை மென்மையாகத் தட்ட, பதிலுக்கு அவனை முறைத்தவள் அவனை விட்டு விலக, அவனுக்கோ தன் ஏதோவொரு உடல் பாகத்தைத் தன்னிடம் இருந்து சதையோடு பறித்த உணர்வு. அந்த அணைப்பு திரும்பவும் வேண்டும் என்று கேட்க நினைத்தவன், சுற்றி ஒன்று இரண்டு பேர் விசித்திரமாகத் தங்களைப் பார்த்துவிட்டு செல்வதைக் கண்டு தன்னைக் கட்டுப்படுத்திக் கொண்டான்.

அந்த அணைப்பில் அளவுக்கு மீறிய ஏக்கம், அன்பே உணர்ந்தவனுக்கு அதனைத் திரும்பப் பெறவும், நேரம் மறந்து நிற்க தனிமை இடத்தைத் தேடும் ஆவல் அவனுக்கு வந்தது.

அந்த அணைப்பை ஒரு நொடி யோசித்துப் பார்த்தவனுக்கு ஒரு குழந்தை தனக்குப் பிடித்த நபரை கள்ளம் கபடமற்ற நினைப்பில் அணைக்கும் காட்சியே வந்தது. அருளன் சிறு வயதில் தன் அம்மா அப்பாவை அடிக்கடி அணைத்து கொள்பவன், அவனுக்குத் தம்பி என்று ஒருவன் வந்ததும் அதனை விட்டவன் இன்று தன்னை உரிமையாக

ஒருத்தி அணைத்த நொடியில் அந்தச் சிறுவயது ஏக்கம் அவனுக்-குத் திரும்பி வந்தது. அந்த ஏக்கம் வந்த நொடி மறுபடியும் அந்த அணைப்பை வேண்டினான்.

அருளன் ஒன்றும் வாலிப உணர்ச்சியற்றவன் இல்லையே? எல்லா வித உணர்வும் கனவும் உள்ளவன் தானே? காதல் செய்யும் இந்தக் கால ஜோடிகளைப் போல ஆமிராவுடன் காதல் காமம் கலந்த வசனம் எல்-லாம் குறுந்தகவல்களின் மூலம் பேசியவன் தானே? இந்தப் பயணத்தில் அணைப்பு முத்தம் வேண்டும் என்று விதிமுறைகள் வகுத்தவன் தானே? உணர்வுகள் எல்லை மீறினால் தன்னை நீதான் கட்டுப்படுத்த வேண்டும் என்றெல்லாம் சொன்னவன் தானே? தன் மனதில் காதல் காமத்திற்கு இடையே நடக்கும் யுத்தம் பற்றி எதையும் மறைக்காமல் சொன்னவன் தானே?

இப்படிப்பட்ட பல பயங்களோடு கனவுகளோடு தொடர்ந்த அவன் பயணத்தில் இதோ ஓர் அணைப்பில் அவனின் எல்லா விதமான எதிர்-மறை உணர்வுகளைக் கட்டுப்படுத்தியே விட்டாள், ஆமிரா! இத்தனைக்-கும் தன்னை விட அவனே முதல் அணைப்பை ஆரம்பிப்பான் என்று நினைத்தவளின் நினைப்பை இதோ கோபமாக மாற்றியும் வெற்றிக் கண்-டான், அருளன்.

'ச்சே! எனக்கு மட்டும் ஏன் எல்லாம் தலைகீழா நடக்குது? பசங்க தான் காதல் சொல்றது, கட்டிப் பிடிக்கிறது எல்லாம் தயக்கமே இல்லா-மல் செய்வாங்க! ஆனா, என் விஷயத்துல நான்தான் காதல் சொன்-னேன்! நான்தான் கட்டியும் பிடிச்சேன்! மெஸேஜில் கன்னம் சிவக்-குற மாதிரி பேசிட்டு, நேர்ல சாமியாரா இருக்கான்!' என்று நினைத்த ஆமிரா இன்னும் சில செல்ல திட்டல்கள் மனதிற்குள் திட்ட,

இங்கே மாலில் ஒரு மறைவான இடத்துக்கு வந்ததும் திரும்பி அவள் அணைக்க, இந்த முறை தயங்காமல் அருளன் அவளை அணைத்தான், அந்தக் குழந்தை அணைப்பை கண் மூடி உணர்ந்து, அதே நொடியில் ஏதோ ஓர் உணர்வு உறுத்த அணைத்தவாறே ஆமிராவின் பர்தாவின் முகப் பக்கம் தூக்கி அவளின் கண்ணைப் பார்த்தான். அவளின் கண்வி-ழிக்குள் தெரியும் தன் முகத்தைப் பார்த்தவன் ஏதோ ஒரு திடீர் உணர்வு தாக்கி இதழ் முத்தம் வைத்தான்.

இதழ் முத்தம் என்கிற பெயரில் அவன் ஏனோ தானோ கொடுத்த "இச்" சில் ஆமிரா கண்ணை விரித்து, "மாமா" என்றாள் முதல் முறை

நேரில்.

அவள் அழைத்த மாமா அழைப்பில் அவளின் கண்களை நேருக்கு நேர் பார்த்து, "ஐ லவ் யூ, மாமி... லவ் யூ சோ... மச்!" என்றான். அதன்பிறகு அவன் அணைப்பு இன்னும் இறுகியது. கண்ணை மூடி அந்த நொடியை இருவரும் ரசித்தனர். இருவரின் மனமும் 'ஏதேனும் நொடியில் காமம் உணர்கிறதா?' என்று தேட, அவர்களில் தேடலின் முடிவில் பதில் இல்லையென்றே வந்தது.

ஆமிராவை பொறுத்தவரை காமம் என்றால் வெறும் வாக்கியம் மட்டுமே! தலைப்பாகப் பேச வேண்டுமென்றால் இரண்டு நிமிடம் வரை பேசுவாள். அதே அருளனுக்கு அதனைப் பற்றிய ஆராய்ச்சி மூளையே இருந்தது. அவனுக்கு அனுபவ அறிவில்லை என்றாலும், புத்தக வழியாக, கல்லூரி காலங்களில் அவனின் பக்கத்து இருக்கையில் சிலர் பேசி கேட்ட சில தகவல்கள், 18+ படங்கள் திருட்டுத்தனமாக இணையத்தில் பார்த்தது எனப் பல மானங்கெட்ட அறிவு இருந்தும், இந்த நொடி அதெல்லாம் மறந்த நிலையில் அவன் இருந்தான்.

அவர்கள் பரிமாறிக் கொண்ட இதழ் முத்தத்தால் பிரிவின் ஏக்கத்தைச் சொல்ல முடிந்ததே தவிரக் காமத்தின் உணர்வை தர முடியவில்லை! அருளன் தடுமாறும் மனதை ஆமிராவின் அணைப்பு முதலில் நீக்கியது. அதன்மூலம் நேரம் செல்ல செல்ல அவனை அவனே நினைத்த "காமக்கொடூரன்" என்கிற குற்ற உணர்வும் நீங்கியது!

அவன் இதுவரை எந்தப் பெண்ணிற்கும் அணைப்போ முத்தமோ கொடுத்தது இல்லை! ஆனால் பருவ வயது தொடக்கம் முதல் அதனைப் பற்றிய கனவுகள் வைத்திருந்தான்! அவனின் காதல் தேடலில் காமமே அவனை எந்தப் பெண்ணையும் நிமிர்ந்து பார்க்க விடாமல், பேச விடாமல் பல்வேறு குற்ற உணர்வை தந்திருந்தது. தன் மன தடுமாற்றத்தால் பல தடவை "தற்கொலை செய்து கொள்ளலாமா?" என்கிற யோசனையும் அவனுக்கு வந்துள்ளது.

சிறு வயது முதல் தனிமையே அதிகம் விரும்பி ஏற்றவன், பருவ வயதில் தனக்குத் தோன்றிய சந்தேகங்கள் பற்றிய கேள்வி பதில் அறிந்து கொள்ள யாரிடமும் பேச பயந்தவன், அந்த நேரங்களில் தான் ஓர் அருவருப்பான ஒருவனாக நினைத்து கொண்டிருந்தவன், கற்பனையில் நண்பர்களை உருவாக்கி பேசிக் கொண்டிருந்தவன், வேலைக்குச் சென்ற இடத்தில் அதுவும் பெற்றோர்களை விட்டு சில காலம் பெங்களூரில் தங்-

கியவனின் தனிமை இன்னும் அவனை வட்ட, அதிலிருந்து அவனைக் கவனம் சிதறாமல் செய்தது கதை எழுத ஆரம்பித்த பழக்கம் மற்றும் உடற்பயிற்சி.

கல்லூரி காலத்தில் இல்லாத ஒரு பெண்ணைக் காதலிப்பது போல் அவன் சொன்ன கதையைத் தன் முதல் கதையாக இணையத்தில் எழுத ஆரம்பித்து, அதுவே அவன் வாழ்க்கையைப் புரட்டி போட்டது. கனவாய் கற்பனையாய் இருந்த காதல் நிஜமாகியது ஆமிராவின் வரவால்.

காதல் கனவு நிறைவேறுமா?

32

கனவு 32

மால் ரெஸ்டாரன்ட்.

அருளன் ஆமிரா இருவருமே எதிர் எதிரே அமர்ந்திருக்க, வெயிட்டர் வந்ததும் மெனு கார்டில் இரண்டு சால்ட் லெமன் ஆமிராவே ஆர்டர் செய்தாள்.

"சால்ட் லெமன் பிடிக்குமா?" என்று அவன் கேட்க,

"இதுவரை ட்ரை பண்ணது இல்ல. உனக்கு?" என்று கேட்டாள்.

தோளை குலுக்கி கொண்டவன், "அடிக்கடி வீட்டுல நானே கலந்து குடிப்பேன். எனக்கு ஓகே தான்." என்று சொல்லிவிட்டு வெயிட்டர் போகும்வரை காத்திருந்தவன் வெயிட்டர் போனதும், அவளுக்காக வாங்கி வந்த பொருட்களைப் பரப்பி வைத்தான்.

தேன் மிட்டாய், மஞ்ச் சாக்லேட், லாலிபாப் ஒன்று மற்றும் பேங்கிங் எக்ஸாமுக்குத் தயார் படுத்திக் கொள்ளும் ஒரு புத்தகம்.

"டேய் மாமா! லவ் பண்ற பொண்ணுக்கு எவனாவது புக் தருவானா, அதுவும் ஃபர்ஸ்ட் மீட் ல?" என்று சொன்னவள் முடிந்தவரை முறைக்க,

"ஹி.. ஹி.. காலேஜ் முடிந்ததும் பேங்கிங் எக்ஸாமுக்குக் கிளாஸஸ் பார்க்க போறேன்னு சொன்னியே, மாமி. அதான் என்னால் முடிஞ்ச சின்ன உதவி." என்று சொல்லி கண்ணைச் சிமிட்டினான்.

"உனக்கு உண்மையில் கேர்ள் ஃப்ரெண்ட்ஸ் இல்லன்னு இப்ப நம்புற."

"ஏன்?"

"ம்ம்.. லவ் பண்ற பொண்ணு கிட்டயே இப்படி யோசிச்சு தயங்கி பேசுற! இதுல மத்த பொண்ணுங்க கிட்ட ஐயா கண்டிப்பா என்னத்த பேசி கிழிச்சு இருப்பீங்க தெரியாதா?" என்று சொன்னவளின் பேச்சுக் கிண்டலா கோபமா பிரித்து அறியமுடியாத அளவுக்கு இருந்தது.

"இங்க பாருடா, எனக்கு ரொமான்ஸ் எல்லாம் பண்ண தெரியாது. மீ ரொம்பப் பச்ச குழந்தை மாதிரி!" என்று கண்ணைச் சிமிட்டி சொன்-னான்.

"நீ.. பச்ச.. குழந்தை.. அதை.. நான்.. நம்பணும்..? அடிங்! எதாவது சொல்லிட போற.. என் வாயை கிளறி அடி வாங்காதே!" என்றவள் அவன் கொடுத்த முதல் முத்தத்தின் நினைவில், "அதென்ன டக்குன்னு கிஸ் பண்ணிட்டே! எனக்குச் செம்ம ஷாக்!"

"ஹி.. ஹி.. நானே எதிர்பார்க்கல. உன்னை அப்போ.. அந்த நொடி-யில்.. உன்னோட கண்ணைப் பார்த்ததும் கிஸ் பண்ணிட்டேன்! லவ் பண்ற பொண்ணுக்குக் கிஸ் பண்றது கூட என்னோட 18+ கனவில் ஒண்ணு தான்."

"எனக்கு உன்னைக் கட்டிப்பிடிக்கத் தான் ரொம்பப் பிடிச்சிருந்தது. ஆனா, கிஸ் கூட ஓகே தான், மாமா. உன் ஆசை என் ஆசை. அவ்வளவுதான்." என்று சொன்னவள், அவனின் கையைப் பிடித்துக்-கொள்ள, அவனோ எந்த உணர்வும் முகத்தில் காட்டாமல், "லெமன் ஜூஸ் வருதா?" என்று வேடிக்கை பார்த்தான்.

"போடா சாமியார்!" என்று திட்டிய ஆமிரா, அவனின் கையை விட்டு அவனுக்காக வாங்கிட்டு வந்த பொருட்களை எல்லாம் காட்டி-னாள்.

புளி ஜாம், கிண்டர் ஜாய், பொம்மை பிஸ்கட், சாக்கி சாக்கி சாக்-லேட், இன்னும் சில புளிப்புச் சாகலேட்ஸ் இருந்தது. எல்லாம் அவனின் விருப்பச் சிறு வயது இனிப்புகள். அவனின் அப்பாவுக்கும், அம்மாவுக்-கும், தம்பிக்கும் அப்பறம் அவனின் நண்பன் சஞ்சய்க்குச் சிவப்பு பஞ்சு நாய் பொம்மை கீ செயின் ஒன்றையும் தந்தாள். அதனை எல்லாம் சரி-யான நபர்களுக்குத் தரவேண்டியது பொறுப்பு அவனுடையது என்றாள்.

"எல்லாம் சூப்பர் டா! ரொம்பப் பிடிச்சிருக்கு!" என்றவன் அதை-யெல்லாம் தன் பையின் எடுத்து வைத்தான்.

"எங்க வீட்டுல யாரு கண்ணிலும் படாமல் இதெல்லாம் வச்சிருந்தேன் தெரியுமா? யாராவது என் பையைத் திறந்து பார்த்திருந்தாலே நான் மாட்டி இருப்பேன், மாமா. நல்லவேளை தப்பிச்சேன்." என்றவள் அவனின் ஆறுதல் மொழியை அன்பு தொடுதலை எதிர்பார்க்க, அவனோ அப்போதும் பெரிசாக எதுவும் சொல்லாமல், "இனி பயம் இல்ல போல." என்று சொல்லிவிட்டு அமைதியானான்.

அவளின் பொறுமை பறந்து முகத்தைத் திருப்பிக் கொள்ள, என்ன செய்வது என்றே புரியாது தன் தயக்கத்தை விட்டு அவளின் கையைக் அருளன் பிடித்தான். படத்தில் வருவது போல் எந்த வித மின்சாரத் தாக்குதல் ஒன்றும் அவனுக்கு ஏற்படவில்லை.

"மாமி, பிளீஸ் டா.. புரிஞ்சுக்க! எனக்கு உன்னை நேர்ல பார்த்த சந்தோசத்தில் பேச்சு வார்த்தை வரல. சாதாரணமாகவே எனக்கு அதிகம் பேசி பழக்கம் இல்லன்னு சொல்லி இருக்கேன் ல? நீ பேசு.. நான் கேட்கிறேன்... பதில் சொல்றேன். நேரம் போகப் போக உன்னை விட அதிகம் நானே பேசுவேன். அப்புறம் நீதான் 'போதும்! போதும்!' என்று சொல்லி கெஞ்சுவ." என்றவன் அவளின் விரல்களை ஒன்று ஒன்றாகப் பார்த்தவன், "நகம் எல்லாம் ஓர் அளவுக்கு இருக்கு போல? எப்போ நகம் கடைசியா வெட்டின?"

"ரெண்டு நாள் முன்னாடி தான்."

"நல்லது. எனக்கு எல்லாம் நகம் கடிச்சு துப்பும் பழக்கம் தான் இருக்கு."

"ஐய!"

"என்ன? எனக்கு டென்ஷன் வந்தா நான் நகம் கடிப்பேன், ரெஸ்ட் ரூம் ஓடுவேன், தூங்க போவேன். அதை விட்டால் உன்னை விட ஷின்-சன் கார்ட்டூன் பார்ப்பேன். அப்புறம் கதை எழுத ஆரம்பித்ததும் என் உணர்வுகள் எல்லாம் அதுல சொல்லி மனதை ஒருநிலை படுத்துவேன்."

"தெரியும், மாமா." என்றவள் தன் கையை அவன் பிடித்திருக்கும் அழகை கண்டு மனதிற்குள் சிரித்தாள். பர்தாவிற்குப் பின்னால் ஒளிந்திருந்த அவளின் சிரிப்பை அவளின் கண்களைப் பார்த்தவனால் அறிந்துகொள்ள முடியவில்லை. அவன் உணர்ந்தது எல்லாம் அவளின் கையைச் சூட்டையும், அவள் கை நிறத்தையும் தான்.

"என்னை விட நீ கொஞ்சம் கலர் போல?" என்றவன் குரலில் இருந்த ஏக்கத்தைப் பார்த்தவள் தன் முறைப்பை மறுபடியும் காட்டி,

"மாமா, பசங்களே பொறுத்தவரை கருப்பு தான் அழகு. எனக்கு நீ அழகா தான் இருக்க. எனக்கு நீ அழகா இருந்தா மட்டும் போதும். உன் கண்ணுக்கு நான் அழகா இருந்தா போதும்."

"எனக்கு நீதான் கியூட்! அதுல நோ டவுட்.."

"நான் கியூட் எனக்குத் தெரியும். நீ பேச்சை மாத்ததே! என் கையைப் பிடிச்சுக்கக் கூட உனக்கு ஏன் தயக்கம்?"

"நீன்னு இல்லடா, யாராக இருந்தாலும் எனக்குத் தொட்டுப் பேசுறது கூச்சம். பையன் பொண்ணு எந்த இனமாக இருந்தாலும் கூச்சம் தான். இதுக்கு ஏதாவது நோய் பேரு இருக்கா தெரியல. ஆனா, நீ தொட்டால் கூச்சம் வரல. என் அப்பா, அம்மா, என் தம்பி இப்படிச் சிலர் கூடத் தான் தொடுதல் கூச்சம் எனக்குத் தராது." என்றான்.

"அப்போ நான் உன்னைத் தொட்டால் கூச்சம் இல்ல சொல்ற?"

"ஆமா.."

"அப்போ ஏன் கையே பிடிக்கல?"

"கொஞ்ச நேரத்துக்கு முன்னாடி பிடிச்சேன் ல?"

"நான் கோபத்துல இருந்தது பார்த்து பிடிச்ச!"

"கோவில்ல பிடிக்கத் தான் நினைச்சேன். ஆனா, தயக்கம். இங்க கூடத் தயக்கம் தான். அப்புறம் கிஸ்ஸே பண்ணிட்டோம். கை பிடிக்க என்னத்தான் பிடிச்சேன்."

"போடா!" என்று கூறி வெட்கம் கொண்டாள் அவள்.

சால்ட் லெமன் வந்தது. அதனை இருவரும் குடிக்க ஆரம்பித்தனர். அருளன் எந்தவித முக மாறுதாலும் இல்லாமல் அதனைக் குடிக்க, ஆமிராவோ சிறிது குடித்துவிட்டு, "அடச்சீ! எந்தக் கருமம் இது? இப்படி இருக்கு!" என்று கூறி முகம் சுழித்தாள்.

அதே முகச் சுழிப்புடன் அருளன் சந்தோஷத்துடன் குடிக்கும் அழகை பார்த்தவள், அதனை அவனிடம் வாங்கித் தனது ஜூஸ் டம்ப்ளரை அவனிடம் கொடுத்தாள். பின்னர் அதனைக் குடித்துப் பார்த்தவள், "சீ! சீ! இதுவும் சால்ட் லெமனா..?" என்று மறுபடியும் முகம் சுழித்தாள்.

"யெஸ்! நீதானே ஆர்டர் பண்ண? சால்ட் தான் வேணும்னு சொன்ன?" என்று சிரித்தவனின் கையை அவள் கிள்ள, அவனோ எந்தவிதமான முக மாறுதலும் காட்டாமல் இருந்தான்.

"வலிக்கலையா?"

"வலியா? நீ தடவி தானே விட்ட!" என்று கூறி சிரித்தவன், தன் அப்பாவிடம் வந்த ஃபோனை ஏற்று, "சொல்லுங்க, அப்பா." என்றான்.

"கல்யாணம் முடிஞ்சதா? எப்போ ட்ரெயின்?"

"கல்யாணம் ஓவர். இங்க பக்கத்துல இருக்குற ஒரு மாலுக்கு வந்திருக்கேன். ட்ரெயின் ரெண்டு மணிக்கு. இப்பதான் மணி 12 ஆகுது. ஒரு மணிக்கு இங்க இருந்து கிளம்ப வேண்டியதுதான்."

"ம்ம்.. ஓகே. அம்மாக்கு எதாவது வாங்கிட்டு வா. இல்லன்னா, வீட்டுக்குள் விட மாட்டா.. சொல்லிட்டேன்!"

"ம்ம்.. ஓகே. ஆல்ரெடி சிலது வாங்கிட்டேன்." என்றவன் ஆமிரா தந்த சாக்லேட் எல்லாம் பார்த்தான்.

"ஓகே, அருள். ட்ரெயின் ஏறிட்டு கால் பண்ணு." என்றவர் ஃபோனை வைத்தார்.

"பெரிய மாமாவா?" என்று ஆமிரா கேட்க,

"ம்ம்.. யெஸ்."

"ச்சே! அவர்கிட்ட பேசி இருப்பேன் ல? உன்னை மாட்டி விட்டு வேடிக்கை பார்த்திருப்பேன்!"

"என்னவொரு நல்ல எண்ணம்!" என்று கூறி சிரித்தான் அவன்.

அடுத்த அரைமணி நேரம் அருளன் சொன்னபடி "போதும்!" என அவள் சொல்லும் அளவுக்குப் பேசினான். பின்னர்,

"சஞ்சய் அண்ணனுக்குக் கால் பண்ணு. நான் பேசணும்." என்றாள் அவள்.

"ஓகே" என்றவன் சொன்னது போல், சஞ்சய்க்கு அழைப்பு விடுக்க, சில நொடிகளில் ஃபோனை எடுத்தான் சஞ்சய்.

"சொல்லு, நண்பா. அதுக்குள்ள ஏன் ஃபோன் பண்ண? நாள் முழுக்க ஆமிரா கூட டைம் ஸ்பேண்ட் பண்ண சொன்னேன் ல?'

"அவ கூடத் தான் இருக்கேன். உன்கிட்ட சொன்னா. இதோ தர்றேன், பேசு."

"வேணாம்! வேணாம்!" என்று அவன் சொன்னதைக் கேட்காது அருளன் தன் ஃபோனை ஆமிராவிடம் கொடுத்தான்.

"அண்ணா, நான் ஆமிரா பேசுற."

"சொல்லும்மா, நீ நல்லா இருக்கியா?"

"நான் நல்ல இருக்கேன். நீங்க?"

"சூப்பர் மா. அப்புறம் பையன் என்ன சொல்றான்?"

"ஓவர் வாய்! ரொம்பப் பேசுறாரு! அமைதி நினைச்சால் ஓவர் வாய்!'

"அவனுக்கு யாரையாவது பிடிக்கும் வரை தான் அமைதி. அதே செட் ஆய்ட்டால் போதும் போதும் சொல்ற அளவுக்குப் பேச்சு தான்."

"சொன்னாரு."

"டிரஸ் எல்லாம் ஓகே ல?"

"ம்ம்.. ஓகே, அண்ணா. நான் கேட்ட மாதிரி ஷார்ட் பேண்ட் ல தான் வந்திருக்காரு. ஓகே தான்."

"சரிம்மா. காலையில் வீடியோ காலில் கூட அவன் டிரஸ் ஓகே வா கேட்டான். எனக்கு நல்லாதான் இருந்தது. உனக்கும் பிடிச்சிருக்குன்னா ஓகே தான். அவன் டிரஸ் விஷயத்துல குறை சொல்ற மாதிரி இருக்க மாட்டான். ஆனா, பேசுறது எப்படின்னு தான் பயந்தேன்."

"முதல்ல அவ்வளவா பேசல தான். ஆனா, அப்புறம் போகப் போகப் பேசினார். அதனாலே தான் ஓவர் வாய் சொன்னேன்."

"என் நண்பன் பற்றி எனக்கும் தெரியும். அவனைப் பொறுத்தவரை அவ்வளவு சீக்கிரம் பழக மாட்டான். ஆனா, பழகினால் அந்த நபரின் குடும்பத்துக்கே பிடிக்கும். என் வீட்டுல என்னை விடக் அவனைத் தான் எல்லாருக்குமே ரொம்பப் பிடிக்கும். ஏதோ வீட்டு மாப்பிள்ளை கணக்கா கவனிப்பு இருக்கும்."

"ஓ! அப்படியா?"

"ஆமா.. அவனுக்குப் பொண்ணு கிடைக்கலனா, எங்க வீட்ல எல்லாருமே பொண்ணு பார்க்க தயாரா இருக்காங்க. எங்க வீட்டு பிள்ளை அவன்!"

"நோ! இவருக்கு நான்தான் இப்ப இருக்கேன் ல? நான் படிச்சு முடிச்சு, இவர் வீட்டுல மாப்பிள்ளை கேட்டு போவேன்! இவர் வீட்டுல கெஞ்சி கேட்டுக் கல்யாணம் பண்ணிப்பேன்!"

"சந்தோஷம்!"

"அண்ணா, உங்க காதல் பிரிய இவர்தான் காரணம். நீங்க அந்த உண்மை தெரிஞ்சு ஏன் இவரை அடிக்கல?"

"என் நண்பன் எப்பவும் எனக்குக் கெடுதல் நினைக்க மாட்டான். அந்த நம்பிக்கை தான் மா காரணம். அவனே நினைச்சாலும் அவனால் கெட்டவன் ஆகவே முடியாது."

"ம்ம்.. அதென்னவோ உண்மை தான்."

"இவர் என் கையைப் பிடிச்சு கூடப் பேச தயக்கம் காட்டுறாரு!"

"அவனுக்கு உன்னைப் பிடிக்கும் மா. அதான் டிராவல் பண்ணவே பிடிக்காதவன் உனக்காக இவ்வளவு தூரம் டிராவல் பண்ணி வந்தான்." என்ற சஞ்சய், "சரிம்மா, நீ பேசு. உங்க டைம் இது." என்ற கூறிவிட்டு ஃபோனை வைத்தான்.

இங்கே ஆமிரா அருளனை பார்த்து மாதிரியே இருந்தாள். அவளின் பார்வையைத் தவிர்க்க அந்தச் சால்ட் லெமன் சோடாவை ஒரே மூச்சில் குடித்தான். ஆமிராவின் கையில் இருந்த வாங்கி ஜூஸ்ஸூம் குடித்தான்.

"உனக்குப் புளிக்கல?"

"எனக்குப் பழகி போச்சு." என்றவன் குடித்து முடித்துவிட்டு, வெயிட்டரை அழைத்துக் குடித்த ஜூஸுக்குப் பணம் கொடுத்தவன் ஒரு கத்தரிக்கோலை சிறிது நேரம் கேட்டான். கத்தரிக்கோல் வந்ததும் தன் கழுத்திலிருந்த ருத்ராட்சத்தை அறுந்தவன், ஆமிராவிடம் ஒரு கருப்பு கயிறு வாங்கி ருத்ராட்சத்தை அதோடு கோர்த்து, யாரும் பார்க்கவில்லை என்பதனை உணர்ந்து அவளின் கண்ணைப் பார்த்துக் கொண்டு அவளின் கழுத்தில் அதனை மூன்று முடிச்சு போட்டுக் கட்டினான்.

அவர்களைப் பொறுத்தவரை அதான் அவர்களின் தாலி. அவனிடம் பல வருஷம் அவனின் கழுத்தில் இருந்த ருத்ராட்சம் இன்று ஆமிராவிற்குத் தாலியாக அவளின் கழுத்தில் விழுந்தது.

"மாமா, இப்பவே என்னை உன் கூடக் கூட்டி போ! பிளீஸ்! என்னை எப்படியும் வீட்டுல கொஞ்ச நாள் தேடி பார்த்திட்டு மறந்துடுவாங்க."

அவன் எதுவும் பேசாது வாங்கிய கத்திரிக்கோலை வெயிட்டரிடம் கொடுத்துவிட்டு, ஆமிராவை மறைவான ஓர் இடத்திற்கு அழைத்துச் சென்று கட்டிக் கொண்டவன், தன் மூக்கால் அவள் மூக்கை உரசி விட்டு,

"மாமி, இப்ப நான் ஒரு குடும்பத்தின் தேவையே நிறைவேற்றும் அளவுக்கு இல்ல. தம்பி படிப்புச் செலவு இருக்கு. சொந்த வீடு ஒன்று இருந்தாலும் நமக்குச் செட் ஆகாது! வேற வீடு லோன் போட்டு வாங்கும் அளவுக்கு நான் வளரணும்! உன்னை நல்லபடியா பார்த்துக்கணும் ஆசைப்படுறேன். நீயும் படிப்பு முடிக்கணும்! உனக்கு முன்னாடி உன் அக்கா ஒருத்தங்க இருக்காங்க.

நம்ம வாழ்க்கையில் சேர்வதுக்கு முன்னாடி அவங்க வாழ்க்கையில் கஷ்டம் வராம இருக்கணும் நினைக்குறேன். இன்னும் சில வருசத்துல

உன்னைப் பொண்ணு கேட்டு நான் வருவேன். உன்னை என் அப்பா அம்மாவுக்கு அறிமுகம் செய்வேன். அதுக்கு முன்னாடி உன்னைப் பற்றி நான் பெருமையா சொல்ற அளவுக்கு வரணும். என் அப்பாவுக்குப் பேங்க் வேலை செய்யுற ஆட்களைப் பிடிக்கும். நீ மட்டும் பேங்க் ஒர்க் போயிட்டால் என் அப்பாவுக்கு உன்னை மருமகளாக ஏத்துக்கத் தடையில்ல."

"மாமா, நீ நினைக்குற அளவுக்கு நான் சூப்பரா படிக்குற பொண்ணு இல்ல! எனக்கு ஹவுஸ் வைஃப்பா இருக்கத்தான் பிடிக்கும். என் மாமியார் கூடச் சேர்ந்து ஜாலியா சீரியல் பார்த்து, அவங்களுக்கு மருமகளா இல்லாமல் பொண்ணு மாதிரி இருந்து கொஞ்சி பேச தான் ஆசை."

"காலத்துக்கு ஏத்த மாதிரி யோசி டா." என்று அவளின் நெற்றியில் முத்தம் ஒன்றை கொடுத்து விட்டு, "டைம் ஆச்சு. நான் கிளம்பறதுக்கு முன்னாடி உனக்கு ஒரு சின்னப் பரிசு தரணும்." என்று அவளை அழைத்துக் கொண்டு சில மணிநேரத்திற்கு முன்பு தான் பார்த்த பொம்மை கடைக்கு அழைத்துச் சென்றவன், அங்கே அவளின் விருப்பம் பெயரில் ஒரு "ஸ்மைலி கீ செயின்" ஒன்றை வாங்கித் தந்தான். டெடி பியர் வாங்கித் தர ஆசை இருந்த போதிலும், அவளின் பிடிவாதத்தால் வாங்கித் தர முடியவில்லை.

ஏற்கனவே ஏகப்பட்ட செலவு செய்து தன்னைப் பார்க்க வந்தவனை இன்னும் செலவு செய்ய வைக்க அவளுக்கு விருப்பமில்லை. பழைய மறைவிடம் சென்று அரைமணி நேரத்திற்கு அணைப்பில் இருந்துவிட்டு, அவரவர்கள் தங்கள் வழி நோக்கி சென்றனர்.

ஆமிரா தன் வீட்டிற்கும், அருளன் ரயில்வே ஸ்டேஷன் போகும் பாதை நோக்கி சென்றான். இரயில் ஒன்றரை மணி நேரம் தாமதம் என்று அறிந்தவன், அதுவரை உணராத தலைவலியை தற்போது உணர்ந்தான். எப்போதும் போலப் பயண நேரத்தில் வரும் தலைவலியே அது.

இதற்குப் பயந்து தான் பயணம் ஒன்றையே வெறுத்தான். தலைவலி வந்தால் மாத்திரை போட்டாலும் முழுவதும் சரியாக அவனுக்குச் இரண்டு நாள் ஆகும்.

"அம்மா.. தலைவலிக்குதே! மாத்திரை சாப்பிடலாம் பார்த்தால் நமக்கு வேற பயம் ஆச்சே!" என்றவன் முடிந்தவரை தன் கவனத்தைத் தன் சிறு வயது நினைவுகள் எல்லாம் யோசித்து மனதை ஒருநிலைப்ப-

டுத்த முயன்று ஓர் அளவுக்கு வெற்றியும் கொண்டான்.

காதல் கனவு நிறைவேறுமா?

33

கனவு 33

"இவ்வளவு தானா? அப்புறம் என்ன நடந்தது?" என்று அர்ஜுன் கேட்க, அருளன் பதில் எதுவும் சொல்லாது, ஐஸ் கிரீம் பாலர் வாசலில் விளையாடும் இரண்டு குழந்தைகளை ரசித்துப் பார்த்துக் கொண்டே,

"என்னோட குற்ற உணர்வு வெளியே வந்தது, என்னை கொல்லும் மிருகமாய்!" என்றான்.

"குற்ற உணர்வு? ஏன்?"

"அர்ஜுன், இதுவரை நான் சொன்ன என் காதல் கதையில் நான் கெட்டவன் இருந்து நல்லவன் ஆன மாதிரி தெரியும். மன்னிக்க முடியாத எந்தவித துரோகமும் யாருக்கும் செய்யாத மாதிரி தெரியும். ஆனா, அந்த கடவுளே மன்னிக்க முடியாத ஒரு தப்பு நான் பண்ணேன். யெஸ், நான் பெரிய பாவத்தை செய்தேன்! என்னை நானே வாழ்க்கை மொத்தம் வெறுக்கும் அளவுக்கு ஒரு பாவத்தை செய்தேன்! செய்தேன்!" என்று கூறி முகத்தை மூடி கதறி அழுதான் அருளன்.

அவனை அப்போது பலர் சுற்றி பார்க்க, "இந்த இடம் தற்போது பேச லாயக்கில்லை" என்பது உணர்ந்த அர்ஜுன், அந்த ஐஸ்கிரீம் பாலர் ஒட்டி இருந்த விளையாட்டு பூங்காவிற்கு அருளனை அழைத்துச் சென்று போனான்.

"இப்ப சொல்லு, என்ன பண்ண?" என்று அர்ஜுன் கேட்க,

"என் மாமி என்கிட்ட பேசின அதே நேரத்தில் தான் வேற ஒரு பொண்ணு கூட நான் பேசிட்டு இருந்தேன்."

"ஓ! சரி.. அப்புறம்?"

"என் மாமி கிட்ட நான் பேசிய போது எதோ ஒரு குட்டி குழந்தை கூட பேசுற ஃபீல் தான் எனக்கு இருக்கும். அடிக்கடி அவ கேட்கும் கேள்விகளுக்கு குழந்தை கிட்ட சொல்ற மாதிரி நினைச்சு பதில் சொல்வேன். ஆனா, அந்த நேரத்தில் என் கூட பேசிட்டு இருந்த பொண்ணு கூட அப்படி இல்ல. 18+ பேச்சுகள் அதிகம் பேசுவேன்.

அந்த நேரத்தில் கொரோனா பற்றிய செய்திகள் மக்களை பயங்கரமா பயமுறுத்திக் கொண்டிருந்த நேரம். உயிர் பயத்தில் எல்லாரும் இருந்த நேரம். எனக்கு வேற ஒரு வருடத்தில் 25 வயசு ஆக போகுது.. நான் நினைத்தபடி தற்கொலை செய்யும் முடிவில் இருந்தேன். யெஸ், பெங்களூர்ல இருந்த போது வாழ நினைச்ச என் முடிவை சென்னை வந்ததும் மாற்றி கொள்ள தூண்டியது மீண்டும் வந்த தனிமை.. அழுத்தம்.

நான் சொன்னேன் ல.. என் அம்மாவின் மனநிலை இன்னும் மோசம் ஆகி.. ஹாஸ்பிடலில் சேர்க்கும் அளவுக்கு போனோம் என்று?"

"ஆமா."

"ஹாஸ்பிடல் கூட்டி போறதுக்கு முன்னாடி அம்மா ரொம்ப வைலண்டா பிகேவ் பண்ணாங்க! கண்ணுல பட்ட பொருட்கள் எல்லாம் உடைக்கும் அளவுக்கு இருந்தாங்க. ஏற்கனவே கொரோனா காரணமாய் எல்லா ஹாஸ்பிடலையும் அட்மிட் பண்ண ரொம்ப காசு கேட்டாங்க! ரொம்பவே மன அழுத்தம் எனக்கு! கை நடுக்கம், பேச்சு ரொம்ப மோசம் ஆச்சு எனக்கு! கதை எழுதி மனதை ஒருநிலைப்படுத்த கூட முடியாத நிலை!

சாவு என்னை தேடி கிட்ட வந்த நிலை! அப்போ சாகறதுக்கு முன்னாடி வாழ்க்கையில் ஆசைப்பட்ட எல்லாம் அனுபவித்து விடணும் வெறி! அந்த நேரத்தில் தான் அந்த பொண்ணு மெசேஜ் பண்ணா. என் கூட வீடியோ கால் பேசணும் சொன்னா. என் நம்பர் கொடுத்து பேச வர சொன்னேன். அவ ஶ்ரீலங்கா பொண்ணு. அவ வீடியோ கால் வந்த போது சகஜமா பேசினேன் முதலில். நாட்கள் போக போக எங்க பேச்சு எல்லை மீறி போச்சு. என்னோட மன அழுத்தம் பற்றி சொன்னேன்.

அவ அங்க நர்ஸா வேலை பார்த்தா. அவளுக்கு என்னோட பிரச்சினைகள் புரிந்தது. என்.. என்னோட ஆசையை தீர்க்க 18+ பேச்சு பேச சரியென்று சொன்னா. பசங்க மாதிரி பொண்ணுங்களுக்கும் அந்த மாதிரி ஆசைகள் இருக்கும் என்று சொன்னா. பெங்களூர் வாழ்க்கையில் நீயே பார்த்து இருப்ப, அர்ஜூன். எத்தனை பொண்ணுங்க லீவ்-

இன் வாழ்க்கை வாழ்வது பற்றியும், எத்தனை பொண்ணுங்க ஒவ்வொரு நாள் ஒவ்வொரு நபர் கூட மாறி மாறி லைஃப் ஸ்டைல் சொல்லி போவது பற்றியும் பார்த்தோம்.

யெஸ், அப்படி போகிற எண்ணிக்கை குறைவு தான். பலர் அப்படி இல்லன்னு தெரியும். ஆனா, கொரோனா நேரத்தில் என்னோட மூளை இந்த பொண்ணும் அந்த மாதிரி பேசுறாளோ நினைச்சேன். கொரோனா பயத்தில் என்னை போல் வாழ்ந்து பார்க்க ஆசைப் படுறா நினைச்சேன்.

காதல் பெயரில் நான் எதுவும் செய்யலயே! ரெண்டும் பேரும் பேசி வச்சிட்டு இது எந்த வித உறவும் இல்லன்னு முடிவு பண்ணிட்டு தான் பேசுறோம் நினைச்சு வரம்பு மீறி பேசினோம். ஒருவர் மற்றவரின் உடல் அங்கங்களின் புகைப்படங்களை பரிமாறிக்கொண்டோம். வீடியோ காலில் ஒ.. ஒற்று துணி இல்லாமல் பேசி கொண்டோம். எனக்கு அப்ப என் மூளை அதெல்லாம் தப்பா தெரியல, அர்ஜூன்.

சாவு பயத்தில் இருந்த ஒருவன் தான் சாகும் கடைசி நொடியில் ஆசைப்பட்டதெல்லாம் அனுபவிக்கணும் நினைக்கும் நிலையில் இருந்தேன்." என்ற அருளன், அதற்கு மேல் பேச முடியாது விக்கி விக்கி அழுதான்.

அர்ஜூன் அவனை சமாதானம் செய்ய எந்த முயற்சியும் செய்யாது பொறுத்து வேடிக்கை மட்டும் பார்த்தான்.

சிறிது நேரத்தில் ஓரளவுக்கு சகஜ நிலைக்கு வந்தவன்,

"ஒருநாள் அவளுக்கு மூளையில் கட்டி இருப்பது பற்றியும், ஆபரேஷன் செய்ய விருப்பம் இல்லாது சில மாசம் அவள் தவிர்த்துக் கொண்டு இருப்பது பற்றியும் சொன்னாள். அந்த நொடியில் தான் என்னோட மொத்த தவறும் சுத்தியல் வைத்து மண்டையில் அடித்தது போல் தெரிந்தது. 'சாவு பயத்தில் நான் இல்ல, அவ தான் உண்மையில் இருக்கா!' என்று. அதுவும் என் கூட அவ அப்படி பேசியது எல்லாம் காதலில்.. என்னை அவளோட புருஷனா நினைச்சு அப்படி அவள் செய்தது உணர்ந்தேன்.

அவ கூட பேசுறதுக்கு முன்னாடியே ஆமிரா எனக்கு அறிமுகம் தான். மெசேஜ் ல பேசிட்டு இருந்தவ தான். ஆனா, அவகிட்ட அந்த மாதிரி 18+ பேச்சு நான் பேசல. இவகிட்ட பேசினேன். காதல் சத்தியமா இல்லன்னு தெரியும். நான் என்னோட தேவைக்கு யூஸ் பண்ணிட்டு இருந்தேன் நல்லாவே எனக்கும் தெரியும் அந்த பொண்ணுக்கும் தெரி-

யும். ஆனா, எனக்காக தன் உடலை நம்பி காட்டின அவளை இதுக்கு மேல் காமத்தால் காயப்படுத்த எனக்கு விருப்பமில்லை.

18+ பேச்சு விட்டு சாதாரணமா பேச்சை ஆரம்பித்தேன். அவளுக்கு நான் அவளை ஒதுக்குவது போல் தெரிந்தது. 'நான் உன்னை தப்பா நினைக்கல.. பழைய மாதிரி அப்படியே பேச்சு! உங்கூட நிஜத்தில் வாழ முடியாத வாழ்க்கையை இப்படியாவது வாழ்கிறேன்!' என்றாள். எனக்கு கற்பனை வாழ்க்கை புதுசு இல்ல, அர்ஜுன். கற்பனை தற்காலிக சந்தோஷம். உண்மை இல்லன்னு தெரிந்தே போதையா நம்மை ஆழ்ந்தும் மாயாஜால உலகம்!

ஸோ, சாக தயாராய் இருக்கும் அவளுக்கு கடைசி நொடி வரையாவது சந்தோஷம் தரலாமே நினைச்சு விருப்பமே இல்லாது அந்த மாதிரி 18+ பேச்சை தொடர்ந்தேன். காதலே இல்லாது காதலை சொன்னேன். அவளோட கற்பனை உலகத்தை நானும் வடிவமைத்து பேசினேன். அந்த நேரத்தில் தான் ஆமிரா தன் காதலை சொன்னா.

எனக்கு சிரிப்பதா? அழுவதா? தெரியல. இந்த பாப்பாவுக்கு எந்த ஆச்சு தான் முதலில் யோசிச்சேன். உடனே ஆமிராவின் காதலை நான் ஏற்றுக்கொள்ளவில்லை. என்னோட ரகசிய.. கெட்ட மறுபக்கத்தை.. அவகிட்ட சொன்னேன். 'சாகிற நிலையில் இருக்கிற அந்த பொண்ணு கூட நீ பேசு, மாமா. ஆனா, என்னால் உன்னை இழக்க முடியாது. மனசுல தாங்க முடியாத வலியை வச்சுக்கிட்டு தான் இதை சொல்றேன்.' என்றாள். நானும் பேசினேன். என் மாமிக்கு இதுக்கு மேல துரோகம் செய்யக்கூடாது என்று 18+ பேச்சு கொஞ்சம் கொஞ்சமா குறைச்சேன்." என்றான் அருளன்.

"ஓ! ஓகே. அப்புறம்?" என்று கேட்டான் அர்ஜுன்.

"ம்ம்.. கொஞ்ச நாளில் அந்த பொண்ணுக்கு வாழும் ஆசை வந்தது. ஆபரேஷன் செய்து கொள்ள போறேன் சொன்னா. என் மேல் இருந்த காதல் அவளோட பயத்தை உடைத்து ஆபரேஷன் செய்து கொள்ள சம்மதிக்க வைத்தது. அவ ஆபரேஷன் செய்து கொள்ள போகும் ஒருநாள் முன்னாடி வரை ஆமிரா பற்றி நான் சொல்லவே இல்ல.

ஆபரேஷன் செய்து கொண்டால் உயிர் பிழைக்கும் வாய்ப்பு 50 சதவீதம் தான். அதில் மீதி 50 சதவீதத்தில் கோமா நிலைக்கு செல்லும் வாய்ப்பு உள்ளது என்றாள். அவ ஆபரேஷன் அறைக்கு போறதுக்கு அரை மணி நேரத்துக்கு முன்னாடி,

'அருள், எனக்காக வெயிட் பண்ணுவதானே?' என்று கேட்டாள். நானும் பொய்யான நம்பிக்கை தந்தேன். அவளுக்கு ஆபரேஷன் முடிஞ்சு ரெண்டு நாளைக்கு பிறகு திரும்பி மெசேஜ் செய்தாள்."

"ஓ! சூப்பர்! அப்புறம்?"

"நான் வேற பொண்ணை லவ் பண்றேன். நீயும் நானும் வேற வேற நாடு மதம். செட் ஆகாது! என்றெல்லாம் சொல்லி அவளோட மனசை உடைச்சேன்! 'சாக நினைத்த நேரத்தில் வாழும் ஆசை கொடுத்துவிட்டு.. இப்ப தினம் தினம் உயிர் இருந்தும் பிணம் ஆக்கிட்ட!' என்றாள்.

சத்தியமா சொல்றேன், அர்ஜுன். என்னை நானே இந்த அளவுக்கு வெறுத்து ஒதுக்க நினைத்தது இல்ல! அருவெறுப்பா உணர்ந்தேன்! கற்பனையில் நான் என்ன தப்பு வேணாலும் செய்திருக்கலாம். அப்புறம் நிஜத்தில் எல்லார் கண்ணிலும் நல்லவனாய் உலா வந்திருக்கலாம். ஆனா, அவ அப்படி சொன்ன நொடியில் பாதி செத்து போயிட்டேன்.

ஆமிரா கிட்ட முழுசா என்னோட வலியை சொல்லும் தகுதி கூட எனக்கில்லை! என் மாமி சின்ன குழந்தை மாதிரி! அவகிட்ட என்னத்த சொல்றது? இப்ப உன்கிட்ட கூட முழுசா அந்த பொண்ணு சொன்னதை சொல்லல. காமத்திற்கு ஒரு பெண்ணை பயன்படுத்தி தூக்கி போட்டவன் நான்! இதை கேட்டு பெருமைப்பட என்ன இருக்கு? என்னோட இந்த தப்பை கூட என் மாமி ஒதுக்கி தள்ளி என்னை ஏற்று கொண்டாள்.

நான் 18+ பேச்சுக்கள் பேசி ஏமாற்றிய பெண்ணை பிளாக் செய்தேன், அவகிட்டே சொல்லித்தான். நான் திரும்பி பேசி அவ மனசுல இன்னும் வலி தர விரும்பல. அந்த சம்பவத்துக்கு பிறகு ஒரு மாதம் இடைவெளி விட்டுட்டு தான், ஈரோடு போனேன்! ஆமிராவை.. என் மாமியை பார்த்தேன்.

அவளோட அணைப்பு என்னோட குற்ற உணர்வை ஒரு பக்கம் ஏற்றிய போதும், இன்னொரு பக்கம் என் மனதில் இருந்த காம உணர்வை மறந்து போக செய்தது. என்னை உண்மையா காதலித்த இரண்டு பெண்களில் ஒருத்தியை தான் தேர்ந்தெடுக்கனும். என் மாமியை தேர்ந்தெடுத்தேன். என் வாழ்க்கையில் எந்த வித குணம் உள்ள பொண்ணை லவ் பண்ண கூடாது நினைத்தேனோ அந்த குணம் உள்ள என் மாமியை தான் லவ் பண்றேன். என் அம்மாவின் 80% குணம் கொண்டவள் என் மாமி! என்னோட மாமி!" என்று அருளனை அவனின் மாமி பற்றி

பெருமையாக சொல்லிக் கொண்டே வந்தவன்,

"அன்னிக்கு அவளை பார்த்துட்டு தலை வலியில் இரயில் நிலையத்தில் உட்கார்ந்து இருந்தேன். எனக்கு தலைவலி வந்தாலே.. தேவையில்லாத நினைவுகள் மண்டையை குத்தும்! அதுல வாழ்க்கை மொத்தம் நான் தப்பா பார்த்த பெண்கள், என் கற்பனை நண்பர்கள் எல்லாரும் என் கண்ணு முன்னாடி வந்து என் கழுத்தை நெரிப்பது போல் தோன்றும். அன்னிக்கும் அப்படிதான் தோன்றியது!" என்றான்.

"ஓ! அப்புறம்?"

"தலையை பிடித்து கொண்டு ஒரு ரயில் மேல விழப்போனேன்.. அப்ப.. என் கையை ஒரு கற்பனை கதாபாத்திரம் பிடித்தது. அது இருளன்! பல வருஷமா 25 வயசு ஆனதும் தற்கொலை செய்ய சொல்லி மூளை சலவை செய்தவன், அப்போ என்னை காப்பாற்றி.. 'நீ இப்ப செத்து போனால் உன்னோட மாமியின் கதி என்ன? உன் அப்பா, அம்மா, தம்பியின் கதி என்ன?' என்று கேட்டு, கற்பனையில் ஒரு அறை விட்டான். பின்னர் ஆதவன் என் முன்னால் தோன்றி, 'அறிவு கெட்ட அருளா, ஒரே நொடியில் செத்து செய்த பாவத்தில் இருந்து தப்பிக்க நினைக்காத!

உன்னோட பாவத்துக்கு தண்டனை ஆமிரா கூடவே வாழ்க்கை மொத்தம்.. நீ செய்த பாவத்தை நினைத்து நினைத்து வாழ்வது தான்!' என்று கூறி இருவரும் மறைந்து விட்டனர். அப்புறம் இன்னும் பல கற்பனைகள் வந்து என்னை அலைக்கழிக்க, எப்படியோ சென்னை வரும் இரயில் பிடிச்சு வந்து சேர்ந்தேன்." என்றான் அருளன்.

"ஓகே. செய்ததெல்லாம் செஞ்சிட்ட! அதோட எல்லாம் முடிஞ்சதா?" என்று கேட்டான் அர்ஜுன்

"இல்ல. காதலில் அடிக்கடி சின்ன சின்ன சண்டைகள் வருவது இயல்புதானே? அப்படி என் மாமி சில சமயம் சண்டை போடும்போது, என்னோட பழைய குற்ற உணர்வுகளை எல்லாம் குத்தி காட்டி பேசுவா! யெஸ், கோபத்துல தெரியாமல் சொல்வது தான்! அவ என்னை இன்னும் மன்னிக்கவில்லை தான்! ஆனா, அவளோட காதலில் அதை ஒதுக்கி தள்ளி தான் என் கூட பேசிக்கொண்டிருக்கா! அவகிட்ட நான் சொல்லாது விட்ட பலதை அடிக்கடி சத்தியம் வாங்கி வாயைக் கிளறி தெரிஞ்சுகிட்டா!

அப்புறமா தான் என்னோட மொத்த வாழ்க்கை பயணத்தையும் கதையா அவளுக்கு சொல்லணும் என்றாள். அதை சொல்ல தான் இப்ப உன்கிட்ட உதவி கேட்டு வந்திருக்கேன்." என்ற அருளன், அர்ஜூனின் பதிலுக்கு காத்திருக்க,

அர்ஜூன் உடனே பதில் சொல்லாது, "ஒரு நாள் டைம் கொடு யோசிச்சு சொல்றேன்." என்றவன் தன் வீட்டிற்கு கிளம்பி விட்டான்.

இரண்டு நாளில் நன்கு யோசித்து,

"எழுதுறேன். ஆனா, எதை எழுதுவேன் எதை எழுத மாட்டேன்னு என்னோட இஷ்டம் தான்! என்னோட கதையை எல்லாவித வயதினரும் படிக்கறாங்க. அவங்களுக்கு எதை எப்படி சொல்லணும்னு நான் யோசிச்சு தான் எழுதணும். ஒவ்வொரு அத்தியாயமாக எழுத ஆரம்பிக்கிறதுக்கு முன்னாடி உன்கிட்ட பேசிட்டு தான் எழுதுவேன். பொறுமையா தான் எழுதுவேன். கதையை முடிக்க ஒரு மாசம் முதல்.. ஒரு வருஷம் கூட ஆகலாம். இதுக்கு சம்மதமா?" என்று கேட்டான்.

"சம்மதம்." என்றான் அருளன்.

"உன் மாமியை நீ பார்த்து எத்தனை நாள் ஆச்சு?"

"ஒரு வருஷம் ஆச்சு."

"ம்ம்.. அடுத்து எப்போ போக போற?"

"இன்னும் முடிவு பண்ணல."

"ம்ம்.. திரும்பி வீடுல பொய் சொல்லிட்டு போவியா?"

"அப்படித்தான் நினைக்கிற."

"ம்ம்." என்ற அர்ஜூன் ஃபோனை வைத்துவிட்டு, "காதல் கனவே(வு)..! 1" என ஃபோனில் டைப் பண்ணி எழுத ஆரம்பித்தான்.

இடையிடையே அருளனுக்கு ஃபோன் செய்து சில பல மாறுதல் கதையில் செய்தான். எத்தனை பேர் இந்த கதையை படிப்பார்கள் என்றெல்லாம் கண்டும் காணாது எண்ணாது எழுதிக் கொண்டே வந்தான்.

வருங்காலத்தில் அருளனின் வாழ்க்கை எந்த திசையில் செல்ல போகிறது என்றெல்லாம் தெரியாது போனாலும், அரை பைத்தியமாக இருப்பவன் முழு பைத்தியமாய் ஆகாமல் இருக்க அவனின் மாமியின் துணை தேவை என்றே உணர்ந்தான்.

"காதல் கனவே(வு)..!" முழுவதும் இக்கால பல அரை பைத்தியங்களின் கதையே! யார் சரி? யார் தவறு? என்றெல்லாம் இங்கே விவாதம் அல்ல!

அருளன் செய்தது தவறு தான்! அதற்கு எந்தவித விளக்கமும் சொல்லப் போவதில்லை! தவறு செய்தவன் கண்டிப்பாக தண்டனை அனுபவித்து தான் ஆகணும்! எப்படிப்பட்ட தண்டனை என்பது காலம்-தான் முடிவு செய்யும்!

அந்த தண்டனை அருளனின் மாமியான ஆமிரா அவன் செய்த பாவத்தை ஒவ்வொரு தடவையும் வார்த்தையால் குத்தி காட்டி சொல்-வது தான் என்றால் அவன் அனுபவித்து போகட்டும்!

இதில் சஞ்சய் பற்றி சொல்லாது நான் விட்ட ஒரு விஷயம் என்ன-வென்றால், அவனின் அக்காவிற்கு இரண்டாம் கல்யாணம் ஒரு கோவி-லில் நடந்து, அந்த உறவு சில பல சண்டையில் தான் செல்கிறது.

பரவாயில்லை! வாழ்க்கையில் சில சண்டைகள் திருமணத்தில் இருக்க தான் செய்யும். இந்த உறவு நிலைத்திருக்க வேண்டிக் கொள்-வோம்.

காதல் கனவு கொஞூரமாய் நிறைவேறியது!

ஆசிரியரின் பிற படைப்புகள்

முடிந்த கதைகள்.

1. காதல் எனும் மாயவலை - காதல் சாபம் ஒன்று
2. என்ன மாயம் செய்தாய்..? - காதல் சாபம் இரண்டு
3. ஒருவர் மீது இருவர் சாய்ந்து - காதல் சாபம் மூன்று
4. வாராயோ வெண்ணிலாவே..! - காதல் தாகம் ஒன்று
5. விழிகள் ஜாக்கிரதை
6. ஓ மை பேய் காதலி..!
7. மறுபடியுமா..?
8. நினைவு புத்தகம்
9. உன்னாலே காதல் உணர்ந்தேன்..!
10. காதல் கனவே(வு)..!

எழுதி கொண்டிருக்கும் கதைகள்.

1. உணர்வே நீ எங்கே இருக்கிறாய்..?
2. அடேய் விநாயகா..!
3. என்னவள்(ன்)..? - காதல் சாபம் நான்கு

www.ingramcontent.com/pod-product-compliance
Lightning Source LLC
LaVergne TN
LVHW040420051026
849517LV00002B/387
9798888834206